NGÔN NGỮ
TẠP CHÍ VĂN HỌC NGHỆ THUẬT
SỐ 28 1/11/2023

NHÓM CHỦ TRƯƠNG:
Luân Hoán - Song Thao - Nguyễn Vy Khanh - Hồ Đình Nghiêm - Lê Hân

CỘNG TÁC TRONG SỐ NÀY:
Ben OH, Cao Nguyên, Chu Nguyên Thảo, Chu Vương Miện, Dan Hoàng, Dung Thị Vân, Duyên, Đào Minh Tuấn, Đặng Hiền, Đặng Kim Côn, Đặng Văn Thơm, Đặng Xuân Xuyến, Đinh Văn Tuấn, Đoàn Phương, Elena Pucillo Truong, Hoàng Chính, Hoàng Hoa Thương, Hoàng Ngọc Hòa, Hoàng Xuân Sơn, Hồ Chí Bửu, Huỳnh Liễu Ngạn, Huỳnh Minh Lệ, Huỳnh Như Phương, Kiều Giang, Kiều Huệ, Lâm Băng Phương, Letamanh, Lê Chiều Giang, Lê Hân, Lê Hứa Huyền Trân, Lê Hữu Minh Toán, Lê Thị Cẩm Hương, Lê Minh Hiền, Loan Nguyễn, Luân Hoán, Lương Thiếu Văn, M.H. Hoài Linh Phương, Minh Ngọc, Nguyên Cẩn, Nguyên Thu, Nguyên Xuân, Nguyễn An Bình, Nguyễn Châu, Nguyễn Đình Phượng Uyển, Nguyễn Đức Nam, Nguyễn Kiến Thiết, Nguyễn Ngọc Hạnh, Nguyễn Nguyên Phượng, Nguyễn Nhã Tiên, Nguyễn Thị Bích Nga, Nguyễn Thị Hải Hà, Nguyễn Thy, Nguyễn Văn Điều, Nguyễn Văn Gia, Nguyễn Vy Khanh, Ninh Trần, NP Phan, Phương Tấn, Song Thao, Tiểu Lục Thần Phong, Tiểu Nguyệt, Thái Tú Hạp, Thanh Trắc Nguyễn Văn, Thiếu Khanh, Thục Uyên, Thy An, Tôn Nữ Mỹ Hạnh, Trần C. Trí, Trần Huy Sao, Trần Thanh Quang, Trần Thị Cổ Tích, Trần Thị Nguyệt Mai, Triều Hoa Đại, Trần Vấn Lệ, Trần Xuân Thụy, Trung Chính Hồ, Trương Văn Dân, Trương Xuân Mẫn, Vinh Hồ, Võ Công Liêm, Võ Dương Hồng Lam, Võ Phú, Vũ Khắc Tĩnh, Vương Hoài Uyên, Xuyên Trà

BÌA & HÌNH BÌA: Uyên Nguyên Trần Triết
DÀN TRANG: Lê Hân
PHỤ BẢN: tranh thơ Luân Hoán
ĐỌC BẢN THẢO: Nguyễn Thị Bích Nga
LIÊN LẠC:
Thư và bài vở mời gởi về:
- Luân Hoán: lebao_hoang@yahoo.com
- Song Thao: tatrungson@hotmail.com
TÒA SOẠN & TRỊ SỰ:
Lê Hân: (408) 722-5626 han.le3359@gmail.com

MỤC LỤC
NGÔN NGỮ 28

THƯ TÒA SOẠN

Ngôn Ngữ 28, dành trọn vẹn 312 trang sáng tác thơ văn, cùng giới thiệu, phê bình tác phẩm... từ các bạn văn khắp nơi góp tay. Đến số này những tác giả trong tạp chí, phần nhiều đã được bạn đọc quen tên, biết phong cách viết của nhiều người. Bên cạnh đó, Ngôn Ngữ cũng luôn có thêm và mong đợi đón nhận những tác giả sẽ đến cùng những sáng tác mới lạ, nhưng vẫn trong tinh thần văn học nghệ thuật, đậm đà bản sắc dân tộc Việt. Không khí cởi mở, tự do ngòi bút là những trang chữ giàu tình người mang tên chung Ngôn Ngữ. Nội dung mỗi số luôn rộng rãi, không áp đặt đề tài. Tuy vậy, với số cho hai tháng cuối năm này, chúng tôi đã gợi ý hình ảnh, khí tiết về một mùa thu bình thường của đất trời. Nhưng thật đáng tiếc, đã quên nhắc ngày lễ trọng đại Giáng Sinh. Chúng tôi tin trong chúng ta dù có thiên đạo hay không, ai ai cũng đều vui vẻ mong đợi được đón đêm an hưởng sự an bình trong giờ phút Chúa đến với đời. Thánh lễ này luôn là một đề tài lớn cho mỗi năm. Thật may, không khí đầm ấm trang nghiêm này cũng thường gắn liền với tháng đầu năm, nên chắc chúng ta sẽ gợi nhớ trong số tháng 1 và tháng 2, vốn thường được gọi là số báo Xuân cho cả hai Dương Âm lịch. Mong các bạn sẽ vui tay trong những sáng tác thật thi vị, ý nghĩa.

Ngôn Ngữ là tạp chí bất ngờ mà có. Từ khoảnh khắc bốc đồng của vài ba người chưa từng biết đến việc kinh doanh thương mại. Khởi hành như một thú chơi với một ít tiền hưu, giữa thời buổi phát triển rực rỡ của hàng trăm diễn đàn ảo diệu cùng nhiều mạng xã hội vĩ đại, ngay trên đất sống của những người chủ trương lãng mạn ham chơi chúng tôi. Không nhuận bút, hạn chế báo biếu vì cước phí, là điều chúng tôi luôn ưu tư mà chưa thực hiện được. Phải ghi nhận báo sống tốt đẹp đến hôm nay, phần lớn nhờ vào tinh thần vì chữ nghĩa Việt trên xứ người của quý tác giả, bên cạnh sự ủng hộ tích cực của một số ít bạn đọc có lòng ưu ái mua báo dài hạn. Nhân cuối năm, chúng tôi nhắc đến điều này trong mục đích gởi đến tất cả quý vị lời cảm ơn cụ thể và chân tình.

Ngôn Ngữ 29 sẽ có phần giới thiệu nhà văn Ngô Thế Vinh và Ngôn Ngữ 30 sẽ giới thiệu người cuối cùng của nhóm chủ trương tạp chí Ngôn Ngữ - nhà thơ Lê Hân, như dự định, rất mong nhận bài của các bạn về hai tác giả này. Cảm ơn.

Kính quý chúc tất cả bạn đọc bạn viết một cuối năm an bình tươi vui.

Luân Hoán

NGUYỄN VY KHANH
NHỮNG TÁC PHẨM ĐẦU TIÊN DÙNG CHỮ QUỐC NGỮ

Chữ Quốc Ngữ ban đầu được các vị thừa sai ngoại quốc sáng chế ra với mục đích rao giảng Tin Mừng – hai cuốn sách quốc ngữ in ấn đầu tiên và cả hai do Bộ Truyền Giáo in tại Roma năm 1651, là cuốn từ điển Việt-Bồ-La của Alexandre de Rhodes: *Dictionarium Annamiticum, Lusitanum et Latinum,* thêm 2 phần phụ: 1- *Lingvae Annamiticae seu Tunchinensis brevis declaration* 31 trang về ngữ pháp tiếng Việt ở Đàng Ngoài, gồm 8 chương nhưng viết bằng chữ Latinh; 2- Index Latini sermonis mục lục chữ latinh của cuốn từ điển. Cuốn thứ hai là cuốn song ngữ Latinh-Quốc-Ngữ *Phép Giảng Tám Ngày cho kẻ muốn vào Đạo Thánh Đức Chúa Trời / Cathechismus pro iis, qui volunt suscipere Baptismum, in Octo die divisus,* cuốn sách văn xuôi phản ảnh tiếng và văn nói (bình dân) của người Việt thời bấy giờ.

Hơn 200 năm sau, khi thực dân Pháp xâm chiếm nước Việt, họ đã dùng quốc ngữ như văn tự hành chánh, nhưng rất sớm trước đó, đã được các linh mục và tu sĩ người Việt sử dụng để biên soạn kinh sách và dịch thuật, sáng tác như là những tác phẩm văn học và tôn giáo. Và cũng 200 năm sau, vào năm 1861, để bắt đầu dùng cho các viên chức và quân đội người Pháp ở Nam-kỳ, Gabriel Aubaret, một sĩ quan Hải Quân Pháp, đã soạn và cho in ở Thái Lan cuốn từ vựng Pháp-Việt Việt-Pháp đầu tiên: *Vocabulaire Français-Annamite et Annamite-Français, précédé d'un traité des particules annamites* (Bangkok: Imprimerie de la Mission Catholique, xcv+96+157 p).

Phép Giảng Tám Ngày [cho kẻ muốn chịu phép rửa tội mà vào đạo thánh Đức Chúa Trời] (1) của giáo sĩ Alexandre de Rhodes, là cuốn sách giáo lý đầu tiên được in ấn năm 1651, song ngữ Latinh-quốc-ngữ, phần quốc-ngữ với khoảng 8.000 từ là dấu vết chữ dùng và cách diễn đạt văn xuôi tiếng Việt ở thế kỷ XVII. Hai ông Nguyễn Khắc

Ngữ và Phạm Đình Khiêm *đã xem* "Phép Giảng Tám Ngày" là "tác phẩm quốc ngữ đầu tiên" trong *Giáo Sĩ Đắc Lộ và Tác Phẩm Quốc Ngữ Đầu Tiên* (2).

Đây là sách giáo lý giảng dạy, giải thích lẽ đạo - theo phương cách riêng của Cha Đắc Lộ, sau khi đã quan sát rất tường tận, tìm hiểu địa lý, lịch sử, xã hội Việt nam thời Trịnh- Nguyễn phân tranh, đã quan sát khá tinh vi về nếp sống của dân chúng Việt Nam, *để những tín hữu mới thông hiểu và hành đạo cùng giữ đức tin. Những căn bản về giáo lý Công-Giáo, linh hồn bất tử và việc thờ phụng một Thiên Chúa đích thực và tránh những "tà đạo,"* những tập tục làm hạ giá nhân phẩm như tục đa thê, và mê tín dị đoan, nhưng đề cao những thuần phong mỹ tục. Ngài đã dùng kho tàng phổ biến của nhân gian: ca dao, ngạn ngữ để hội nhập vào các chân lý của Đạo.

Trong "Ngày Thứ Nhất: Đạo Thánh Đức Chúa Trời", Cha Đắc Lộ viết: "*Đời này, đời sau, ta cầu cùng Đức Chúa trời giúp sức cho ta biết tỏ tường đạo Chúa là dường nào. Vì vậy ta phải hay ở thế này chẳng có ai sống lâu; vì chưng kẻ đến bảy tám mươi tuổi chẳng có nhiều. Vì vậy ta nên tìm đàng nào cho ta được sống lâu, là kiếm hằng sống vậy: thật là việc người quân tử. Khác phép thế này, dù mà làm cho người được phú quý, song le chẳng làm được cho ta ngày sau khỏi làm tiểu nhân, khốn nạn. Vì vậy ta chẳng phải học đạo cho ta được phú quý ở thế này. vì chưng ích đạo thánh Đức Chúa trời về đời sau. Người thế sự đời này lành dữ thì hay: lẽ qua đời này cho khi chết được vui vẻ đời sau thì chẳng hay.*

Cho được biết đàng ấy, trước thì phải hay, loài người ta có hai sự: một là xác, một là linh hồn. Xác bởi cha mẹ mà ra, có xương, có máu, có thịt hay nát hay mòn. Song le linh hồn là tính thiêng chẳng hay mòn, chẳng hay nát, chẳng hay chết, chẳng phải bởi cha mẹ mà ra, thật bởi bề trên mà có. Linh hồn như chủ nhà, xác như tôi tá hay là đầy tớ, nó thì phải phục linh hồn như chủ, vì chưng đầy tớ cùng tôi tá làm chủ nhà, hay là chủ nhà làm tôi tá, thì lộn lạo cũng chẳng phải lẽ. Song ta xét ta lo trước cho đầy tớ hay là cho chủ nhà? Thật là ta làm trước cho chủ nhà, sau lo cho đầy tớ, thì mới phải.

Cày ruộng, buôn bán, những việc thế ấy là việc về xác. Có kẻ đi cấy, đi cày mà được lúa nhiều trong kho, đến khi qua đời này một nhóm lúa đem đi cũng chẳng được. Có kẻ đi hầu hạ chầu chực vua chúa, mà được làm quan: đến khi linh hồn ra khỏi xác, những sự ấy thì phải bỏ, đem về chẳng được gì sốt. Có lời rằng: "Khi sinh ra chẳng có đem một đồng mà lại; khi chết cũng chẳng có cầm một đồng mà đi." Vì chưng người ta ở thế này chẳng ai khỏi sự ấy, thì phải học đạo thánh về đời sau, cho ngày sau chúng tôi được sống lâu vô cùng...".

"Thờ Đức Chúa Trời hay ma quỷ?

... Vì chưng ta phải hỏi cho biết, ai sinh ra mọi sự mà thờ đấy cho nên, vậy thì ta mới được lên trên thiên đàng, vui vẻ vô cùng. Ví bằng chẳng hỏi cho biết thật Chúa là ai mà thờ đấy, lại đi thờ ma khấn quỷ, thì cũng như người ở trong nước này mà đi làm tôi ngụy. Ai thờ Đức Chúa Trời cho nên, thì được lên trên thiên đàng cùng Đức Chúa Trời; ai thờ ma quỷ thì đến ở cùng ma quỷ.

Song le ma quỷ ở đâu? Thật là ma quỷ ở trong địa ngục là nhà nó. Địa ngục ở đâu? Thật ở trong đất này, là tù rạc Đức Chúa Trời hóa ra mà phạt kẻ dữ. Thế gian gọi là Âm Phủ thì phải, vì chưng là nơi tối tăm mù mịt. Chớ ngờ dưới âm phủ có buôn bán, có ruộng nương, cày cấy như thế gian này đâu. Trong tù rạc nước này vua chúa bắt kẻ có tội, trong ấy có thấy những dòi tói, cùm trang, roi đánh, nào có ai vào cầm trong ấy, muốn làm sao thì được làm vậy ru? Huống họ là kẻ ở trong địa ngục, vậy thì chịu những lửa sinh lửa diêm, đời đời kiếp kiếp, mà khốn nạn vô cùng khỏi chẳng được nữa.

Vì vậy thì ta phải học đạo, vì đạo là đàng về quê thật. Đàng xuống thì dễ, ăn uống, chơi bời, làm những việc xác. Đàng lên thì khó, phải ở hiền lành, ngay thật, lo việc linh hồn trước hết. Vì vậy đạo thật là đạo lý, là đạo phải lẽ. Phải lẽ ra, làm thì có phúc; chẳng phải lẽ ta làm thì có phạm tội..".

Ngày Thứ Hai: Đức Chúa Trời

"Lạy ơn Đức Chúa Trời, hôm qua đã giảng chẳng nên lạy trời, vì trời là nhà không, chẳng biết điều gì, chẳng khá lạy đất, vì đất là nền, chẳng có hồn nào, song le thờ phượng Đức Chúa Trời đất là Chúa cả sinh ra trời đất, thì thậm phải. Thảo kính cha mẹ thì cũng phải, vì đã

sinh đẻ ta. Kính Vua Chúa quan quyền trị nước thì phải. Mà cha mẹ cùng vua chúa con mắt xem thấy thì đã biết. Song thật Chúa làm nên trời đất, dù con mắt thịt xem chẳng được, song le cũng phải biết, mà thờ cho nên. Bây giờ phải giảng thật Đức Chúa Trời là ai, Đức Chúa Trời ở đâu, bởi đâu mà có Đức Chúa Trời.

Đức Chúa Trời là cội rễ đầu.

Sự sau này cho ta giảng trước, ta nói rằng: thật Chúa Trời đất chẳng phải bởi ai làm mà có, vì chưng Đức Chúa Trời là cội rễ đầu làm mọi sự. Ví bằng có ai làm Đức Chúa Trời, thật Đức Chúa Trời chẳng phải cội rễ đầu làm mọi sự. Nói thí dụ: có cây nào tốt lớn, mà có ngành rộng xanh, trái ngon ngọt đã đầy. Ví bằng ta hỏi ngành xanh này bởi đâu, ta thưa rằng bởi cội rễ mà có, sự trái cùng lá lại thưa như vậy. Ví bằng lại hỏi có cội rễ khác mà ra chăng, ta thưa rằng các kỳ sự ở nơi cây, thì bởi cội rễ mà ra, song le cội rễ chẳng có cội rễ khác mà ra, ví bằng cội rễ này có cội rễ khác thì cội rễ này chẳng phải cội rễ đầu cây tốt ấy đâu. Sự Đức Chúa Trời cũng vậy, thật Đức Chúa Trời là cội rễ đầu làm hết mọi sự, vì chưng trời đất cùng mọi sự bởi Đức Chúa Trời làm cội rễ đầu mà ra. Chẳng có tìm được cội rễ khác làm ra Đức Chúa Trời đâu. Nếu có thì Đức Chúa Trời chẳng phải cội rễ đầu mọi sự. Ví bằng tìm cội rễ khác trước, lại hỏi cội rễ khác trước ấy có cội rễ khác trước nữa chăng, làm vậy thì hỏi chẳng cùng, mà chẳng phải lẽ đâu. Vì vậy ta phải kiếm mà giữ một cội rễ đầu làm nên mọi sự, thật là thiên địa vạn hữu chi chân Chúa, mà làm nên trời đất mọi sự..." (3).

Trái với những gì nhiều người vẫn nghĩ, người Việt đã tham gia tích cực trong việc sáng chế ra chữ quốc ngữ: Thầy giảng **Bento Thiện** đã là người đầu tiên viết lịch sử Việt-Nam bằng *chữ quốc ngữ* từ năm 1659, dưới dạng viết tay nhưng không được người đồng thời quan tâm. Tập bản thảo viết tay, 12 trang chữ nhỏ, khổ 20 cm X 29 cm đã được linh mục Đỗ Quang Chính phát hiện (4).

Xin trích đoạn ở phần 2 viết về tục lệ và sinh hoạt trong những ngày Tết đầu năm khá linh động và chi tiết cũng như cho thấy tiếng Việt thời 1659 không khác bao nhiêu tiếng Việt hôm nay:

"Thói nước An Nam, đầu năm mùng một tháng Giêng, gọi là ngày Tết. Thiên hạ đi lạy Vua, đoạn lạy Chúa, mới lạy ông bà ông vải,

cha mẹ cùng kẻ cả bề trên. Quan quyền thì lạy Vua Chúa, thứ dân thì lạy Bụt trước. Ăn Tết ba ngày, mà một ngày trước mà xem ngày mùng hai, mùng ba, ngày nào tốt, thì Vua Chúa đi đền giao, gọi là nhà thờ Trời, hiệu Thiên Thượng Đế Hoàng Địa Kỳ. Vua Chúa đi lạy mà xin cho thiên hạ được mùa cùng dân an. Đến mùng bảy mùng tám mới hết, cùng làm cỗ cho thiên hạ ăn mười ngày. Lại xem ngày nào tốt mới mở ấn ra cho cho thiên hạ đi chầu cùng làm việc quan, cùng hỏi kiện mọi việc; lại làm như trước mới khai quốc, thiên hạ vào chầu vua. Từ ấy mới có phiên đi chầu. Nội Đài, Ngoại Hiến, Phủ Huyện, quan đảng nha môn, mới có kiện cáo. Đến trung tuần mới có Khánh Thọ Bảo Thần cho thiên hạ mừng tuổi Vua. Ai có nghề nghiệp gì thì làm cho Vua xem. Đến hạ tuần tháng giêng, Đức Chúa lại tế Kỳ Đạo dưới bãi cát, làm đàn thờ. Trước thì thờ Thiên Chúa Thượng Đế một đàn, là một đàn từ vua Lê Thái Tổ cho đến nay, một đàn thì thờ thần Kỳ Đạo. Đức Chúa lạy ba đàn này. Đoạn đến đàn Thần Kỳ Đạo, Đức Chúa lạy đoạn, liền chỉ gươm cùng chém, lại bắn cung. Đoạn lại đánh trống mà chỉ gươm cho thiên hạ bắn súng mới đuổi đi, thì gọi là khao quân. Đoạn liền về tập voi tập ngựa, gọi rằng đã hết năm mới. Đến mùng hai tháng hai, lại ăn Tết ngày ấy. Song le, mặc có nơi ăn nơi chăng. Đến mùng ba tháng ba lại ăn Tết gọi là ăn ưởi. Xưa rằng, có Người giải tử sui, người ấy gián vua một hai sự; vua chẳng nghe, thì người ấy trốn lên ở rừng. Vua đòi chẳng về thì vua đốt rừng cho về; người ấy chẳng ra, còn ở, thì lửa cháy đến liền chết. Thiên hạ thương người ấy thì làm giỗ ngày ấy, gọi là tết Tháng Ba, liền bánh trôi nước mà ăn cho mát. Đến mùng năm tháng Năm, lại có tết gọi là tết Đoan Ngũ, thì có nhiều ý: một là thiên hạ đi lạy Vua Chúa cùng lạy tổ tông nhà, Vua Chúa ngày ấy ban quạt cho thiên hạ, quạt trắng có chữ; hai là đời xưa có một người ở cùng Vua cũng gián chẳng được việc nước, thì xuống biển mà chết, tên người ấy là Quát Nguyên, thì thiên hạ ăn Tết ngày ấy cùng đi bơi thuyền, gọi là đi tìm người ấy dưới biển, đến bãi hát bội cũng vậy; ba là kẻ làm đồng cốt, thầy bói cùng các thầy có dạy ai sự gì thì cũng đi Tết mà đơm tiên sư ngày ấy. Đến tháng Sáu thì thiên hạ những thứ dân làm ruộng làm cỗ mà giỗ vua Thần Nông là kẻ dựng ra cho thiên hạ các giống lúa. Đến ngày nào cả nước, thì Đức Chúa chèo thuyền cùng bắn súng lớn cho quen, gọi là đua thủy.

Đến tháng Bảy là Tết mùa Thu, ai có cha mẹ, anh em, vợ con mới chết, thì đến tháng Bảy phải làm cỗ cho làng ăn; nhà giàu thì làm chay đọc kinh mấy ngày thì mặc lòng, mà xin cùng Bụt địa tạng Mục Liên cho linh hồn được siêu sinh Phật quốc lên thiên đàng, cùng đốt áo mão cùng các vật cho cha mẹ. Đến ngày rằm tháng Bảy mới đốt ma cho ông bà ông vải. Đức Chúa lại ban tiền cho con cháu những kẻ có công cùng Vua Chúa mà chết; thì hễ là mọi năm đến ngày ấy, thì cho tiền đốt mã. Ngày ấy gọi là Trung Nguyên tha tội, cũng chẳng có đi chợ ngày ấy, rằng, để cho ma quỷ họp ngày ấy. Ngày ấy ai có tội gì hèn cầm trong tù, thì cũng tha nó cho về nhà. Đến tháng Tám lại có Tết Trung Thu, thì thiên hạ cùng ăn cùng hát chơi vậy. Đến mùng mười tháng Mười, thiên hạ chẳng có ăn Tết. Ngày ấy có một Thầy Phù thủy cùng Bà Cốt ăn Tết ấy. Đến tháng Chạp, ai có mồ mả cha mẹ, anh em, vợ chồng, thì làm cỏ cùng đắp lại cho tốt cùng sạch sẽ; cũng có làm cỗ mà đơm. Đến gần ngày Tết, Vua Chúa ban lịch cho thiên hạ xem ngày. Đến ngày ba mươi thì Đức Chúa đi giội, gọi là bỏ mọi sự cũ đi mà chịu mọi sự mới. Đến mùng Một, liền lên nêu mọi nhà cho kẻo quỷ cớt lấy. Rằng, nhà ai nó nêu là đất Bụt, nhà nào chẳng có nêu, ấy là đất quỷ. Xưa người ta nói truyền rằng, một Bụt một quỷ thì giành đất nhau. Bụt rằng: Tao có một áo Casa này, tao trải đến đâu thì đất tao đến đấy. Bấy giờ Bụt lấy áo mà trải ra liền hết đất, thì quỷ phải ra ở biển. Hễ là đến ngày hết năm, thì quỷ lại ăn cướp đất nhau. Ai chẳng có nêu, nhà hay là đất thì về quỷ; cho nên thiên hạ phải nêu. Các sự thay thảy.

Bằng sự cái phép tế các nơi, đầu năm là tế Thượng Đế nghĩa là Thiên Chúa, tế Xã Tắc nghĩa là tế Thiên Thần, tế Khổng Vân là tế kẻ làm mưa gió, tế thánh là tế ông Khổng, thì phủ huyện quan tế các Thần mọi nơi thiên hạ ...

Bằng phép để tang cho cha mẹ đã chết, anh em, chú bác, cô, cậu, dị, mợ, thì đã có thứ. Con để cho cha mẹ ba năm; vì mẹ còn ở cùng cha cho đến già, thì để tang ba năm. Cha chết trước, hay là cha để mẹ, mà mẹ lấy chồng khác, thì con để tang cho một năm. Vợ phải để cho chồng cũng ba năm, mà chồng để cho vợ một năm. Song le mặc ý ai, sự ấy *quan chẳng có bắt. Song le sự sau này, ai chẳng có giữ cho nên thì có vạ; cháu trai chẳng còn cha, để cho ông ba năm, còn cha để thì để một năm, cháu gái để năm tháng. Anh để cho em một năm, em để cho anh cũng vậy. Em cha hay là chị cha, con gọi là bác cùng chú hay là cô, cũng để một năm. Ví bằng cô đã có chồng, thì cháu để cho chín tháng. Anh mẹ hay là em mẹ, gọi là cậu dị, thì cháu để cho ba tháng; vú cho nuôi cho bú cũng ba tháng. Có ở cùng cha ghẻ, thì để một năm, chẳng có thì ba tháng."* (5)

Inê Tử đạo văn được xuất bản trong phần Phụ lục (tr. 111-135) của Tự Điển Việt-La (*Dictionarium Anamitico Latinum*) của G.M. Jean-Louis Taberd (1838). Truyện thơ chữ Quốc Ngữ thế kỷ XVII, kèm các bản dịch Anh, Pháp và Latinh, gồm 562 câu thơ Nôm lục bát và song thất lục bát theo truyền thống Vãn của Nhà Chung hoặc "ngâm khúc" trong văn học được xem là mẫu mực vốn được sử dụng cho các kinh gẫm, kể chuyện bà Inê Huỳnh Thị Thành chết rũ tù vì đạo năm 1700 ở Đàng Trong.

Về tác giả, LM Đỗ Quang Chính cho là do linh-mục **Lôren Huỳnh Lâu** (1656-1712), viết kể chuyện em ruột của ông là bà Inê Huỳnh Thị Thành chết rũ tù vì đạo tại Nha Ru (Nha Trang ngày nay) ngày 25-12-1700. Lê Đình Bảng gọi Inê tử đạo vãn là "bản trường ca tuyên xưng đức tin," và cũng cho rằng tác giả là Lôren Huỳnh Lâu (1656-1712). (6) Võ Long Tê thì cho là "tác giả vô danh" trong biên khảo "Góp phần nghiên cứu một trong những truyện thơ công giáo đầu tiên viết bằng quốc-ngữ: Inê Tử Đạo Văn" (7) và dẫn lại trong *Dẫn Nhập Nghiên Cứu Tiếng Việt và Chữ Quốc Ngữ* (8). Theo LM Petrus Vũ Đình Trác, tập *Inê Tử Đạo Vãn"* được xem như do ngòi bút của thánh Phan Văn Minh." (9)

"Canh thìn vừa thuở thiên khai
Nguyễn chúa trị đời hiệu lịnh cả ra:
Truyền cho thiên hạ gần xa,
Ai thờ đạo Phật thì ta dong tình,
Bằng ai giữ đạo thiên sinh,
Chẳng chừa thì bắt tội tình chớ tha.
Chẳng ngờ có đứa gian tà,

Lòng hềm độc dữ cáo bà Inê
Lịnh nghiêm phép kín nhiều bề,
Chị em sao có lòng mê chẳng chừa?" (câu 105-114)
Đoạn Inê đối thoại với quan nghè:

"Ông nghè mới hỏi vân vi:
Nàng cùng nam tử toan nghi một lời,
Bay mà bỏ đạo Chúa Trời,
Trở về đạo Phật, giày nơi ảnh này,
Thì tao thứ tội cho bay;
Chẳng thì tao giết bỏ thây oan mình.
Nước này Chúa thánh thần minh.
Nào ai giữ đạo thiên sinh bao giờ,
Chúa trời bay thật đạo vơ,
Bỏ đi tao đặng thứ tha dong tình,
Chẳng thì tao giết bỏ mình,
Phước đâu chẳng thấy, tội tình nhuốc nha.
Inê đặt gối trình qua:
Chúng tôi giữ đạo Chúa cha nhơn từ,
Thật đàng công chính chẳng tư.
Tôi đâu dám bỏ công phu ngãi người?
Mặc ông tha giết hai lời;
Tôi thà chịu chết, cõi trời nên công.
Giết tha thì mặc lượng ông,
Kim thạch là lòng chẳng chậy mỗ phân
Ông nghè chẳng muốn giết dân,
Vật chi phụ nữ nhọc nhằn quân ta?
Hãy giam tạm nó một nhà,
Ngày sau sẽ nộp lượng hòa một khi." (câu 141-164)

Cảnh ly biệt khi Mat cô, người chồng, vào nhà giam thăm vợ Inê:

"... Anh giã Duminh Inê,
Rày em ở lại anh về cho an,
Đêm ngày cầu nguyện dưới bàn,
Xin hai em đặng làm quan cõi trời.
Nầy đoạn mát cô càng thương
Tìm lên viếng vợ tư lương thảm sầu,
Inê em hỡi cầm đâu?
Rày anh đến viếng bạn hầu kẻo thương.

Vợ chồng đạo ngãi tào khương,
Con thơ nỡ bỏ lo lường làm sao?
Lìa nhau anh dám cãi nào.
Làm chi lên nỗi tù lao rạc hình.
Inê lẳng lặng làm thinh.
Chồng càng than khóc vợ mình kể khuyên:
Sắt cầm từ thuở ấu niên,
Nỡ nào ly biệt cho an tấc lòng.
Dẫu chẳng nên đạo vợ chồng,
Con thơ ai kể quan phòng dưỡng nuôi,
Má hồng mặt bạc mày môi,
Mình vàng vóc ngọc bỏ tôi chẳng nhìn?
Em hỡi nghe lời anh khuyên,
Sắt cầm giai lão nên duyên hiệp hòa.
Inê rằng: chước quỷ ma,
Nó toan làm hại hồn ta phen này.
Mát cô anh đã tới đây,
Công linh nghĩa Chúa tôi rày trả ơn.
Anh thì ở lại chớ sờn,
Thìn lòng giữ đạo chẳng hơn cũng tày,
Ngày sau ta lại hiệp vầy.
Thương thì cầu nguyện hồn ngay thẳng về,
Ấy là ngãi đạo phu thê,
Chớ ra lòng mọn lỗi nghì chẳng nên.
Nghe lời em cứng khôn khuyên,
Giã em còn ở anh về cùng con.
Ròng ròng nước mắt bằng non.
Thương em anh phải ruột don héo sầu,
Từ rày chếch bạn phải âu,
Lìa tâm lìa đức lìa nhau khôn tìm,
Gần ngày đam nộp chị em,
Inê mới gửi thơ đem cho chồng,
Cùng thăm huynh đệ đạo đồng,
Họ hàng trên dưới tổ tông hai đàng.
"Thơ rằng.
Chúa cả cao quang phù trì tiểu tử;
Thiếp nay nhi nữ cám đức phu quân.
Ngãi sắt cầm những ước thiên xuân,
Doan kim cải trọn bề tứ đức.

Đạo chính giúp tôi bền sức,
Ơn trên Chúa cả mở lòng.
Xảy gặp hội mây rồng,
Phải lìa doan cá nước.
Thiếp dầu lỗi tam tùng tứ đức,
Dốc trọn nguyền vạn thọ cõi xa.
Xin lang quân chớ chấp ngãi hòa,
Thương ấu tử mồ côi mất mẹ.
Chàng thì chớ nại, giữ đạo cho bền,
Đến cõi trường miên hai ta lại hiệp
Sau dầu cải nghiệp làm bạn nơi nào..."
(câu 257-314)

Nguyễn Vy Khanh

Chú thích

1. *Nguyên văn: Cathechismvs pro iis, qui volunt suscipere Baptismvm, in Octo dies diuisus. Phép giảng tám ngày cho kẻ muốn chịu phép rửa tội, ma /beào đạo thánh Đức Chúa Blời.* Ope Sacrae Congregationis de Propaganda Fide in lucem editus. Ab Alexandro de Rhodes è Societate Iesv, ejusdemque Sacrae Congregationis Missionario Apostolico, Roma, 1651.

2. *Giáo Sĩ Đắc Lộ và tác phẩm quốc ngữ đầu tiên.* Sài-Gòn: Tinh Việt Văn đoàn, 1961.

3. Trích từ Nguyễn Khắc Xuyên. *Phép Giảng Tám Ngày.* Bản điện tử.

4. Bento Thiện. Lịch sử nước Annam, Về văn bản, xem trích từ Đỗ Quang Chính. *Lịch Sử Chữ Quốc Ngữ 1620-1659* (Sài-Gòn: Ra Khơi, 1972), tr. 107-129. Tuy nhiên dấu vết chữ quốc ngữ xưa nhất là lá thư đề ngày 12-9-1659 của thầy giảng Igesicô Văn Tín và thầy giảng Bento Thiện viết thư trả lời ngày 25-10-1659.

5. Đỗ Quang Chính. Sđd. tr. 119-122.

6. *Văn học Công giáo Việt Nam, những chặng đường,* Sđd. tr.134.

7. *Văn-hóa tập san,* XVII, 1, 9-1968, tr. 82-101.

8. Reichstett : Định Hướng Tùng Thư, 1997, tr. 109, 152.

9. *Công Giáo Việt-Nam Trong Truyền Thống Văn-Hóa Dân-Tộc:* biên khảo về văn-hóa giáo dục. Orange, CA : Thời Điểm Công Giáo, 1996, tr. 49.

SONG THAO
KHI VĂN NHÂN SAY

Rượu là anh em sanh đôi với cây viết. Rượu một tay, viết một tay, hầu như người dính tới chữ nghĩa nào cũng vậy. Ngày còn xanh, chúng tôi tràn rượu. Chuyện xưa rồi, cũng ngại nhắc lại. Bi chừ, anh em viết lách tại Montreal chúng tôi, tóc đã bạc màu thời gian, vẫn cứ rượu. Hai ông tổ sư là Trang Châu và Hoàng Xuân Sơn uống đâu ra đó. Thứ nào ăn với món nào, mọi sự phải đúng tiêu chuẩn. Nhưng ông Hoàng là một thứ bụi đời, từ ngày còn sinh viên, nên khi đã mềm môi, cứ chất cay là ông đổ vào miệng. Dễ tính hết sức. Lưu Nguyễn và tôi, uống là uống, ít nhiêu khê. Ông Võ Kỳ Điền thì ầu ơ ví dầu, lẳng lặng chẳng biết ông có uống không. Hồ Đình Nghiêm nhất định không rượu, chỉ bia thôi, hai chai là bia lên, nói như sanh như sứa. Chỉ có ông Luân Hoán, lẳng lặng kéo ly ra rồi xích ly vô. Ông này có vẻ khinh rượu ra mặt.

Vậy mà tôi vừa tình cờ khám phá ra một cuốn tập hợp thơ của những cây rượu mang tên "Gặp Gỡ Nhau" do nhà xuất bản Hồng Đức trong nước ấn hành, gồm 108 bài thơ viết về rượu của 108 anh hùng hảo hán, trong đó có ông Luân Hoán. Tôi giật mình. Kể cũng lạ khi thấy ông bạn tôi cũng uống rượu thành thơ như ai. Thử đọc một đoạn thơ rượu của ông Luân Hoán trước cái đã.

Chưa biết yêu đã tập tành uống rượu
Men Lưu Linh lót dạ mấy mươi năm
Em bữa nọ véo đùa chơi một cái
Rượu bung da thơm ngát chỗ đang nằm

Bạn đã đến cụng ly năm bảy bận
Trái sầu non treo lẫn trái sầu già

Trong khoảnh khắc, cạn ly, thành huynh đệ
Đất cùng trời vạn tuế lũ chúng ta

Ông bạn tôi, tẩm ngẩm tầm ngầm mà cũng dữ dội. Rượu từ khi chưa biết yêu. Uống nhiều đến nỗi véo người ra rượu. Kinh! Thiệt xứng đáng ngang ngửa với những tài danh lưng túi rượu bầu, khét tiếng trong làng thơ. Thi hào Vũ Hoàng Chương có nguyên một tập Thơ Say. Say từ trang đầu đến trang cuối.

Lũ chúng ta, đầu thai lầm thế kỷ,
Một đôi người u uất nỗi chơ vơ,
Đời kiêu bạc không dung hồn giản dị,
Thuyền ơi thuyền! Xin ghé bến hoang sơ.

Men đã ngấm bọn ta chờ nắng tắt,
Treo buồm cao cùng hát tiếng hò khoan.
Gió đã nổi nhịp trăng chiều hiu hắt,
Thuyền ơi thuyền theo gió hãy cho ngoan.

Bùi Giáng nổi tiếng về những vần thơ riêng một cõi tuôn chảy trong lúc điên cũng như khi tỉnh. Khi chạm vào rượu, thơ vẫn một cõi riêng.

Thưa em rượu uống bây giờ
Là trăm năm gục hai bờ tử sinh
Động hờ hững, Chúa điêu linh
Em làm Hoàng Hậu mọc tình cỏ phơi
Nhà ma cửa quỷ đi đời
Chìm hơi thở đục trong lời sương xanh
Càn khôn xiêm mỏng che mành
Về trong thiên hạ em thành thiên thâu

Phùng Quán "Mời Rượu":

Mời bác Ba Vì xích lại đây
Ta cùng túy lúy ngắm sóng say
Tôi đùa bác đấy đừng tưởng thật
Bác xích lại gần tôi cũng gay.

Tô Thùy Yên hào sảng rượu trên sa tràng.

Dựng súng trường, cởi nón sắt
Đơn vị dừng quân trọn buổi chiều
Trọn buổi chiều, ta nhậu nhẹt
Mồi chẳng bao nhiêu rượu rất nhiều.

Tôi chỉ xin trích ra vài đoạn của vài tác giả gạo cội xoay quanh rượu. Ông Luân Hoán chen chân được vào làm tôi ngạc nhiên. Ngạc nhiên không phải vì thơ ông kém cạnh nhưng vì có thật ông đã có một thời cũng rượu mềm môi như các vị hào sảng kia không.

Nhà thơ Mang Viên Long, trong bài "Những Bài Thơ Rượu Hôm Qua và Hôm Nay", đã nhận xét: *"Tóm lại, 108 "giang hồ tứ xứ" đã cùng quây quần bên ly rượu đời, rượu tình một thời vang bóng! Sự tập hợp và chọn lọc 108 bài thơ tiêu biểu của 108 tác giả về rượu là một nỗ lực lớn của nhóm anh em "ghiền" (và yêu) rượu, nhằm giới thiệu cùng bạn đọc một tác phẩm độc đáo về rượu, là một việc làm thật đáng trân quý! Trong đời giang hồ, "gặp gỡ nhau" sau tách trà, ly café đen, là rượu! Trong đời thầm lặng, với bao ưu phiền bất hạnh, là rượu. Buồn cũng rượu, mà vui cũng rượu. Rượu của "giang hồ mà khí cốt." Rượu của tình thương yêu mình và thương yêu đời, còn đọng lại trong trái tim mọi người hôm qua và hôm nay đã được "góp nhặt" để chuyển gởi đến thân hữu, bạn đọc những ly rượu sẻ chia ấm tình tri kỷ."*

Trong 108 vị hào kiệt góp thơ rượu trong cuốn "Gặp Gỡ Nhau," dĩ nhiên không thiếu được ông Tản Đà. Ông có mặt nhưng tôi tạm lơ chưa nói tới ông, vì ông dính tới rượu hơn bất kỳ vị nào trong 108 vị. Phải trải nguyên một chiếc chiếu riêng để ông khề khà. Kết với rượu nhưng rượu không chưa đủ. Rượu phải đi đôi với thức ăn. Năm 1939, Trương Tửu đã viết cuốn "Uống Rượu với Tản Đà". Cuốn sách đã bị thất truyền trong một thời gian dài. Gần đây, trong số những tư liệu mà Thư Viện Quốc Gia Pháp tặng bản chụp *microfilm* cho Thư Viện Việt Nam, may thay, có cuốn này. Đây là một cuốn sách mỏng nhưng là cuốn đầu tiên viết về Tản Đà. Tản Đà rất sành và tỉ mỉ trong chuyện tự mình nấu các món nhắm với rượu. Trương Tửu kể về một lần Tản Đà làm món nhậu: "Để hôm nay, tôi xào nấu lấy các thức ăn, hai ông xem. Tôi làm bếp có phần lại giỏi hơn làm văn... *(cười và quay lại gọi gia nhân)* Này, anh nhỏ! Anh đặt cái hỏa lò nhỏ lên bàn này cho tôi... Được rồi! Anh đặt luôn cái xoong chả dê này lên trên cái hỏa lò nhỏ kia, cho thêm tí mỡ vào... Được rồi! Bây giờ anh nhóm lửa cái hoả lò to kia lên để nấu canh, húp cho rã rượu... *(cười và quay về chúng tôi)* Kìa! Hai ông sơi rượu tự nhiên đi... Đấy, ăn trên lửa có phải ngon không? *(cười to)* Một bữa rượu, ba cái hỏa lò! Sang thật! Ngày xưa vua chúa dùng ngũ đỉnh, hôm nay ta dùng tam đỉnh, chứ thua gì!" Văn thơ cũng xêm xêm như món nhậu: "Văn chương có giống như mâm gỏi. Đĩa cá lạng, đĩa dấm ngọt thời người thường dễ ăn, còn miếng lắt miếng xương phải đợi con nhà gỏi. Văn chương có giống như thịt chim. Xào, thuôn, nướng chả thì dễ chín, hấp cách thủy lửa không đến mà nhừ hơn."

Rượu nồng và ăn ngon trở nên triết lý sống hưởng lạc của nhà thơ: "Ở đời, tôi tưởng nên biết thưởng thức mỗi thứ một chút và cốt nhất là phải thưởng thức cho sành, nhất là cái ăn cái uống. Hai ông tính, người ta sống được bao năm? Chẳng tiêu pha cuộc đời cho mãn ý, lúc chết hai tay buông xuôi, hối tiếc cũng bằng thừa. Tuổi xuân của con người mấy lúc mà tàn? Tôi cứ xem như tôi đây, vừa dạo nào còn là một thư sinh mà bây giờ đầu đã bạc cả rồi!"

Thế sự nhất phù vân chi cảnh
Những ai mê ai tỉnh đã ai ai?
Khéo vô đoan khóc hão lại thương hoài
Thú trần giới có ăn chơi là bậc nhất.

Cái đức ăn chơi, được hiểu theo nghĩa nhắm rượu khề khà tỉ mỉ của Tản Đà, được những người cùng thời nhắc lại khá nhiều. Trong bài "Tản Đà Uống Rượu Làm Tôi Say Đến Bây Giờ", Vũ Bằng viết: *"Chiều nào, bất cứ bận việc gì, tôi cũng tà tà đi đến trước cửa nhà Thăng Long, dán mũi vào cửa kính nhìn vào trong để xem ông Tản Đà vừa quạt cái hỏa lò con để trên giường vừa nhắm rượu một mình. Tôi sợ ông như một ông tiên."*

Trong bài "Tản Đà, Một Kiếm Khách", nhà văn Nguyễn Tuân kể lại một hoạt cảnh: *"Thi sĩ cởi trần trùng trục, cái quần vải tây cong có dây lưng lụa buộc hở ngoài, được buông hẳn cạp lá hoa xuống. Con người ta đã nặng về phần ăn, thì nhẹ về phần mặc, thường là thế. Nơi dây lưng lụa, một bên thi sĩ cột một be rượu, một bên giắt con dao nhọn mũi. Thế là ông Tản Đà từ từ đi xuống nước mặn, tây và đầm, buổi chiều đó, đã nguýt một tên chài bản xứ bơi gần họ và dám gạt cái quả bóng cao su xanh đỏ mà họ đang tung ném cùng nhau đùa giỡn. Họ có biết đâu rằng đây là một nhân tài của nước Nam ta. Thế rồi ông Tản Đà cứ bơi đứng – bơi đứng, xin nhớ kỹ cho tôi – ra mãi ngoài xa, tìm được những tảng đá sống trâu nổi lên mặt nước mới chịu nghỉ. Đấy là những miếng đá thừa thãi của mũi bể Cổ Rùa, ngoi xa ra biển. Chỉ có những người tài bơi lặn mà mạo hiểm mới dám ra tới đó. Ông Tản Đà bơi ra tận đấy để uống ngay tại trận một bữa rượu. Ông mở nút be rượu giắt ở dây lưng, vừa nhìn cái sóng bạc đầu, vừa tu rượu ừng ực. Lấy mũi dao nhọn, ông cậy những con hàu bám vào đá giống như một vục khoáng chất, bổ đôi từng con hàu ra, múc lấy ruột sống, ăn rất ngon lành, thỉnh thoảng lại chép miệng vì thiếu mất ít gia vị."*

Ngô Tất Tố, người cùng chung sức với Tản Đà lèo lái tờ An Nam Tạp Chí, rồi cùng vào Nam với Tản Đà cộng tác với tờ Đông Pháp Thời Báo của ông Diệp Văn Kỳ, kể lại: *"Tản Đà có cái tật không ai chịu nổi: không có tiền thì rầu rĩ, oán trách, rũ người ra như con cú, thế mà một khi có tiền thì lại không muốn làm việc gì hết, chỉ uống và ăn, hết ăn lại uống. Chưa uống thì bảo không có rượu như cái máy không xăng nhớt, không chạy được, uống vào say rồi thì nằm khoèo ra ngủ và lí luận một mình rằng say mà làm việc thì hỏi đời còn có cái gì thú nữa?"* Một người quý rượu như Tản Đà có bị rượu quật lại không? Trong luận án Tiến Sĩ ra trường của Bác Sĩ Mạc văn Phước vào năm 1968 tại Sài Gòn, ông đã nghiên cứu về bệnh trạng và cái chết của 4 văn nhân: Tản Đà, Nguyễn Văn Vĩnh, Phạm Quỳnh và Nhất Linh. Trong phạm vi bài này, chúng ta chỉ nói tới Tản Đà. Bác Sĩ Mạc văn Phước đã sống, hành nghề và mất tại Montreal của chúng tôi. Tôi gặp ông nhiều lần. Ông bác sĩ này rất khoái văn thơ. Tôi chỉ biết ông sau này nên không ngờ luận án của ông cũng... văn thơ.

Theo Bác Sĩ Phước, Tản Đà mắc hai bệnh kinh niên do thói quen ăn uống bừa bãi. Đó là bệnh sán và bệnh nghiện rượu. Tản Đà thích ăn các món ăn tươi sống như gỏi cá, thịt tái, sò hến sống nên rất có thể bị bệnh sán. Bệnh sán có hai loại: *toeniasaginata* do thịt bò tái gây ra, và *toenia solium* do thịt heo sống như nem chua mà Tản Đà rất thích.

Bệnh nghiện rượu Tản Đà mắc phải là cái chắc. Ông uống liên miên năm này qua năm khác. Theo Khái Hưng, Tản Đà chỉ có duyên khi say. Khi thiếu hơi men, Tản Đà buồn rầu lạnh lẽo và chua chát. Nhưng không mấy khi Tản Đà không say. Theo Bác Sĩ Trần văn Bảng, trong khoảng thời gian từ 1920 đến 1925, Tản Đà hay đi ngao du nhà bạn bè, khi Hà Nội, khi Hà Đông, lúc Vân Đình, lúc Ứng Hòa. Ông Nghiêm Biền, khi đó mới 14 tuổi, còn nhớ mỗi lần Tản Đà tới nhà chơi, ông uống rượu liên miên và ăn rất khỏe, có khi làm hết luôn cái thủ lợn.

Tản Đà thích đủ các loại rượu Tây hay Tàu. Thứ ông thích nhất là Mai Quế Lộ và Văn Côi. Nhưng hai thứ này là loại xịn, rất mắc tiền, chắc một tay nghiện nặng như Tản Đà không kham nổi. Thường ông chỉ uống rượu ngang và rượu ty. Rượu ngang rất mạnh, tỷ lượng có thể lên tới 60 độ. Tản Đà hay uống rượu ngang có ngâm trái mơ. Bác Sĩ Trần văn Bảng cho biết ông đã mục kích Tản Đà ngồi uống rượu mơ một mình tại tư thất ở làng Văn Quán, Hà Đông. Suốt ngày đêm, ông ngốn tới hàng chục chén.

Nói về rượu và người viết, tôi lan man về Tản Đà hơi nhiều. Cũng phải thôi. Trong làng văn trận bút nước ta từ trước tới nay, có ai xứng đáng là đệ tử thuần thành của Lưu Linh bằng Tản Đà. Nhưng rượu vào mà thơ ra được như hai câu thơ xuất thần sau cũng chỉ có Tản Đà:

Đất say đất cũng lăn quay
Giời say mặt cũng đỏ gay ai cười.

Song Thao
07/2023
Website: www.songthao.com

LUÂN HOÁN
THỊ XÃ QUẢNG NGÃI VÀ TÔI (67-69)

Bản doanh Sư Đoàn 2 Bộ Binh được đặt tại thị xã Quảng Ngãi. Chọn về Sư Đoàn 2 là chọn về với Quảng Ngãi, xứ của kẹo gương, đường phổi, mạch nha... Chúng tôi, gồm bốn tân sĩ quan trừ bị khóa 24, Lê Ngọc Châu, Châu Văn Tùng, Nguyễn Văn Pháp, Trần Mỹ Lộc, đến Quảng Ngãi bằng đường hàng không vào đầu tháng 11 năm 1967.

Rời phi cơ, chúng tôi chạm ngay nỗi chán nản. Phi trường Quảng Ngãi quá tiêu điều. Sân bay chỉ có độc nhất một phi đạo, không hơn một đoạn đường nhựa bình thường. Căn nhà dùng làm văn phòng cho chi nhánh Hàng Không Việt Nam bé nhỏ, với một quầy tiếp khách và một buồng vệ sinh. Tổng thể phi trường là một không gian vắng lặng, đìu hiu, hòa mình ăn khớp với cái buồn bã của cả vùng Rừng Lăng lúc bấy giờ.

Hơn một giờ chiều, bốn chúng tôi lên xe car của hãng Hàng Không về thị xã. Chừng hai mươi phút sau chúng tôi tới nơi. Những căn nhà gọn gàng, tươm tất, những sinh hoạt nhịp nhàng, một phần nào đã giúp chúng tôi lấy lại sự an tâm. Chúng tôi lên bốn chiếc xích lô, sau khi đưa địa chỉ nơi chúng tôi sắp cư ngụ cho một người trong đám phu xe. Ngồi trên xích lô, ngắm phố phường, tôi tự hỏi, nơi này mình sẽ ở đến bao giờ ?

Bốn anh phu xe nối đuôi nhau, kéo cần thắng bên lề một cửa hàng tạp hóa. Nhìn lên bảng hiệu, tôi hơi ngỡ ngàng: Trùng Khánh. Đúng. Nhưng Trùng Khánh nơi chúng tôi nhờ bạn Hà Nguyên Thạch thuê trước, đâu phải là một hiệu buôn. Nhìn kỹ, số nhà 43 Phan Bội Châu, không sai. Thắc mắc ngớ ngẩn của tôi được giải đáp ngay, khi nhìn thấy hai cánh cửa sắt, khép kín lại với nhau, đứng sát bên cửa tạp hóa. Cửa khép, không khóa, chúng tôi tự động kéo cửa vào.

Trùng Khánh, tên một cửa hàng tạp hóa, nhưng cũng là tên của một dãy nhà gồm 6 phòng, dùng để cho thuê. Chẳng biết ai đã phong cho nhà trọ này một chữ "Khu," để dựng nên Khu Trùng Khánh, nghe rất bề thế, sang trọng. Thật ra đây chỉ là một dãy phòng nằm liền nhau một hàng dọc. Mặt ngó vào một bức tường, là ranh giới phân biệt với một cao ốc, mang tên Khách Sạn Việt Nam. Mỗi phòng của khu Trùng Khánh có diện tích chừng 20 mét vuông (4x5). Mặt tiền có một cửa ra vào và một cửa sổ, đều được đóng bằng gỗ, sơn màu lá cây, liền kín, không thể nhìn vào bên trong. Khoảnh sân cũng là con đường tráng xi măng trước mặt phòng, rộng khoảng 2 mét rưỡi. Con đường này được rẽ trái khi qua hết phòng thứ sáu, để vào buồng tắm và buồng vệ sinh chung. Đặc điểm của khu Trùng Khánh là nằm trong khu vực rất an toàn và trên con đường huyết mạch thứ hai của thị xã Quảng Ngãi, sau đường Quang Trung (cũng là một đoạn của Quốc Lộ số 1).

Chủ nhân của khu Trùng Khánh là một ông ba Tàu, đã sống với đời chừng 45 năm, hơi khó tính. Ngoài quyền sở hữu cơ ngơi này, ông còn làm chủ một cái bụng khá lớn, luôn được phơi trần và bốn chữ "đéo con bà nó" để mở đầu mọi câu chuyện vui, buồn với bất cứ với ai.

Khi chúng tôi dọn vào phòng thứ hai. Cả dãy nhà đều có người ở. Phòng thứ nhất là một nhà giáo dạy trung học Trần Quốc Tuấn. Phòng thứ ba là chỗ soạn bài giảng, chấm bài tập và thường được đóng kín cửa để tiếp nhân tình của nhà thơ Hà Nguyên Thạch, dạy tại trường Nữ Trung Học. Phòng thứ tư là phòng của thầy giáo Trí của trường Trần Quốc Tuấn, người Đà Nẵng như Hà Nguyên Thạch. Phòng thứ năm là tổ ấm của một anh dạy triết và một chị dạy sử địa cũng tại trường Trần Quốc Tuấn. Cặp vợ chồng này người Huế. Phòng thứ sáu cũng điềm đạm một ông nhà giáo độc thân. Như vậy, nơi này tập trung cả đám mô phạm, ngoại trừ phòng hai, chúng tôi mới dọn vào. Hai mươi mét vuông cho 4 tên lính. Ông chủ ba Tàu có lẽ không mấy bằng lòng về sự có mặt của chúng tôi, nhưng không dám than thở.

Không có điện thoại, nhưng không hiểu sao tin chúng tôi đã vào, được báo cho đám bạn bè rất nhanh. Chúng tôi gặp lại Phan Như Thức, Lê Văn Nghĩa, Huỳnh Bá Dũng, Đynh Hoàng Sa... Những người bạn mới đến mừng chúng tôi, có Khắc Minh, Trần Thuật Ngữ...

Một ngạc nhiên đến với chúng tôi vào buổi chiều, khi kéo cánh cửa sắt đi tìm một quán ăn. Rất tình cờ, Trần Mỹ Lộc nhìn xéo qua bên kia đường và bắt gặp bảng hiệu của văn phòng Hàng Không Việt Nam. Hóa ra bốn anh chàng lính mới bị bốn vị xích lô lừa. Món quà đầu tiên của Quảng Ngãi tặng chúng tôi thật nhẹ nhàng. Dù sao chúng tôi cũng đã được một vòng loanh quanh thành phố.

Những quán ăn tươm tất và đông khách nằm không xa khu Trùng Khánh. Đó là Bắc Sơn, Bắc Hải và một số quán khác, tôi quên tên. Cùng dãy phố này còn có hiệu chụp ảnh Lệ Ảnh, tổ ấm của hai cô Sáo và Sẻ... một trong những điểm ngắm của họa sĩ Nghiêu Đề sau này.

Qua hết những quán ăn, sẽ đến một cửa tiệm bán những đặc sản của tỉnh Quảng Ngãi, nằm trên hai mặt đường Phan Bội Châu và Quang Trung. Hình như đây là một ngã ba. Cây trụ mang tên đường từ thời Pháp thuộc, vẫn phơi mặt nhìn người qua lại. Bề dày của thời gian không đến nỗi vô hình, trong nét phôi pha sắc màu của cây trụ. Với một ít rác rưởi quấn quít dưới chân, năm bảy tiếng vo ve của ruồi nhặng, cây trụ mang tên đường không đến nỗi cô đơn.

Tôi tạm thời tách khỏi Tùng, Lộc và Pháp để theo chân Phan Như Thức rẽ trái qua đường Quang Trung, đi về hướng cầu Trà Khúc với mục đích ghé chào thân mẫu Minh (tên thật của Phan Như Thức). Cái ổ tình thương của Thức xinh xắn, gọn gàng. Một tầng trệt, một tầng lầu. Người mẹ già hiền từ, bao dung. Vài đứa em gái thùy mị, tươi mởn. Tôi đã từ chối khéo léo trước lời mời làm khách trọ, không phải trả tiền phòng. Quyết phụ lòng của mẹ của em, vì tôi hiểu tôi hơn ai hết. Ngọn rơm tôi dễ bị bắt lửa vô cùng. Cái lãng mạn không có số đơn vị vô cùng ghê lắm. Ngồi ăn bữa cơm bên Hồng, em Thức, tôi xôn xao nhớ Lý. Trời đang vào mùa đông. Gió mang hơi nước từ sông Trà Khúc chạy lạc vào cửa sổ đã là thơ rồi, không cần gì viết nữa. Nhưng em đâu dễ nhận ra. Ánh mắt em chắc sẽ vui hơn, nếu đâu đó trong dòng chữ tôi thoang thoảng hương em thở.

Thị xã Quảng Ngãi bắt đầu đáng yêu khi tôi từ nhà Phan Như Thức trở về khu Trùng Khánh. Những người lính với nón sắt, *botte de saut* cùng vũ khí đầy đủ bên mình, trông linh hoạt đậm đà ra. Những chiếc xe nhà binh nhem nhuốc, nhưng bụi bặm, dưới mắt tôi chợt trở thành nét duyên dáng. Tiếng cười, giọng nói, câu gọi nhau của thị dân thân mật tự bao giờ.

Ngày hôm sau, rồi ngày hôm sau nữa. Thức đưa tôi "đi chào hàng" nhiều nơi. Cái hàng của tôi đây là bệnh làm thơ vô tội vạ. Một thứ "điếc không sợ súng" được thăng hoa bởi tình bạn của Thức, lắm lúc tôi mắc cỡ, hổ ngươi.

Đêm đến thăm anh Phạm Trung Việt. Ngồi trong vườn cây, tôi thèm cái nhiệt tình của anh và của Thức. Hai người nói chuyện văn chương, địa lý... hào hứng quên cả đề phòng đàn muỗi tấn công, đột kích. Tôi nghe sa đà chuyện Thiên Ấn Niên Hà. Hòn núi như cái ấn trời đóng trên một dòng sông, chỉ cách cầu Trà Khúc một cây số. Tôi thấy rõ mình đang cuốn theo giọng anh Việt để bước lên con đường xoắn tròn như khu ốc, đi đến một nóc đỉnh núi bằng phẳng, có dương liễu xanh, có cây cổ thụ che chở sáu ngọn tháp thờ vị Tổ Đình. Và tôi đã lượm một hòn đá, chăm chú mài thành mực đỏ, rồi nắn nót viết một bài thơ, câu nào cũng có chữ yêu... Tôi nghe say sưa chuyện Thiên Bút Phê Vân, mà tưởng như mình đang nằm trong bàn tay cây bút trời và vẽ lên mây những lời tình tự. Tôi cũng chẳng bỏ sót chuyện Cổ Lũy Cô Thôn, chuyện Thạch Bích Tà Dương, chuyện Liên Trì Dục Nguyệt... Anh Phạm Trung Việt càng nói càng say... Cái Xứ Quảng được gọi gọn nhẹ thân thương lâu nay, theo anh là dành để gọi Quảng Ngãi chứ không phải dành cho Quảng Nam, Quảng Trị, Quảng Bình... Anh quên lửng tôi là "dân hay cãi." Rất may tôi kịp thời tế nhị làm người mất gốc. Anh Phạm Trung Việt, viên công chức ngành truyền thông của Việt Nam Cộng Hòa còn quá tha thiết quá với An Hải Sa Bàn, Văn Phong Túc Võ, Thạch Cơ Điếu Tẩu... Miệt mài sưu tầm, chắt chiu tài liệu để hoàn thành một tác phẩm, dứt khoát đặt tên "Non Nước Xứ Quảng," ý chừng để khẳng định cho minh bạch danh xưng. Dù Anh Việt có quá bước trong chuyện ngợi ca nơi chôn nhau cắt rốn của mình, tôi cũng dễ dàng thông cảm, và quý mến cái chí tình với quê hương của anh. Nên tôi không bày tỏ với anh ý kiến có sẵn trong đầu: theo tôi, khi phải nhắc đến một địa danh nào, chúng ta nên gọi tên của các vùng đất ấy một cách đầy đủ để tránh mọi hiểu lầm, ngộ nhận. "Non Nước Xứ Quảng" của Anh Phạm Trung Việt nhằm mục đích giới thiệu tổng quát, từ lịch sử hình thành, tính chất địa lý, khí hậu đến phong cảnh, đặc sản, con người lẫn văn hóa nghệ thuật của riêng một con đất, bắc giáp Quảng Nam, tây giáp Kontum, nam giáp Bình Định, đông giáp Biển Đông. Thì tại sao phải tiết kiệm một chữ "Ngãi"? "Non Nước Đất Quảng Ngãi" hay đại khái: "Cây Trái Đất Quảng Nam," "Rau Cỏ Đất Quảng Trị"... chắc chắn sẽ lịch sự hơn trong việc tỏ ra tôn trọng những vùng đất khác, tôn trọng cả độc giả. Có lẽ tôi lẩm cẩm chăng ?

Sau anh Phạm Trung Việt, Phan Như Thức dẫn tôi khoe với nhà thơ Vũ Hồ ở gần chợ Sông Vệ. Anh Hồ trầm tĩnh, kín đáo. Anh là một nhà thơ chuyên khai thác tình yêu quê hương như anh Vũ Quỳnh Bang, người miền duyên hải bắc Quảng Ngãi. Nhà anh Hồ thoáng mát, có cả giàn bầu hay giàn bí trước sân. Anh thích uống trà thật đậm, thật nóng. Vốn hay vội vã, nôn nóng, nên tôi ưa dùng trà ở độ nhạt và hâm hẩm, để ực ngay một hơi. Uống không kịp nhận ra mùi vị, nhưng vẫn nhận ra được chất ngon của trà, nếu người pha, người mang đến cho mình *bonus* thêm một nụ cười, một ánh mắt. Tôi quen cái lối uống trà như vậy nên không nghiên cứu kỹ nghệ thuật uống trà. Trong bữa ngồi tiếp chuyện với anh Hồ, có lẽ tôi đã phá hỏng cái hứng thú của anh. Lời nhận lỗi muộn màng hôm nay, xin được gởi về anh.

Qua Phan Như Thức, tôi còn được gặp nhiều nhân vật tên tuổi khác như Trần Anh Lân (hiện ở Hoa Kỳ, từng làm chủ nhiệm tạp chí Nguồn), Phạm Cung (họa sĩ, hiện ở Sài Gòn), Đào Đức Nhuận (không biết nay ở đâu), Minh Đường (đã qua đời)... người nào cũng hào sảng, hoạt bát không có vẻ gì "hay co" như câu nhận định của người xưa.

Tuy bận rộn giới thiệu tôi cùng quần hùng văn giới Quảng Ngãi, Phan Như Thức không quên trình diện tôi với một nhân vật khác giống ngoài giới văn chương, chữ nghĩa. Cô bé hăm mươi mấy ấy, không phải là dân địa phương. Cô nói giọng miền Bắc ngọt ngào. Và vì tôi là người kém ăn, ít nói, nên cô tiếp chân các ông anh tôi đã gặp, áp đảo tôi trong những vụn chuyện tầm phào.

Lững thững theo ngày tháng, chúng tôi đã trình diện đơn vị, đã lận súng hành quân đều đều. Giờ nào tiểu đoàn tạm nghỉ chân ở hậu cứ, tôi lại vù về thành phố. Trần Mỹ Lộc đã tử trận trong lần hành quân đầu tiên. Nguyễn Văn Pháp đã đi làm thông dịch viên cho một đơn vị Hoa Kỳ. Châu Văn Tùng đã về Sư Đoàn 3 Bộ Binh. Căn phòng tại khu Trùng Khánh của tôi được thay vào nhà văn Vương Thanh, tác giả tập truyện ngắn Khu Rừng Mùa Xuân. Vương Thanh tên thật Trần Hữu Huy, chơi thân với tôi từ thời còn ở Đà Nẵng. Hai đứa thường gởi bài cho Văn Học của Phan Kim Thịnh ở Sài Gòn. Cùng với Vương Thanh, tôi còn có họa sĩ Nghiêu Đề, tác giả tập truyện Ngọn Tóc Trăm Năm, từ Sài Gòn về. Nghiêu Đề ngoài tên khai sinh: Nguyễn Tiếp, anh còn có tên Trai. Sinh quán tại Thu Xà, cách Quảng Ngãi đúng 9 cây số đường trải nhựa. Ngày tôi hành quân đến Thu Xà, nơi này hoang vu, chỉ có cỏ sống với cây trong tình trạng nơm nớp chờ pháo kích.

Căn phòng thứ 2 của khu Trùng Khánh như vậy vẫn có đến 3 nhân khẩu. Thật ra tôi và Vương Thanh đi đi về về không nhất định giờ giấc. Dẫu vậy, tôi cũng không quên một thói quen dễ thương được lặp lại mỗi ngày. Vào khoảng 4 giờ chiều hoặc sâu hơn chút đỉnh, không có tiếng còi, nhưng đội ngũ của những người mê văn thơ, trình diện gần đầy đủ trong một phòng nào đó, hoặc ngay trên hành lang hẹp của chung cư. Ngoài những khách trọ của Trùng Khánh, nếu quan sát từ cửa sổ khách sạn Việt Nam, gần như chiều nào cũng gặp được những nhân dạng: Lê Văn Nghĩa, đại úy Thiết Giáp, bạn học từ thời đệ ngũ với tôi ở Phan Châu Trinh Đà Nẵng, anh làm thơ dưới bút hiệu Tô Yên. Khắc Minh, anh chàng binh nhì địa phương quân, con của một đại phú gia của thị xã Quảng Ngãi, làm thơ khi đứng cai quản quán sách Quang Trung trước trường Trần Quốc Tuấn. Phan Như Thức, thiếu úy Địa Phương Quân, luôn luôn mang bên mình một cái cặp da nhẹ hều. Trần Thuật Ngữ, thư sinh nhưng không đến trường vì ngại bị bắt quân dịch, làm thơ vững vàng. Anh nhút nhát như con gái. Trần Anh Lan, trung úy Pháo Binh, cười và uống nhiều hơn nói. Phạm Cung, lầm lì, lừng khừng như những mẩu vẽ lập thể của anh. Logo "con nai" tôi dùng cho nhà xuất bản Thơ, từ tay anh mà ra. Đynh Hoàng Sa, viết truyện, dịch truyện, làm thơ, dạy học đề huề chừng mực. Những buổi tụ họp đông vui như thế, thường thường để tường trình, thông tin đủ thứ chuyện trên đời. Dĩ nhiên không thiếu rượu, bia. Chúng tôi học đòi cách uống rượu đổ ra thau, mạnh ai nấy múc. Rượu tương đối xịn, thường do quan ba Nghĩa mang tới. Chuyện say sưa cũng có nhưng rất hạn chế và đằm thắm. Duy có một lần tưởng đã nổ súng. Lần đó một anh chàng ở khách sạn Việt Nam cao hứng thế nào, góp chuyện với chúng tôi bằng một tàn thuốc từ trên lầu ném xuống. Cuộc vui bị xúc phạm, dù có thể vô ý, tình cờ. Chúng tôi không bỏ qua. Đồng loạt ùa qua khách sạn Việt Nam, lên lầu. Oái oăm thay, người hung hăng nhất là tôi. Với khẩu *colt 45* có đạn sẵn trong nòng, tôi lầm lì tiến như đang thanh toán mục tiêu. Rất may, hai anh bạn có mặt trong phòng khách sạn hôm ấy kịp thời khôn khéo vờ ngủ say, nằm im. Cơn giận của tôi như một quả bong bóng gặp gai đâm, xì xuống mau lẹ. Sự nhũn nhặn biết người biết ta đúng lúc, nhiều khi là một vũ khí hữu hiệu để chế ngự đối phương. Nếu chạm phải một đối thủ sừng sỏ, chắc ngón tay trên cò súng của tôi khó giữ được bình tĩnh, hú hồn. Nghĩa đá một cái vào đít anh chàng nằm trên sàn nhà và chúng tôi... rút quân. Về đến phòng, tôi bắt gặp Nghiêu Đề mặt xanh như tàu lá, anh ngồi sát vách phòng. Ú ớ một hồi anh mới khuyên tôi đừng nên quá võ biền. Triết lý sống của anh rất đơn giản: chén kiểu đừng nên chọi với chén đất, "tránh voi chẳng xấu mặt nào." Ai là chén kiểu, ai là chén đất? Anh bạn họa sĩ của tôi đúng là một người lành. Ngoài tài hoa về hội họa và văn thơ, anh còn là tay bông đùa duyên dáng vào bậc nhất trong hàng ngũ văn nghệ sĩ miền Nam. Chuyện đùa chuyện thật với Nghiêu Đề luôn luôn lẫn lộn. Anh dí dỏm lạc quan ngay cả khi tôi ngã ngựa sau này:

"Mày giỏi lắm, mày chỉ dùng có bàn chân trái mà đá nát được kỷ luật giấy phép, để muôn năm về với vợ con, võ công đó tao muốn học vô cùng..."
(trong một lá thư của Nghiêu Đề)

Có thể anh nợ gì đó của tôi từ kiếp trước nên chuyến về quê nhà tạm thời tránh việc mặc áo lính, anh gặp phải tôi, hành anh rất vất vả. Những phụ bản, những mẫu bìa, tôi luôn luôn thúc giục, chực chờ, làm phiền. *"Tao sợ mày luôn"* là câu Nghiêu Đề từng lặp lại với tôi nhiều lần.

Một trong những công việc đám bạn ở Trùng Khánh chúng tôi cùng chung tay thực hiện là làm báo. Tờ Trước Mặt, mười sáu trang khổ lớn, giấy báo vàng xỉn, được khởi xướng và thành hình từ một đêm rượu, có ánh trăng làm chứng. Với sự phân công đàng hoàng: Phan Như Thức lo tìm nguồn tài chánh và trở lại nghề ghi "nhật ký" đã bỏ quên từ ngày rời trường Bộ Binh. Hà Nguyên Thạch giữ phần đọc, chọn và làm thơ. Vương Thanh, Đynh Hoàng Sa có trách nhiệm viết và tìm truyện kiêm luôn dịch thuật. Nghiêu Đề lo tổng quát về hình thức, trình bày, tùy hứng đóng góp thêm thơ và truyện. Luân Hoán, ba phải, nhiều ý kiến, cho giữ mục góp ý chung chung về mọi chuyện mà các bạn đã hình thành. Nghĩa là giữ một công việc không thực hiện cũng không sao. Đại khái như: "báo kỳ này được đấy," "Nghiêu Đề trình bày trang này tới quá đi chứ," vân vân và vân vân... vô thưởng, vô phạt. Khắc Minh chủ trì kỹ thuật in ấn...

Những ngày bắt đầu hình thành tờ Trước Mặt, tôi không bận hành quân, nên trốn đột kích, nằm đường, để về thị xã tiếp tay cùng các bạn. Từ Trùng Khánh, chúng tôi cùng nhau chạy đến nhà in Đồi Non, rồi chuyển qua nhà in Hoa Sen. Cân nhắc mẫu chữ, co chữ, giá cả, số lượng... Những đêm thức trắng để theo dõi, cổ động việc xếp chữ chỉ thật là vui. Các mẫu chữ cái a, b, c... nhỏ xíu nằm trong các ngăn tủ có từng ô nhỏ riêng biệt. Bàn tay người thợ quen nghề thật nhanh nhẹn, chính xác. Mắt liếc đọc bản thảo, tay bốc xếp đều đều. Các anh thỉnh thoảng kêu trời vì nét chữ lí nhí của Hà Nguyên Thạch. Bài lục bát Ga Nhỏ của Khắc Minh, sắp cuối trang, không trang trọng, tôi đề nghị đưa lên đầu trang:

Còn em với bóng ga buồn
đèn le lói thắp khói cuồn cuộn bay
tóc mây phủ xuống vai gầy
với tay đưa tiễn hồn ray rứt sầu
còn tôi chử tiếp niềm đau
nhớ thương chật cả chuyến tàu vào đêm
đường rầy hút bóng dài lên
nối dài khoảng trống ga em đợi chờ
tôi còn buồn thắp trong thơ
đèn pha không đủ cắt bờ hoang vu
gió thì thầm chuyện riêng tư
cát ôm bãi vắng sương mù tiếp qua

con tàu dừng ngủ trong ga
lộ trình tôi đợi về ga nhỏ chờ
(thơ Khắc Minh)

Cái máy in cũ mềm, mệt mỏi dập từng trang xình xịch. Mực nặn trên *rouleau* cán đều, nhưng đôi khi có chỗ đậm chỗ lợt. Đôi khi tôi làm đột xuất một bài thơ con cóc, tả cái chợ trời bán đồ Mỹ, gần nhà in, hoặc cái nhìn tình cờ của một em vớ vẩn nào đó ngó mình, đã tưởng bở, để trám vào một chỗ trống. Thơ thẩn của tôi lúc này coi bộ lây nhiễm hơi nhiều mùi thuốc súng, thuốc lá và hương phấn son đứng đường, chẳng ra ngô ra khoai gì cả. Vừa mới Bữa Ăn Trên Sơn Kim, đến Đêm Ba Mươi Trên Đồi Lâm Lộc, tôi lăm le viết Thơ Trên Vách Núi Phú Sơn... chẳng biết để làm gì.

Tôi không nhớ rõ tuổi thọ của Trước Mặt, nhưng chắc chắn không già quá nửa năm. Tờ Trước Mặt phải yên nghỉ bởi vóc dáng khó có chỗ trong tủ sách. Để đáp ứng hình thức hợp thời trang, tờ Tập Họp được cho ra đời với khổ giấy 17 cm x 25 cm, rất lịch sự, trí thức. Vẫn với những thành phần cũ, công việc cũ. Tiếc rằng, tình hình chiến trận leo thang, Tập Họp không tập họp được lâu những người ham chơi chữ nghĩa, nghệ thuật.

Những ngày ở khu Trùng Khánh nồng nàn tình bằng hữu như vậy, nhưng không phải lúc nào cũng có dịp nhậu và tán dóc. Có hôm tôi ghé về vào chín, mười giờ sáng, các bạn đã đi dạy, Nghiêu Đề cũng lặn đâu mất tiêu. Tôi chưng thêm vào hàng lựu đạn nội hóa tôi sưu tập một trái nữa rồi đi tắm. Lười biếng ra quán, nhân nghe tiếng rao hàng don ngoài đường, tôi chạy vội ra, gọi vào ăn một tô cùng bánh tráng. Don là một món ăn đặc sản của Quảng Ngãi. Đây là một sinh vật sống dưới nước, tương cận với hến nhưng nhỏ xác hơn. Về thẩm mỹ, tô don không có gì nghệ thuật nếu không muốn nói thô sơ, quá quê mùa. Về phẩm chất, cái ngọt cái béo khá hài hòa, có lẽ vì đặc điểm này nên món don được người bản xứ ví von:

con gái còn son
không bằng tô don Vạn Tượng
(câu ca Quảng Ngãi)

Bữa điểm tâm như vậy kể như ổn, tôi ra phố. Quán cà phê Tám Hú là chỗ ngồi tôi ưa thích. Tôi có thể gặp nhiều bạn bè ở đây. Cho dù không gặp ai, ngồi nhìn cái sinh hoạt của thành phố bắt đầu bừng lên sau một đêm co cụm, hồi hộp chờ đợi những rủi ro bất ngờ. Đâu có thể lường được những trái đạn pháo kích của các anh giải phóng miền Nam vui chân ghé vào nơi nào. Thị xã Quảng Ngãi vào những năm 1967, 1969 và về sau, luôn luôn có đủ hai mặt Quốc Gia và Cộng quân lẫn lộn. Thời khắc an toàn có thể kể từ 6 giờ sáng đến 6 giờ chiều. Một đêm sống với Quảng Ngãi không phải dễ dàng. Sáng bảnh mắt ra mới tin được mình sẽ có thêm một ngày, mà cũng chưa chắc lắm, nếu lạng quạng đi qua đoạn đường Mỏ Cày...

Ngồi trong quán Tám Hú, tôi còn có thể nhìn các em nữ sinh. Xa gia đình đã khá lâu, những lá thư của Lý tỉ tê nhớ thương, tiếp nối thời kỳ ở quân trường chỉ đủ để ấm lòng. Tôi không thiếu lãng mạn và có chút ít bay bướm, nên nhiều lần cũng toan chờn vờn theo vài tà áo. Cái nguýt tình cờ của S., tình nhân của Hà Nguyên Thạch, suýt làm tôi nao núng. Nhưng không thể dẫm lên chân bạn thân của mình. Tôi bỏ qua. S. không chỉ có nguýt, người em gái Sông Vệ còn mang vào hầm cát tôi đóng tạm, khi giữ cầu Sông Vệ, một vài món ăn chơi. Rất may hôm đó tôi đã theo binh sĩ dập dìu vào chợ Sông Vệ. S. có hai người em gái. T. sắc sảo nhưng không hợp nhãn tôi. D. là một *lolita* rất dễ thành nàng thơ. Nhưng tôi đã quá ớn lứa tuổi vị thành niên nên bắt chước nhà thơ Hoài Khanh lẩn trốn:

Ta lẩn trốn vì thấy mình không thể
  mây của trời rồi gió sẽ mang đi
   (thơ Hoài Khanh)

Nhiều lần ngồi ở cà phê Tám Hú, tôi bắt gặp một thoáng áo trắng thật lả lướt. Bóng hồng ngồi trên *honda dame* từ tốn lượn qua phố, tôi chỉ hưởng được một khoảnh lưng lấp lánh nắng. Toàn thị xã Quảng Ngãi, tôi chỉ bắt gặp độc nhất cô bé này, với phương tiện di chuyển còn rất hiện đại. Khoảnh lưng rồi cũng trôi qua cho đến một ngày tôi cùng đơn vị về nằm ứng chiến bên bộ chỉ huy Sư Đoàn 2 Bộ Binh, nơi ngã tư Ba La...

Luân Hoán *(trích từ Quá Khứ Trước Mặt)*

TRẦN THỊ NGUYỆT MAI
Duyên Hạnh Ngộ

Gia Định, trường Lê. Đó là ngôi trường tôi đã học năm cuối cùng của bậc trung học niên khóa 1971-1972. Trùng hợp làm sao đó là năm đầu tiên trường mở lớp B (ban toán) và cũng là năm đầu tiên thời Việt Nam Cộng Hòa, Bộ Giáo Dục chuyển đổi cách gọi các lớp trung tiểu học sang số thứ tự của năm học, từ lớp 1 đến lớp 12, thay vì cách gọi như trước đó (Năm, Tư, Ba, ... , Đệ Tam, Đệ Nhị, Đệ Nhất). Tôi là "ma mới" trong số những "ma mới" của lớp học này, vì cũng có một số bạn khác từ trường ngoài vào. Nhưng các bạn đều rất dễ thương, không phân biệt trường gốc hay trường ngoài. Tất cả hòa đồng với nhau, cùng học, cùng vui, cùng giỡn (rất đúng với câu "Nhất quỷ, nhì ma, thứ ba học trò") dưới sự "lãnh đạo" của trưởng lớp Đỗ Thị Hậu. Hậu học rất giỏi và tính cũng rất "tếu." Những lúc thầy cô chưa lên lớp, nàng hay đùa giỡn, nói câu nào là cả lớp cứ cười thỏa thuê!

Tôi vẫn còn nhớ cô Mảnh người miền Nam dạy Toán, thầy Kính người Huế dạy Lý Hóa, ... Và đặc biệt là cô Vân người Huế, dáng nhỏ, rất dịu dàng và dễ thương, dạy môn Anh Văn. Trong ngày cuối cùng của niên học, tôi đã nhìn thấy những dòng nước mắt của cô lăn trên má. Về đến nhà, vẫn còn nguyên xúc cảm, tôi ghi lại một mạch bằng thơ.

CÒN MÃI TRONG TIM

Kính tặng Cô Ngô Thị Vân – Giáo Sư Anh Văn
Trường Nữ Trung Học Lê Văn Duyệt – Gia Định
Với chúng em, đây là niên học cuối
một cuộc thi chấm dứt thuở học trò
chỉ còn lại chút dư âm tiếc nuối
những tháng ngày rất đẹp, rất nên thơ...

Ngày cuối cùng Cô giảng xong bài học
dặn những điều cần thiết lúc đi thi
em đã thấy, ở Cô, dòng lệ ngọc
biết bao tình trong giây phút biệt ly

(Em vẫn biết còn học trò áo trắng
là vẫn còn giữ những nét dễ thương
đời mai sau sẽ có nhiều bóng nắng
tìm đâu ra khoảng mát chốn học đường?)

Và Cô ơi, suốt đời em mãi nhớ
dòng lệ nào tràn ngập những thương yêu
một khoảng trời màu hồng trong tim nhỏ
bục gỗ, bàn thầy, bóng dáng chắt chiu...
1972

Bài thơ vẫn ở với tôi, và tôi vẫn xúc động mỗi lần đọc lại. Có lần khi vào trang nhà trường Lê Văn Duyệt, thấy lời kêu gọi đóng góp bài cho Giai Phẩm, tôi đã định gửi, nhưng không thành. Sau đó, tôi đã post trên trang blog của mình và của bạn bè, mong nhờ sức mạnh của internet, bằng cách nào đó, cô Vân sẽ đọc được bài thơ của học trò làm tặng năm xưa. Và hy vọng đã được nhen lửa. Và ước mơ đã trở thành sự thật. Ngày 18-11-2020, nhân ngày Hiến Chương Nhà Giáo Việt Nam, Quang Võ đã cho post lại trên trang blog của em: https://tuoihoandmore.blogspot.com/2020/11/con-mai-trong-tim.html

May mắn sao lần này bài thơ được lọt vào mắt xanh của bạn Nhã Đảo (Thuận) và bạn chuyển đến Cô Vân. Cô đã ứa nước mắt khi đọc thơ học trò và nhờ Nhã Đảo tìm ngay địa chỉ của tôi để liên lạc. Cảm ơn Quang Võ và Nhã Đảo nhiều lắm. Các bạn đã giúp cho Cô giáo và học trò "gặp" lại nhau sau gần 50 năm! Tuy chưa thực sự được gặp nhau bằng xương bằng thịt, được ôm (hug) nhau, nhưng tôi vẫn như đang được ở gần Cô, được nghe Cô kể chuyện về đời sống của Cô bây giờ nhờ những links Cô chia sẻ các bài viết. Và đây đã là món quà lớn nhất của tôi trong mùa Lễ Tạ Ơn năm 2020...

Khi đọc những bài Cô gửi, tình cờ thấy Cô nhắc đến tên Hoàng Ngọc Biên, nên tôi hỏi Cô, "Cô ơi, có phải đây là Nhà văn Hoàng Ngọc Biên không?" Thật bất ngờ khi được Cô xác nhận đó là người em họ mà Cô rất thương quý. Quả đất thật tròn! Tôi được hân hạnh quen với anh Hoàng Ngọc Biên vào năm 2017, khi chúng tôi cùng thực hiện cuốn sách *"Tuyển Tập I - Chân Dung Văn Học Nghệ Thuật & Văn Hóa"* của Bác Sĩ/ Nhà văn Ngô Thế Vinh. Anh Vinh đã đặt cho nhóm bốn người cộng tác là "dream team" gồm Ngô Thế Vinh, Hoàng Ngọc Biên, Lê Hân và Nguyệt Mai. Và khi biết anh Biên là bạn với Thầy Lê Hà Quảng Lan, tôi đã xin anh cho gọi là Thầy, nhưng anh không cho và dặn cứ gọi là anh. Tôi cũng chia sẻ với Cô Vân bài thơ "Tiễn anh Hoàng Ngọc Biên" tôi viết năm 2019 khi anh đi xa, cũng như tác phẩm cuối đời *The Train - a novella and selected writings* của anh, do Nhân Ảnh xuất bản năm 2019. Cô ngỏ ý muốn có một cuốn, nên tôi đã nhờ anh Lê Hân in tặng Cô.

Một lần Cô chia sẻ ý muốn gom tất cả bài viết từ trước đến nay để in sách làm kỷ niệm. Cả anh Lê Hân và tôi đều rất vui được Cô tin tưởng giao cho nhiệm vụ này. Do đó, tôi đã có dịp được cùng làm việc với bạn Nguyễn Thị Ngọc Diễm và anh Ngô Khắc Trí. Tôi vẫn còn nhớ Ngọc Diễm, trưởng lớp 12A4 niên khóa 1971-1972, nước da rất trắng, tóc quăn, xinh xắn và học rất giỏi. Chắc chắn Ngọc Diễm không thể hình dung ra tôi, vì nào biết tôi là ai trong số học sinh đến lớp Diễm trong giờ ra chơi ngày ấy, khi thỉnh thoảng tôi ghé thăm Lê Nguyễn Mai Trắng (Lê Thị Bạch Mai) – một bạn văn ở Tuổi Hoa. Sau này, được biết Ngọc Diễm là một văn nghệ sĩ nhưng tên tuổi bạn nổi bật hơn trong lĩnh vực âm nhạc, và cũng là em của nhà văn Phan Thị Trọng Tuyến, và chị của nhà văn Nguyễn Thị Ngọc Nhung. Có lần tôi đã xin anh Trịnh Y Thư email của chị Trọng Tuyến để viết thư nhờ chị chuyển đến Ngọc Diễm, hỏi thăm về tin tức hai người bạn trong lớp 12 B mà chúng tôi đã mất liên lạc từ sau biến cố Tháng Tư Đen... Nay có dịp "gặp" lại Ngọc Diễm trong "project" này. Thật vui. Trước đây, Ngọc Diễm đã giúp cho Cô Vân tập hợp phần lớn bài vở trong cuốn sách này, và nay anh Ngô Khắc Trí là em trai của Cô, tiếp tục những phần còn dang dở. Anh Trí từ lâu cũng đã âm thầm lưu giữ những bài viết của Cô và giờ đây đánh máy lại toàn bộ văn thơ để thực hiện ước mơ của người chị thân yêu...

Nhân chuyến nghỉ hè ở miền Nam California năm 2022, tôi ngỏ ý nhờ anh Lê Hân chở giúp đến thăm Cô. Anh Hân rất sốt sắng, vui vẻ nhận lời. Hẹn hò email trước với Cô, Cô chọn ngày thứ Năm 7/7/2022. Sốt ruột, mong ngóng, đợi chờ... Rồi ngày đã đến... Niềm vui thật khó tả! Cô giáo và học trò được trùng phùng tái ngộ không phải nơi ngôi trường mang tên vị đại thần của hai triều vua Gia Long và Minh Mạng, cũng là người duy nhất hai lần được đề cử giữ chức Tổng Trấn Gia Định Thành, mà ở thành phố Ngàn Cây Sồi (Thousand Oaks), California, Hoa Kỳ, sau đúng nửa thế kỷ (1972 – 2022). Cô vẫn như xưa, dáng nhỏ dịu dàng, không chút thay đổi, ngoại trừ những nét thời gian mà không ai có thể tránh khỏi. Lần này, tôi được dịp gặp Cô Vĩnh, là Nha Sĩ, em của Cô. Thật thương hai Cô thức dậy từ sáng sớm, nấu bữa tiệc hội ngộ rất thịnh soạn đãi chúng tôi. Làm sao có thể quên được buổi này, cảm động lắm hai Cô ơi! Nhân đây, Nguyệt Mai xin cảm ơn anh chị Hân – Châu thật nhiều. Không có anh chị, chắc chắn buổi gặp gỡ này khó có thể thành sự thật.

Thưa Cô rất kính thương, hôm nay cuốn sách đang trên đường hoàn tất... *Những kỷ niệm để nhớ để thương* của Cô sẽ được lưu giữ và chia sẻ với tất cả những người thương yêu. Một đời Cô hết lòng với gia đình cũng như tận tụy dạy dỗ, lo lắng cho học trò, nên Cô được tất cả mọi người yêu quý. Cuốn sách này được thành hình từ những tình cảm quý mến yêu thương Cô của những người thân trong gia đình và các học trò. Riêng với em, có một câu ngạn ngữ mà em rất thích, "Những Thầy Cô giỏi nhất dạy bằng trái tim, chứ không từ sách vở." Cô chính là một trong những người Thầy như thế. Để em luôn mang ơn và nhớ đến...

Trần Thị Nguyệt Mai
29.10.2022
(trích từ phần Phụ Lục sách Những Kỷ Niệm Để Nhớ Để Thương của Ngô Thị Vân – Nhân Ảnh xuất bản 2023)

NGUYỄN THỊ HẢI HÀ
MÙA THU VÀ NỖI BUỒN CỦA CÁI CHẾT

Nhà văn Pico Iyer nói rằng xa Nhật Bản ông rất nhớ mùa thu vì mùa thu là mùa đẹp nhất. Khi ông bố vợ người Nhật qua đời, Pico trở lại Nhật Bản. Nỗi đau buồn về cái chết của người thân trong vẻ đẹp của mùa thu đã khiến ông viết quyển sách có tựa đề "Autumn Light - Season of Fire and Farewell" có nghĩa là ánh sáng của mùa thu, mùa của rừng phong màu cam và màu đỏ rực rỡ trong nắng như những quầng lửa cháy trên các ngọn cây; mùa thu cũng là mùa chia tay.

Trong thi ca Việt Nam, không hiếm những cuộc chia tay vĩnh viễn giữa người sống và người chết xảy ra vào mùa thu. Những người cùng thế hệ với tôi có lẽ vẫn còn nhớ bài thơ Viếng Người Trinh Nữ của Nguyễn Bính, được Trịnh Lâm Ngân phổ nhạc thành bài Hồn Trinh Nữ. Bài thơ có những câu như sau:

> *Sáng nay vô số lá vàng rơi,*
> *Người gái trinh kia đã chết rồi.*
> *Có một chiếc xe màu trắng đục,*
> *Hai con ngựa trắng bước hàng đôi.*

Lá vàng rơi trong màu trắng tang tóc như những giọt nước mắt tiễn đưa. Không chỉ Nguyễn Bính khóc thương cô gái trẻ Hà Nội mà Đinh Hùng cũng gửi những vần thơ tưởng tiếc đến người dưới mộ sâu.

> *Trời cuối thu rồi - Em ở đâu?*
> *Nằm bên đất lạnh chắc em sầu?*
> *Thu ơi! Đánh thức hồn ma dậy,*
> *Ta muốn vào thăm nấm mộ sâu.*

Có phải người ta qua đời nhiều hơn vào mùa thu? Ngày xưa bệnh lao phổi còn hoành hành dữ dội, và ngày nay bệnh cúm cấp tính thường cướp mạng sống con người vào mùa thu. Do đó chúng ta có những bài thơ, bản nhạc về mùa thu buồn thê thiết. Ai mà không thấy được nỗi buồn trong Giọt Mưa Thu của Đặng Thế Phong.

> *Ngoài hiên giọt mưa thu thánh thót rơi,*
> *Trời lắng u buồn mây hắt hiu ngừng trôi*
> *Nghe gió thoảng mơ hồ*
> *Trong mưa thu, ai khóc ai than hờ*

và Buồn Tàn Thu của Văn Cao.

> *Ôi vừa thoáng nghe,*
> *em mơ ngày bước chân chàng*
> *Từ từ xa đường vắng*
> *Đếm mùa thu chết*
> *Nghe mùa đang rớt rơi theo lá vàng.*

Sự chia ly không chỉ dành riêng cho cái chết. Người chiến binh trong Chinh Phụ Ngâm lên đường ra chiến trường cũng chọn một ngày vào mùa thu.

> *Giã nhà đeo bức chiến bào*
> *Thét roi cầu Vị ào ào gió thu.*

Nỗi buồn chia cách của những người yêu nhau cũng thường xuất hiện trong mùa thu, xin hãy nghe những câu hát sau đây trong bài Vẫn Một Cõi Đời Hiu Quạnh của nhạc sĩ Từ Công Phụng.

> *Đời chia xa những giòng sông khuất mờ*
> *Tình phôi pha những mùa rơi lá vàng*
> *Lệ em rơi hàng lệ nến những mùa mưa nhạt nhòa*

Buổi chiều là mùa thu của một ngày. Nhà văn Kazuo Ishiguro, người được giải văn chương Nobel 2017, đã quan niệm rằng, buổi chiều là phần đẹp nhất của một ngày, chúng ta làm xong việc, giờ là lúc gác chân lên để nghỉ ngơi hưởng thụ thành quả của một ngày.

Mùa thu là buổi chiều của một năm. Mùa thu cũng được đem so sánh với phần cuối của đời người, người Tây phương gọi là golden age, tuổi hoàng kim, thời điểm người ta hưởng thụ thành quả của một đời người. Nhưng không phải ai cũng có thể hưởng thụ tuổi hoàng kim. Thi sĩ Vũ Hoàng Chương đã than thở.

Xuân đời chưa hưởng kịp.
Mây mùa thu đã sang.

Đỗ Phủ lên núi cao nhìn lá rơi lay động nỗi sầu bệnh tật vì tuổi già

Vô biên lạc mộc tiêu tiêu hạ
Bất tận trường giang cổn cổn lai
Vạn lý bi thu thường tác khách
Bách niên đa bệnh độc đăng đài

"Sông dài không dứt cơn sầu đến,
Vô số là vàng gió lắt lay.
Muôn dặm thu buồn thân lãng tử,
Trăm năm bệnh hoạn có ai hay."
Bản dịch của Trường Xuân Phạm Liễu.

Nhà thơ Bàng Bá Lân bùi ngùi với tuổi vào thu

Vào thu là đã xế chiều
Đã già phân nửa cái điều nhân sinh.
Trông gương mình lại thẹn mình
Giận chưa phỉ chí bình sinh đã già.

Nhà thơ Việt buồn vì tuổi già mà chưa được phỉ chí bình sinh. Trong khi nhà thơ ngoại quốc kêu rêu với nhức mỏi của thể xác.

The leaves fall early this autumn, in the wind.
The paired butterflies are already yellow with August
Over the grass in the West garden;
They hurt me. I'm growing old.
Ezra Pound 1885-1972 The River Merchant's Wife: A Letter
(After Rihaku)

"Mùa thu năm nay lá rơi sớm, trong gió
Đôi bướm tung tăng cánh đã trổ vàng mãi từ tháng Tám
Trên bãi cỏ phía vườn Tây;
Thể xác tôi đau mỏi. Vì tuổi già[1]."

Tôi thường nghĩ, mùa thu năm nay ắt phải buồn hơn mùa thu năm ngoái, và mùa thu năm ngoái buồn hơn mùa thu năm kia, tổng số người chết vì bệnh dịch cúm trên thế giới cho đến ngày hôm nay đã hơn năm triệu hai trăm ngàn người. Mùa thu vẫn đẹp, đến rồi đi. Người năm nay già hơn năm trước. Những cuộc chia tay vẫn xảy ra hằng ngày.

Pico Iyer viết.

We cherish things, Japan has always known, precisely because they cannot last; it's their frailty that adds sweetness to their beauty. [...]

Beauty, the foremost Jungian in Japan has observed, 'is completed only if we accept the fact of death.' Autumn poses the question we all have to live with: How do we hold on to the things we love even though we know that we and they are dying? How to see the world as it is, yet find light within that truth.

Chúng ta yêu mến sự vật, người Nhật đã biết điều này từ lâu, chính xác là bởi vì nó không trường tồn; chính cái sự mỏng manh dễ vỡ này càng làm tăng vị ngọt ngào của Vẻ Đẹp [...]

Vẻ Đẹp, theo quan niệm nổi tiếng của Jung, được xem là trọn vẹn nhất chỉ khi nào chúng ta chấp nhận cái chết. Mùa thu đặt ra một vấn đề mà chúng ta phải sống chung với nó: Làm thế nào để giữ gìn những thứ chúng ta yêu mến cho dù vẫn biết là cả chúng ta, và những thứ ấy đều dần dần chết đi. Làm thế nào để nhìn sự vật một cách hiện thật, mà vẫn thấy được ánh sáng tỏa ra từ sự thật ấy.

Nguyễn Thị Hải Hà
New Jersey.
Viết từ lúc Covid đang hoành hành nước Mỹ.
Thứ Hai 29 tháng 11 năm 2021

---

[1] Nguyễn thị Hải Hà tạm dịch.

HOÀNG CHÍNH
DI VẬT

Tôi cúi xuống. Mùi khét xộc vào mũi, luồn ngay vào óc làm tôi chóng mặt. Trong một giây mắt tôi mờ đi. Tôi ngồi thụp xuống nhắm mắt cả phút đồng hồ. Mọi người nhìn tôi. Mặc. Họ cũng có khác gì tôi đâu. Nếu họ không quay cuồng trước những đống vụn nát này thì họ chẳng còn là con người. Tôi mở hé hai mắt, xăm xoi đống hỗn độn trước mặt. Những mảnh vụn không thể nhận dạng. Bao nhiêu thứ không thể gọi tên. Tất cả tung tóe khắp nơi, người ta gom lại thành từng đống. Những mảnh giấy cháy xém. Những cuốn sổ thông hành nám đen. Những cuốn sách cháy giở. Nhiều cây bút không có nắp đậy. Những chiếc mũ cháy gần hết vành. Những kính đeo mắt sứt gọng, hoặc mất mắt kính. Nhiều vô kể, nhìn hoa cả mắt. Và giày nữa. Rất nhiều giày. Người ta cố xếp chúng thành đôi với nhau. Những chiếc giày có đôi thường rách nát. Người ta cũng xếp những mảnh giày vụn thành đống. Những chiếc giày bị xé rách. Chiếc này còn mũi giày, chiếc kia còn một chút đế giày. Những bàn chân mang những chiếc giày ấy bây giờ ở đâu? Tôi bới hết đống vụn này tới đống vụn khác. Người nào đó xô tôi ra để chen vào gần hơn chỗ đống đồ vụn nát. Người nào khác ho sặc sụa một tràng. Tôi cũng gồng gân cổ chặn cơn ho trong lồng ngực cứ chực trào ra miệng. Bởi ho thì sẽ làm chậm lại cuộc tìm kiếm và cũng làm thiên hạ quanh tôi sợ lây bệnh. Tôi bỏ qua đống đồ vụn đàn ông. Ví da. Dây thắt lưng da. Áo khoác. Mắt kính. Tôi chú tâm vào những đống đồ vụn của phụ nữ. Những ngón tay cầm lên, bỏ xuống, mỏi rã rời và đen kịt bụi than.

Chợt tay tôi chạm vào chiếc giày phụ nữ màu đen. Tim tôi thắt lại. Chiếc giày còn nguyên vẹn. Tôi vồ lấy và trịnh trọng hai bàn tay nâng chiếc giày ấy lên. Tôi mân mê nó trên tay. Đúng là chiếc giày của N. Tôi vuốt ve lớp da mềm. Ngay một vết trầy nhỏ cũng không có. Quả là phép lạ. Vậy là biết đâu N. cũng còn nguyên vẹn. Vậy thì em ở đâu? Người nào đó đẩy tôi ra khỏi cái vòng chen lấn.

Tất cả đã nát vụn. Chỉ chiếc giày của em là còn nguyên vẹn. Nhưng người ta chỉ tìm được một mình nó. Chân này đây còn chân kia đâu rồi? Người ta đâu thể nào tan thành mây thành khói. Người ta ngồi êm ả ấm cúng trong lòng chiếc máy bay khổng lồ. Dù là bom khủng bố hay trúng hỏa tiễn của bọn phiến loạn thì hành khách cũng đâu có thể biến đi như thế. Thân thể con người cũng là những khối vật chất như chiếc giày, cái mũ, chiếc xách tay, cuốn sổ thông hành, cuốn tiểu thuyết. Những thứ ấy người ta gom lại được thành đống, còn những thân người, người ta không tìm được chút gì. Dẫu chỉ một mảnh xương vụn hay một chùm tóc rối.

Tôi ôm chiếc giày vào sát lồng ngực. Một nhân viên an ninh nhìn tôi, "Ông tìm thấy giày của người nhà?"

"Vâng," tôi thở hắt ra. "Giày của vợ tôi."

"Ông may mắn," người đàn ông nói nhỏ.

"May mắn?" tôi tròn mắt ngạc nhiên. Chiếc Boeing chở người nhà tôi nổ tung trên không phận nước ông mà ông nói may mắn, may mắn ở chỗ quỷ quái nào. Tôi muốn gào lên như thế, nhưng người nhân viên đã vội nói, "Ít ra ông cũng tìm được di vật của người thân."

Tôi nhỏ giọng, "Còn chiếc giày nào khác như thế này không?"

"Không có. Tất cả ở đây rồi."

"Hay là các ông tìm không kỹ. Người chứ có phải là máy đâu, thế nào chẳng sơ sót," Tôi lẩm bẩm.

"Không," người nhân viên giải thích. "Chúng tôi đã tìm khắp nơi cả tuần lễ rồi."

"Sao lại cả tuần lễ?" Tôi hỏi, lòng đầy hoang mang. Hay là trí nhớ tôi cũng gãy vụn sau bản tin chết người. Tôi nhớ mới đây thôi mà. Người ta báo tin cho tôi. Ban đầu chiếc máy bay có vợ tôi trên ấy biến mất khỏi màn hình *radar*. Vài ngày sau đó họ tìm thấy những mảnh vụn tan nát trên một cánh đồng xanh thẫm lúa mì. Vài ngày chờ đợi dù dài hàng thế kỷ nhưng đâu đã đến một tuần lễ.

Người nhân viên ném cho tôi cái nhìn ái ngại.

"Sao không cho chúng tôi đến đó tiếp tay tìm với các ông?" Tôi gằn giọng.

"Không được. Nơi ấy là phạm trường để điều tra."

"Điều tra gì nữa. Đã tan nát hết rồi," tôi nói như gào trong cuống họng.

"Không đâu. Phải tìm nguyên do. Có thể là bọn khủng bố gài bom, nhưng cũng có thể máy bay trúng hỏa tiễn dưới đất bắn lên."

Tôi chóng mặt. Tôi không muốn nghĩ đến chuyện đó. Tôi không thể nào nghĩ đến bất kỳ chuyện gì khác ngoài chuyện chiếc giày. Ừ, tôi ngẫm nghĩ, nếu có miếng lót thì nhất định là của nàng. Nhưng nàng bỏ miếng lót ở nhà vì đi công việc nên ít đi lòng vòng, sẽ không đau chân.

"Có nhiều dấu hiệu là hỏa tiễn loạn quân," người đàn ông nói. Hình ảnh một khung trời biếc xanh hiện ra trong óc tôi. Một cái hỏa tiễn vùn vụt lao tới, vệt khói trắng vạch dài trên bầu trời biếc xanh. Hành khách biến mất trong chớp mắt. Những mảnh vụn lấp lánh bầu trời. Ngọn pháo bông tung toé những bông hoa máu. Chiếc giày đây còn bàn chân đâu. N. hay cởi giày để chân trần khi ngồi trong xe, chắc lúc ngồi trên máy bay cũng vậy. Tôi không muốn nghe người nhân viên nói nữa. Tôi quay mặt đi, nhắm nghiền hai mắt và ôm sát chiếc giày vào lồng ngực.

Bàn tay nào đó giằng lấy chiếc giày trong tay tôi. Tôi mở choàng mắt. Một bà cụ người da trắng có mái tóc bạch kim, níu chặt chiếc giày trong tay tôi, "Con gái tôi, giày của con gái tôi." Bà hổn hển nói bằng giọng khàn đục.

Tôi ghì chặt những ngón tay trên làn da mềm của chiếc giày.

"Không! Bà lầm rồi. Giày của vợ tôi."

"Giày của Angelica," bà cụ quả quyết.

"Giày của N." tôi nói, và tôi gằn giọng đánh vần từng chữ tên của vợ tôi cả bằng tiếng Anh lẫn tiếng Việt.

Hai chúng tôi giằng kéo chiếc giày. Tôi nhìn đám người vây quanh, phân bua, "Giày của vợ tôi."

Bà cụ giằng mạnh chiếc giày nhưng tôi nhất định không buông. Bà cũng ngước nhìn những con mắt tò mò, thương hại chung quanh, "Giày của Angelica."

Người nhân viên an ninh bước tới, đưa cao hay bàn tay như muốn tách chúng tôi ra, từ tốn, "Xin bình tĩnh. Cho tôi tạm giữ chiếc giày ấy. Ngày mai mời quý vị trở lại, chúng tôi sẽ giải quyết..."

"Giày của Angelica, giải quyết gì nữa? Rõ ràng giày của con gái tôi, của Angelica," bà cụ gằn giọng.

"Bà lầm rồi, giày của N. vợ tôi. Tôi chắc chắn như thế," Tôi khàn giọng cãi.

Người nhân viên gỡ chiếc giày từ những bàn tay gồng cứng của hai chúng tôi. "Hôm nay thứ Sáu, sáng thứ Hai mời hai vị lại đây, chúng tôi sẽ giải quyết chuyện này."

Ai phán xử được chuyện này. Một chiếc giày còn nguyên vẹn. Hai người cùng quả quyết là của người nhà mình. Ai sẽ đứng ra hòa giải đây. Chuyên gia tâm lý ư? Hay tìm DNA trên chiếc giày? Hai ngày cuối tuần người ta không làm việc. Vậy là phải chờ đến thứ Hai để nghe người ta phân xử. Mà họ sẽ xử cách nào. Cắt đôi chiếc giày cho mỗi người một nửa chăng?

"Con gái tôi," bà cụ lắp bắp. "Con gái út của tôi."

Tôi nhìn đôi mắt buồn. Tất cả những người đứng quanh đây đều có đôi mắt buồn. "Con gái út của tôi." Bà cụ lẩm nhẩm như nói cho một mình bà nghe. Tôi thì thầm đáp lời bà, "Vợ thân yêu của tôi." "Con gái út của tôi." Bà lặp lại câu nói và rụt rè chỉ vào chiếc giày trên tay người đàn ông. "Chiếc giày của con gái tôi." Và bà run run đưa bàn tay xương xấu ra trước chạm nhẹ vào chiếc giày trên tay người đàn ông. "Giày của con gái tôi. Đôi giày nó yêu thích nhất. Ông tìm thấy nó ở đâu vậy? Angelica sẽ thích lắm. Giày của con gái tôi. Tên nó là Angelica." Rồi bà nhìn người đàn ông, khẩn khoản, "Làm ơn cho tôi nhìn chiếc giày của Angelica một lần nữa."

Và bà trịnh trọng cầm chiếc giày đưa lên mũi hít hà, mắt nhắm như cố thả hồn về cõi nào xa lơ lắc.

"Bà làm gì thế?" tôi hỏi.

"Tôi ngửi được mùi con gái tôi. Tôi quen mùi của nó từ khi nó còn mặc tã. Ông ngửi thử mà xem," bà nói và đưa chiếc giầy sát mặt tôi. Tôi chỉ ngửi được mùi khét của khói, nhưng sao từ sâu thẳm lòng tôi, tôi vẫn thuyết phục tôi rằng quả thật có mùi da thịt vợ tôi. Tôi nghĩ nếu tôi nhắm mắt, cố đừng để ý đến những thứ chung quanh, tôi sẽ nhận ra chút mùi quen thuộc của vợ tôi, như bà già nhận ra mùi con gái bà trong chiếc giày.

"Sao ông không tìm thứ gì khác nữa của cô ấy, như ví, túi xách, hay cuốn sách mà cô ấy mang theo để đọc," nhận lại chiếc giày từ tay bà cụ, người nhân viên xoay qua tôi. "Cô ấy có đọc sách không?"

"Vợ tôi siêng đọc sách. Cô ấy mang theo cuốn sách của Milan Kundera để đọc, chính tôi là người nhét cuốn truyện ấy vào túi xách cho nàng, nhưng tôi đã tìm kỹ đống túi xách chưa cháy trọn thành than hay mớ giấy chưa kịp cháy, không có thứ gì của nàng." Tôi nói liên tục như thể những tin tức ấy sẽ giúp nhân viên hãng hàng không giúp tìm N. lại cho tôi. Tôi nhớ có gặp một cuốn sách chỉ còn lại phần lưng dính bết vào chất chocolate tan chảy, tôi có lật lên xem, nhưng không phải tên cuốn sách N. mang theo. Tôi hình dung ai đó kẹp cái kẹo sô cô la vào cuốn sách để nhâm nhi trên máy bay lúc đọc sách. Vợ tôi không thích sô cô la nên nhất định không là cuốn sách của nàng. N., và tất cả những thứ thuộc về nàng đều đã tan biến, chỉ còn chiếc giày đang nằm trong tay gã nhân viên này.

Chiếc giày bằng loại da mềm. Tôi vẫn nhớ lúc mới mua về da còn cứng, tôi phải ngồi xuống, giúp nàng xỏ chân vào. Tôi đỡ nhẹ bàn chân, chạm nhẹ vào chỗ da bị chai, nhắc nàng đi bác sĩ. Chỗ chai để lâu không tốt. Nàng ừ hử cho qua. Lúc giúp nàng xỏ chân vào chiếc giày tôi thường vuốt nhẹ lưng bàn chân nàng nơi những sợi gân xanh phập phồng ẩn hiện. Vết chai của sự vất vả vẫn làm lòng tôi mềm lại, và sợi gân xanh mời mọc luôn gợi trong tôi những xôn xao nếu nói ra sẽ làm nàng đỏ hồng hai má.

Em thích nhất đôi giày này. N. của tôi vẫn nói thế. Bây giờ chỉ còn một chiếc. Chiếc giày này của chân phải. Chiếc kia đâu. Chân phải đây còn chân trái đâu. Chân trái có chỗ da bị chai cứng. Mấy lần nhắc nàng đi bác sĩ. Nàng bảo tại những chiếc giày làm tại China. Kiểu thì đẹp nhưng không bền. Và cũng không được tốt.

Moi túi, lấy cái điện thoại di động ra, tôi nài nỉ, "Cho tôi chụp tấm hình."

Người nhân viên ngạc nhiên nhưng cũng đưa chiếc giày ra cho tôi chụp hình. Tôi nghĩ lỡ như tôi thua bà cụ trong cuộc tranh chấp này thì ít ra tôi cũng có tấm hình để nhớ. Bà cụ có chiếc giày còn tôi, tôi có tấm hình. Nhìn chiếc giày, tôi sẽ thấy lại bàn chân của người tôi yêu.

Sáng Chủ Nhật tôi bắt gặp bà cụ hôm trước gặp ở chỗ nhận di vật người quá cố. Thì ra chúng tôi ở chung khách sạn. Có lẽ hãng hàng không thuê cho thân nhân những nạn nhân. Hèn chi tôi bắt gặp rất nhiều những con mắt buồn.

Bà cụ nhận ra tôi. Và chúng tôi nhìn nhau vài giây ngơ ngác như hai đối thủ trên võ đài tình cờ đụng đầu nhau trên đường phố. Hai đấu thủ trên võ đài dùng hết sức mình để dành lấy phần thắng, còn hai chúng tôi hầm hè nhìn nhau như hai con thú trước miếng mồi ngon là chiếc giày size 7. Chiếc giày da màu đen.

Sau hơn một phút chằm chặp nhìn nhau, tôi bừng tỉnh. Tôi lên tiếng trước, như gã võ sĩ đưa tay cho đối thủ bắt. "Chào bà."

Bà cụ khẽ gật đầu. Cái gật sượng và chậm như thế vướng vít nỗi đau. Như thể bà cố gật đầu thật nhẹ để không làm trầy trụa, lở loét thêm vết thương của sự mất mát.

"Tôi vẫn nghĩ con bé nhà tôi hụt chuyến bay vào giờ chót. Nó có tật hay đến trễ, làm gì cũng cà kê. Cậu có nghĩ Angelica lỡ chuyến bay này không?" Bà cụ gợi chuyện lúc hai chúng tôi bước vào nhà hàng của khách sạn.

Tôi kéo ghế cho bà ngồi. Trong đầu tôi chợt nảy ra ý nghĩ rằng người của yêu tôi biết đâu cũng hụt mất chuyến bay. Nàng cũng rề rà phát sợ. Và danh sách nạn nhân thì nhân viên hãng máy bay hoặc giới chức điều tra đã lấy lộn từ một chuyến bay khác.

Bỗng dưng tôi bám cứng lấy niềm hy vọng mong manh ấy. Và chỉ có vậy mà lòng tôi quẩy động cơn vui. Tôi hỏi đêm rồi bà ngủ được không? Bà cụ moi túi xách, lấy ra lọ thuốc nhỏ. Bà lắc lắc lọ thuốc rồi đặt xuống bàn. Tôi nhìn những viên thuốc hình con nhộng trong lọ. Chiếc lọ nhựa màu nâu nên không nhìn rõ màu của viên thuốc.

"Tôi phải uống tới ba viên này mới ngủ được một tí. Nhưng cứ chợp mắt là Angelica lại lay tôi dậy, nó đánh thức tôi trong chiêm bao," bà cụ nói, giọng khô như cỏ cháy trên cánh đồng mùa nắng hạn.

Cầm tờ thực đơn trong tay, tôi hỏi bà dùng cà phê hay trà. Và bà muốn điểm tâm món gì. Bà lắc đầu, "Cậu có nghĩ con Angelica trễ chuyến bay không?"

Tôi ngạc nhiên nhìn vào đôi mắt mệt mỏi của bà cụ, thầm nghĩ tôi mong Angelica của bà trễ chuyến bay, tôi mơ ước N. cũng trễ chuyến bay, tôi mong tất cả hành khách đều trễ chuyến bay. Nhưng tôi biết đó là chuyện không tưởng.

"Nó có tật đi trễ, tôi la nó hoài," bà cụ nói.

Tôi gượng gạo gật đầu. Và tôi đổi đề tài khi bóng người chạy bàn thấp thoáng trước mặt, "Bác dùng bánh mì với trứng chiên nhé." Bà cụ lắc đầu, "Cho tôi ly nước trà."

Chúng tôi nói chuyện thời tiết, chuyện những cơn phố đông nghẹt xe cộ. Chuyện chúng tôi phải đáp chuyến bay đến nơi này. Với nỗi lo âu rờn rợn sống lưng. Khi biết mình sắp bay đến nơi nhận diện người nhà thiệt mạng cũng trong một chuyến bay. Nhưng cả hai chúng tôi không ai đề cập đến chiếc giày.

Chờ cho người hầu bàn đặt ly trà của bà và ly cà phê của tôi xuống bàn, chúc chúng tôi ngon miệng và lui bước, bà cụ nói nhỏ, "Angelica còn một đôi giày nữa giống hệt như thế, chỉ khác màu."

Tiếng chuông khai mạc trận đấu vừa điểm. Câu nói của bà cụ là tiếng chuông ấy.

Đối thủ nhìn vào mắt nhau. Tiếng chuông reo vang. Trận đấu thực sự bắt đầu. "Vợ tôi cũng có một đôi giày nữa giống hệt như thế, chỉ khác cái quai. Cô ấy thích lớp da tốt nhưng kiểu khác nhau." Tôi trả đòn.

"Hai người lấy nhau lâu chưa?"

"Ồ," tôi lúng túng. "Hơn bốn năm."

Chuyện gì đây. Tôi cố đoán thâm ý của bà cụ.

"Con Angelica sống với tôi hai mươi năm trời, không sót một ngày."

À tôi hiểu rồi. Tôi đáp trả, "Chúng cháu có với nhau chỉ bốn năm nhưng còn nhiều hơn cả một đời người."

Bà cụ không để ý đến câu nói của tôi.

Bây giờ chúng tôi đem thời gian ra để song đấu. Ai có thời gian lâu dài với người quá cố sẽ nhiều hy vọng thắng cuộc. Angelica của bà hai mươi tuổi, là mẹ cô, bà đã có hai mươi năm trời với cô. N. và tôi mới chỉ có với nhau bốn năm trời. Nhưng những gì chúng tôi có với nhau cả đời người gom lại còn chưa đủ chỗ chứa. Tuy nhiên, tính con số cụ thể đời thường thì thời gian hai chúng tôi chia sẻ đời nhau không nhiều bằng khoảng thời gian hai mẹ con bà có với nhau.

"Bà nghĩ bà sẽ làm gì với chiếc giày?" Tôi đổi để tài.

Bà cụ cúi đầu suy nghĩ. Những nếp nhăn xô đẩy nhau trên vầng trán. Những sợi tóc bạc như cước lòa xòa trước trán. Tôi chợt nhận ra mình tàn nhẫn. Không gì độc địa hơn chuyện nhắc đến chiếc giày ngay phút giây này.

Bà cụ nhìn dõi vào khoảng trần nhà màu xám, thở dài, "Tội nghiệp Angelica, không bao giờ biết mặt bố nó."

Mặt trận đổi hướng. Bây giờ là giai đoạn khuấy động lòng thương xót.

Tôi đỡ đòn, "Vợ tôi cũng mồ côi từ nhỏ."

"Nếu được chiếc giày, cậu sẽ làm gì?" Bà cụ bất chợt hỏi.

Tôi nặn óc suy nghĩ. Tôi sẽ làm gì với chiếc giày ấy nhỉ. Tôi không có câu trả lời. Đem về cất kỹ trong ngăn tủ, đặt trên chiếc bàn ngủ ở đầu giường, đặt trên phần ghế trống trên xe, hay hỏa thiêu nó như món quà gửi về thế giới bên kia?

"Cậu còn trẻ. Cậu giữ kỷ vật làm gì? Cậu sẽ phải tìm người đàn bà khác. Đời cậu còn dài."

Trận đấu xoay qua trò thuyết phục.

Tôi cần có N. Chiếc giày là vật gần gũi sau cùng của N. Giữ được nó, tôi giữ được hơi hướm của nàng. Tôi phải có chiếc giày này. Tôi sẽ tranh đấu đến cùng để có được kỷ vật của người đàn bà tôi yêu.

Chiếc giày mang dấu chân nàng, mang hơi hướm nàng.

Chúng tôi ngồi im. Bốn con mắt nhìn về hai hướng khác nhau, nhưng tôi biết ở cuối tầm nhìn ấy là hình ảnh thân yêu mà cả hai cùng mới vừa đánh mất.

Rồi như chợt tỉnh, tôi uống vội ly cà phê đã nguội, và nhẹ nhàng kéo ghế đứng dậy, "Xin phép cụ, cháu có chút việc phải đi ngay."

Bà cụ ngẩng đầu lên, hai con mắt sững sờ. "Vậy à. Chúc may mắn."

Tôi giật mình. Và tôi cũng chúc bà may mắn. Chỉ là cái câu quen miệng. Nhưng ngày mai không thể cả hai chúng tôi cùng may mắn. Trong trận đấu trên võ đài, hai đối thủ có thể huề nhưng trong trận đấu của hai chúng tôi chỉ một bên thắng trận bởi giữa bao nhiêu thứ tan nát vỡ vụn, chỉ chiếc giày da cao gót màu đen kia sống sót.

Suốt đêm tôi trằn trọc. Hình ảnh chiếc giày cứ chập chờn trước mắt. Không biết bà cụ kia có bị giống tôi không. Tôi nhớ N., nhớ cái gác chân mỗi khi trở mình trên chiếc giường rộng thênh thang. Chỉ có hai người mà nhiều khi thấy chật. Còn ở đây, chiếc giường khách sạn nhỏ bằng nửa giường của hai chúng tôi, nhưng sao rộng thênh thang. Bà cụ giờ này chắc cũng đang thao thức. Những viên thuốc ngủ chẳng biết có đủ để bà có giấc ngủ sâu, sau những chấn động kinh hoàng của đời sống. Chiếc giày treo lơ lửng trên trần nhà. Tôi dụi mắt nhìn cho rõ. Chiếc giày biến đi. Chỉ là ảo giác gây ra do mệt mỏi. Phải như tôi có thể đột nhập chỗ người ta giữ di vật những người quá cố, tôi sẽ lẻn vào và lấy chiếc giày da màu đen ấy, chiếc giày của người tôi yêu. Bỗng dưng tôi mong cho bà cụ uống thuốc ngủ quá liều, bà sẽ ngủ mê mệt hai ba ngày. Đến khi thức giấc, chiếc giày đã cùng với tôi trở về xứ sở tôi. Tôi cố đẩy ý nghĩ ấy ra khỏi bộ óc chật chội. Nghĩ vậy không tốt. N. của tôi sẽ không vui khi biết tôi làm điều đó. Nhưng mà bà cụ đã già rồi. Bà còn sống được bao lâu nữa đâu. Lấy được chiếc giày, ít lâu bà mất, chiếc giày sẽ đi đâu. Để tôi giữ là hay nhất, giả như không phải của vợ tôi mà là của Angelica thì chiếc giày cũng được cất giữ lâu dài. Bởi tôi còn trẻ. Đời tôi còn dài. Em phụ với anh một tay để lấy chiếc giày về nhé. Tôi thì thầm với N. như thế. Nàng yêu tôi, nên tôi biết chắc nàng còn quanh quẩn bên tôi.

Buổi sáng, tôi đến nơi nhận di vật thật sớm, và chờ ngoài hành lang.

Gần trưa, vẫn không thấy bà cụ. Chắc bà uống thuốc ngủ quá liều lượng. Quá trưa nhân viên phòng di vật cho biết bà bị bệnh gì đó vào cấp cứu hồi đêm. Xế chiều, người ta đưa bà đến trên chiếc xe lăn. Bà bị tai biến. Bà ngồi như dán chặt vào lưng tựa chiếc xe lăn.

Nhân viên hãng hàng không và một chuyên viên tâm lý chuyên về hòa giải đứng sát cạnh chúng tôi. Hòa giải cách nào đây, tôi thầm nghĩ. Tôi đứng bên cạnh bà cụ. Người ta đưa chiếc giày cho hai chúng tôi nhận diện một lần chót. Tôi chạm những ngón tay lên lớp da mềm. Tôi lật úp chiếc giày, nhìn vào góc khuất của đế giày và tim tôi ngưng đập. Chữ viết của tôi bằng ngọn bút rất mảnh. "Cho N." Và trí nhớ bùng vỡ. Tôi viết những chữ ấy cho N., chờ một lúc nào đó nàng tình cờ phát hiện, niềm vui sẽ đến thêm một lần. Như câu chúc sinh nhật lần thứ hai. Vậy là tôi thắng rồi. Bà cụ tìm đâu ra bằng chứng chiếc giày thực sự là của con gái bà. Chữ viết của tôi rõ từng nét. Bằng thứ mực không phai. Câu chúc sinh nhật lần thứ hai. Sao tôi không nhìn ra những chữ ấy ngay hôm thứ Sáu nhỉ? Đầu óc tôi mụ mẫm quá rồi! Tôi hít đầy không khí vào lồng ngực. Chuyến đi này, tôi đem về được một chút nàng.

Bà cụ chợt bật một tràng ho. Những tiếng ho khản giọng đánh thức tôi. Tôi nhìn hai con mắt nhắm nghiền và những giọt nước ứa ra lăn dài trên gò má nhăn nheo.

"Bà có sao không?" tôi hỏi. Bất chợt, những ý nghĩ đuổi bắt nhau trong đầu tôi. Bà cụ bao nhiêu tuổi rồi. Những sợi tóc lưa thưa để hở ra những khoảng hói tóc trên xương sọ. Con mắt mờ đục tại màu mắt bà như thế hay vì tuổi già tôi cũng không rõ. Angelica là con gái út. Angelica hai mươi tuổi thì tuổi bà là bao nhiêu. Tôi không cách chi đoán ra được, nhưng tôi biết chắc bà cụ chẳng còn sống bao lâu nữa. Bà cụ yếu lắm rồi. Đã vậy còn cái cơn tai biến mạch máu não dù nhẹ nhưng cũng để lại di chứng. Lại thêm cái tang con gái.

Bỗng dưng tôi thấy tôi đặt chiếc giày lên bàn tay gầy guộc của bà cụ, "Đúng của Angelica rồi, bác ạ."

Hai con mắt bật mở, cơn ho lắng xuống. Hai con mắt nhìn tôi. Những giọt nước theo nhau lăn xuống hai gò má. Người nhân viên hòa giải hỏi bằng giọng ngạc nhiên, "Vì sao anh biết chắc chiếc giày không phải của vợ anh?"

Tôi không chuẩn bị cho câu hỏi này.

"Tôi biết chắc chắn," tôi nói.

Tôi nhìn vào con mắt và ánh nhìn van nài của bà cụ. Rồi quay qua nhân viên hãng hàng không. Hãng hàng không muốn người nhà có được kỷ vật của thân nhân, *điều nhỏ bé mà hãng chúng tôi có thể làm cho khách hàng của chúng tôi.* Người ta nói đi nói lại như thế.

Tôi thầm nói với N. Anh biết em rất yêu quý người già. Anh biết tính em. Hãy tặng lại bà cụ niềm hy vọng. Đây cũng là một dịp làm việc tốt cho nhân gian. Hai đứa mình vẫn vậy. Chúng ta còn trẻ. Đường đời còn dài. Ở nhưng mà em không còn... với anh, em sẽ mãi mãi hai mươi bốn tuổi. Anh thì sẽ phải già đi. Một ngày kia anh cũng sẽ nhăn nheo như bà cụ này. Tưởng tượng mình đem chiếc giày về rồi sẽ làm gì. Giữ làm kỷ vật hay sẽ hỏa táng nó. Thiêu nó với một cái bọc gói đầy trí nhớ chăng?

Tôi bay về chốn cũ. N của tôi. N sẽ vui. Hai chúng tôi dù gì cũng còn có nhau. Nhường cho bà cụ niềm vui ấy. Bà chẳng còn ai. Hai chúng tôi hạnh phúc hơn mẹ của Angelica rất nhiều. Và dù sao tôi cũng còn hình chiếc giày của N. trong điện thoại. N. à, mình cùng chúc Angelica an nghỉ nhé. Rest in Peace, Angelica!

Hoàng Chính
(Viết bằng cellphone trong phiên tòa ở Newmarket 29 & 30 tháng Tám 2022)

uống thì uống chớ ngại chi
đôi ba ly rượu có quái gì mà say
không say thì cũng bó tay
say thì cũng chẳng bớt cay đắng gì
ngậm ngùi nhắm mắt ra đi
ta đâu có nói yêu gì quê hương
cũng không hứa hẹn hoang đường
ngàn sau còn tủi hận phường lưu vong

UỐNG RƯỢU MỘT MÌNH

NGUYỄN THỊ BÍCH NGA

TÌNH NHƯ LÁ THU

Tới tháng Ba năm nay là bà tròn tám mươi mốt tuổi. Nhưng với mái tóc nhuộm đen nhánh, với hàng lông mày được xâm theo hình lá liễu cong cong, với cặp môi tô son đỏ – màu của sự gợi cảm, người đối diện nghĩ rằng bà chừng bảy mươi lăm là cùng.

Vốn là nhà thời trang nổi tiếng của thành phố Sài Gòn trước đây, bà cố gắng ăn uống điều độ và tập thể dục hàng tuần để thân hình không phì nhiêu, cũng không nhão nhoét. Trời cũng không phụ lòng mong đợi của bà. Càng nhìn bà, người ta càng kinh ngạc, cứ tưởng thời gian đã quên đi, không hề nhớ tới sự hiện hữu của bà trên cuộc đời này.

Cách đây tám năm, chồng bà mất. Mất chồng ở tuổi bảy mươi ba đúng là một bi kịch. Ban ngày bà loay hoay đi ra đi vào một mình, ban đêm bà trằn trọc không ngủ vì nhớ tiếng ho nhè nhẹ của ông, nhớ tiếng dép lẹp xẹp trên sàn gỗ, nhớ tiếng nước chảy vào ly thủy tinh mỗi khi ông rót trà... Mất chồng ở tuổi bảy mươi ba, bà không khóc lóc như những phụ nữ trẻ tuổi, bà chỉ bàng hoàng trong im lặng, đôi mắt bà ráo hoảnh nhưng đôi môi bà cứ run run như muốn gọi tên ông.

Rồi những ngày tháng lạnh lùng kinh khủng đó đóng chặt lại và trở thành quá khứ sau khi bà gặp ông Luân trong một cuộc tiệc cưới cháu ngoại của người bạn. Hôm đó bà ngồi bên cạnh một người đàn ông có mái tóc bạc được hớt cao gọn ghẽ, có giọng nói chậm rãi nhưng ấm áp, có sự quan tâm chăm sóc đặc biệt tới bà khiến bà cảm thấy lạ lùng trước điều đó. Ông Luân chỉ phục vụ một mình bà, thỉnh thoảng ông gắp thức ăn để vào trong chén của bà, ông hỏi bà ngon miệng không, ông lựa những phần gỏi bắp cải không có ớt vì sợ bà cay, thậm chí ông thận trọng lột vỏ từng con tôm sú luộc rồi đưa bà ăn. Bà cảm kích nên hỏi tên ông, hỏi tuổi ông. Ông không giấu diếm, ông nói ông đã bảy mươi bảy tuổi rồi.

Bà nhìn ông cười, ánh mắt lẳng lơ:

-Bảy mươi bảy tuổi còn yêu được không nhỉ?

Ông Luân cũng nheo nheo mắt nhìn bà, cười đáp lại:

-Sao lại hỏi vậy? Cứ yêu thử đi rồi biết.

Tối hôm đó bà đi lòng vòng trong cư xá nửa tiếng đồng hồ để suy nghĩ thật chín chắn rồi quyết định gọi điện thoại cho ông. Chuông vừa "reng" lên một tiếng ngắn là ông mở máy trả lời liền, cứ như suốt cả buổi tối ông chỉ làm mỗi một việc là ngồi rình cái điện thoại, đợi nó reng lên là bấm nút "A-lô" ngay. Ông hỏi bà đang làm gì, bà nói bà đang đi bộ trong cư xá. Ông nói ông sẽ đến để cùng đi bộ với bà. Bà không tin lắm, nhưng chỉ cười cười.

Vậy mà ông đến thật. Ông đưa cho bà một ly giấy to tướng đựng đầy bắp rang, bà chìa tay cầm lấy và trong một thoáng bà cứ ngỡ vẫn còn đang ở tuổi mười tám đôi mươi. Bà hít một hơi dài rồi ngước lên nhìn ông bằng đôi mắt có hàng trăm vì sao trời đang lấp lánh trong đó.

-Em thấy bắp rang ở đây không thơm như bắp rang ở Sài Gòn.

-Ừ, bắp rang trên con đường Hai Bà Trưng thơm mùi bơ. Anh nhớ mỗi lần đi ngang xe bắp rang bơ là phải dừng lại, mua một gói, rồi vừa đi vừa ăn vì không thể nhịn thèm nổi.

Bà cười khẽ. Giọng cười của bà dù có khàn đi nhưng nghe cũng còn quyến rũ lắm.

-Có những món ăn ngày xưa em thích mê tơi, thí dụ món ốc len xào dừa, ngày nào em cũng phải ăn một dĩa đầy mới đã, còn bây giờ mới nhìn thấy là ngao ngán liền. Em không hiểu tại sao nữa.

-Vì bây giờ mình trưởng thành hơn, mình hưởng thụ cũng nhiều hơn nên cơ thể cảm thấy không cần thêm nữa. Chỉ mới vài năm trước anh còn khoái ngồi uống bia với bạn bè, tối nào cũng phải một chai ướp lạnh mới ăn cơm được, nhưng từ sau lần anh bị ói ra mật xanh phải vào bệnh viện, nghe nhắc tới bia hay nhìn thấy chai bia là anh xanh mặt liền.

Không khí ban đêm lành lạnh nên bà đi sát vào người ông, nép vai bà bên vai ông, nhưng bà vẫn cố ý đút hai bàn tay vào trong túi áo khoác để có một lần vải ngăn cách giữa hai người. Ông Luân nhận ra điều đó. Ông tìm ngón út của bà và giữ chặt nó một lát trong tay ông. Xuyên qua lớp vải dày của chiếc áo khoác, bà vẫn cảm nhận được sự rung động nhẹ nhàng của người đàn ông có độ tuổi đã chấm tới con số bảy mươi bảy. Bà im lặng, không rụt ngón tay lại, để mặc cho trái tim đột nhiên thay đổi nhịp đập rộn ràng như pháo nổ ngày Tết. Bà cần tình yêu như như đũa có cặp, bà cần một người đàn ông bên cạnh bà như dép có đôi. Bà sẵn sàng thú nhận bên tai ông điều đó mà không cảm thấy xấu hổ.

Ông Luân có tiền hưu, có tiền con cái chu cấp, có tiền tiết kiệm trong ngân hàng, nên cứ đến cuối tuần là ông dẫn bà đi ra khỏi thành phố, tận hưởng một không gian vắng lặng chỉ có hai người. Những nụ hôn hiếm hoi ông dành cho bà thật nồng nàn trên trán, trên má, nơi khóe môi. Bà cũng đáp lại cuồng nhiệt, bà ôm ghì lấy đầu ông, vừa hôn vào mép tai ông vừa vò vò mái tóc bạc được hớt cao gọn ghẽ. Ông Luân thích thú trước tình cảm của bà, bấu bấu những ngón tay có móng hình vuông được cắt ngắn vào vai bà. Họ ngồi trên băng ghế đá âu yếm nhau mười lăm, hai mươi phút giữa khung cảnh thiên nhiên lãng mạn, tĩnh mịch và đồng lõa. Tình yêu mà họ dành cho nhau chỉ có vậy thôi, có muốn hơn nữa thì cũng không được bởi vì ở tuổi bảy mươi bảy, khả năng tình dục của ông đã hết rồi – đã chết rồi!

Hai người thuê một ngôi nhà gỗ ở bìa rừng để họ có thể lái xe đến đó bất cứ lúc nào họ muốn. Chiều cuối tuần, ông Luân ngồi bên bờ suối câu cá, bà ngồi bên cạnh nép vào ông, theo dõi từng con cá vô tư lượn lờ qua qua lại lại nhưng chẳng con cá nào tỏ vẻ thích miếng mỗi trùn sống đang ngo ngoe của ông. Thỉnh thoảng bà cười tủm tỉm khi thấy ông sốt ruột thở dài vì cá không cắn câu. Bà đặt bàn tay phải của bà lên đùi ông như khích lệ, thấy vậy ông cũng đặt bàn tay trái của ông lên bàn tay bà và giữ thật lâu. Đột nhiên bà nhổm người lên chỉ xuống dòng suối, khuôn mặt bà hớn hở với giọng nói vang vang như xé toạc sự yên tĩnh của thiên nhiên:

-Kìa, cá dính câu rồi kìa anh! Giựt lên đi! Giựt lên đi!

Ông Luân dùng cả hai tay giựt chiếc cần lên cao, miệng nở nụ cười thật rộng khi nhìn thấy một con cá đang vùng vẫy dữ dội nơi đầu sợi dây. Bà mở nắp máy chụp hình ra và chụp ông vài tấm hình cùng với "chiến lợi phẩm." Sau đó ông vụng về loay hoay gỡ con cá tội nghiệp ra khỏi chiếc lưỡi câu và nhẹ nhàng thả nó xuống nước. Con cá sung sướng quẫy mạnh cái đuôi, lướt sang chỗ khác sau khi bị một phen hoảng hốt.

Hai ông bà sống hạnh phúc với nhau được ba năm thì ông Luân tỏ ý muốn đi du lịch sang Canada để thăm con cháu. Bà vui vẻ để ông ra đi. Nhưng sau đó con cháu ông viện cớ ông đã tám mươi tuổi rồi, sức khỏe yếu kém lại bị thấp khớp nên họ không cho ông quay trở về với bà nữa. Khi nghe ông thông báo tin tức đó qua điện thoại, bà chưng hửng – nhưng đành thở dài cam chịu. Một lần nữa bà chấp nhận cảnh cô đơn, nhưng lần này sống cô đơn ở độ tuổi bảy mươi sáu, ở độ tuổi bà nhận ra mình đang già đi thật nhanh, là điều bà không thể quen thuộc nổi. Tạo hóa đã sinh ra muôn vật sống phải có đôi, có cặp, bà không thể sống trái với quy luật sinh tồn của Tạo hóa. Bà cần một người đàn ông, cho dù người đàn ông đó đang lọm thọm chống gậy ở tuổi tám mươi thì ông cũng vẫn là một người đàn ông!

Trong một buổi tiệc cưới của đứa cháu ngoại của một người bạn khác, bà tình cờ ngồi bên cạnh ông Nguyện và một lần nữa duyên số lại kết hợp hai ông bà với nhau. Tuổi tám mươi nhưng ông Nguyện còn khỏe mạnh, còn lái xe được và đi đứng thẳng thớm chứ chưa đến nỗi phải vịn tường lết đi từng bước. Ông Nguyện sống một thân một mình, đám con lớn có vợ có chồng ra riêng hết chẳng thèm ngó ngàng tới cha gì, thỉnh thoảng cuối tuần bọn họ ghé vào thăm ông, hỏi han mấy câu: "Ba có mạnh giỏi không?", "Ba có cần ăn uống gì không?", rồi lên xe dông đi mất.

Thấy tội nghiệp ông, bà mở lời đề nghị:

-Anh dọn qua ở với em luôn đi.

Ông nhìn bà, ngỡ ngàng rồi lắc đầu:

-Cảm ơn em, nhưng anh không muốn làm phiền em đâu.

-Phiền gì mà phiền? Coi như anh với em góp gạo nấu cơm chung. Anh nấu cơm thì em rửa chén. Em quét nhà thì anh lau nhà.

Ông bóp bóp bàn tay bà, giọng nói tràn ngập cảm xúc:

-Cảm ơn em. Để anh thu xếp rồi anh sẽ trả lời em sau.

Nhưng rồi ông Nguyện giải quyết theo cách khác, ban ngày ông ở nhà bà, ban đêm ông về nhà ông, họ sẽ sống với nhau không hẳn như hai người tình mà là như hai người bạn, dù sao "tương kính như tân" vẫn hơn "thân quá hóa lờn." Bà lắc đầu chịu thua, đành phải làm theo quyết định của ông. Nhưng rồi bà lại thấy ý kiến đó hay ho và thú vị. Buổi sáng ông lái xe đến, nhẹ tay mở cửa và bước vào trong nhà cùng với một món ăn điểm tâm cho hai người. Tính bà thích trang điểm kỹ lưỡng cho nên sau khi son phấn lượt là xong bà mới bước ra khỏi phòng ngủ để đón ông. Bà quàng tay ôm cổ ông và đi vào bếp pha cho ông một tách cà phê nóng, pha cho bà một tách sữa ca cao. Nơi bàn ăn, chỗ ngồi của ông phải là chiếc ghế đối diện với bà, ông không bao giờ muốn ngồi ở chỗ khác cho dù đó là chiếc ghế đặt bên cạnh bà.

-Tại sao kỳ cục vậy anh?

-Kỳ cục gì đâu? Tại vì anh thích vừa ăn vừa ngắm em vừa nghe em nói. Nhan sắc của em vẫn còn mượt mà và trẻ đẹp trong mắt anh. Giọng nói của em vẫn còn ngọt ngào và êm ái trong tai anh.

Bà biết ông nói thật. Người đàn ông ở lứa tuổi nào cũng có thể nói dối hoặc nói cho qua chuyện, nhưng khi đã bước qua tuổi bảy mươi, họ chỉ thích nói thật. Bởi vì nếu hôm nay họ không nói thật lòng, biết đâu ngày mai họ chẳng còn cơ hội để làm điều đó nữa.

Bà và ông Nguyện ngồi đối diện nhau, vừa nhâm nhi ăn sáng vừa rủ rỉ nói chuyện. Chuyện tuyết rơi ở New York. Chuyện hoa mộc lan nở tím trên cành. Chuyện mấy con quạ kêu ầm ĩ mỗi khi kéo nhau bay ngang qua mái nhà. Chuyện ông Bill đi lượm chai trong bồn rác để mang đi bán kiếm vài đồng. Họ ăn xong bữa sáng rồi mà câu chuyện vẫn chưa dứt.

Buổi trưa nếu bà làm biếng nấu nướng thì ông đi bộ tới tiệm cơm ở bên kia đường để mua hai hộp cơm mang về. Sau đó ông cầm bịch rác to tướng mang ra khỏi nhà, lững thững đi tới bồn rác ở cách nhà khoảng bốn trăm thước, vừa đi vừa hít thở cho tiêu cơm.

Buổi chiều hai ông bà rủ nhau đi lòng vòng quanh cư xá để tập thể dục. Họ bước chầm chậm trong ánh nắng chiều vàng vọt, trong sự im lặng và tĩnh mịch của buổi hoàng hôn.

-Anh có thấy lạnh không anh?

-Không, em. Anh mặc đủ ấm rồi em.

-Một lát nữa mình ăn tối với cái gì nong nóng nghen anh.

-Nếu em thích ăn mì vịt tiềm thì anh đi mua cho.

-Mì vịt tiềm của tiệm Lục Đỉnh Ký ăn được lắm đó anh.

-Ừ. Lát nữa anh đi mua về cho em.

Ông Nguyện chìu chuộng bà như thuở vẫn còn đôi mươi, còn bà thì mềm mỏng và dịu dàng như cô thiếu nữ mười tám. Họ nói chuyện thủng thẳng với nhau, không cáu kỉnh cũng chẳng giận hờn, cứ hết lòng "tương kính như tân" với nhau. Khi bà mệt thì ông đứng sau lưng bà, bóp vai, bóp lưng. Khi ông mệt thì bà đỡ ông nằm sấp xuống, xoa dầu, cạo gió cho ông. Bà nương vào ông, ông tựa vào bà, họ cần có nhau như đũa phải có cặp, dép phải có đôi, không cần biết ngày mai ngày mốt ai sẽ là người ra đi trước, ai là người khóc ai trước, ai sẽ là người tiễn đưa ai trước.

Sau bữa ăn, bà đứng trong khung cửa sổ nhìn theo ông tay cầm bịch rác to tướng, đi chầm chậm tới bồn rác. Mái tóc ông bạc trắng như cước làm trái tim bà gợn lên chút xót thương. Sống với nhau hơn gần hai ngàn ngày (chỉ là ngày thôi, không hề có đêm) bà nhận được biết bao sự chăm sóc tự nguyện mà ông dành cho bà. Bữa điểm tâm sáng nóng hổi. Bữa cơm trưa nhẹ nhàng với dĩa trái cây ngọt ngọt, chua chua. Bữa ăn tối nóng sốt dưới ngọn đèn chùm màu vàng cùng với một ly rượu chát nhỏ chia đôi. Những hình ảnh ấm cúng giữa ông với bà như cuộn phim quay chậm cứ hiện về rõ mồn một trong trí óc khiến có lúc bà mỉm cười một mình khi vân vê tấm rèm vải trong tay, chờ đón ông đẩy cửa bước vào trong nhà.

Tình yêu của người già mong manh như chiếc lá úa vàng trong mùa thu. Lúc đó những chiếc lá khô quắt queo lại chỉ dính một chút xíu vào cành cây chực chờ một cơn gió nhẹ thoảng qua là rơi rụng lả tả. Bà hiểu điều đó nên rất trân quý tình yêu, tình bạn của ông Nguyện dành cho bà. Đi đâu (đi shopping, đi mua sắm) bà cũng năn nỉ ông đi theo, để bà được nắm tay ông, để bà có thể làm bộ hỏi ý kiến ông về món đồ muốn mua, để bà được hưởng cảm giác bà vẫn là một nhân vật quan trọng, quan trọng nhất trong đôi mắt ông.

Tới tháng ba năm nay là bà tròn tám mươi mốt tuổi. Còn ông Nguyện thì được tám mươi lăm. Già thì già, họ vẫn cảm thấy hạnh phúc – hạnh phúc hơn một tỷ người khác – cho dù hạnh phúc đó vẫn được họ đếm từng ngày sau mỗi buổi sớm mai thức dậy...

Nguyễn Thị Bích Nga

uống thì uống quách cho xong
xong thì xong chắc chi lòng ta vui
mai ta đã bỏ đi rồi
cồn kia bãi nọ ai ngồi thay ta
chim trời ai đợi chúng ca
sông xanh ai lội hồn qua nắng chiều
phố khuya còn bóng hắt hiu
nhặt trong thiên hạ đôi điều bâng quơ

UỐNG RƯỢU MỘT MÌNH 2.

ĐẶNG KIM CÔN
NĂM THÁNG BÂNG KHUÂNG

Người dân trong ấp này đã kịp lũ lượt kéo nhau đi tị nạn qua đêm, gọi là đi ngủ. Ban đêm ở đây mọi người phải sống giữa hai lằn đạn, mà phần lớn là lo sợ sự khát máu của "trên núi." Nói là trên núi xuống, nhưng thật ra họ ngoi đầu từ những hầm bí mật ra. Nếu như ban ngày, chính quyền, quân đội quốc gia hoạt động mạnh mẽ thế nào thì ban đêm, quân trên núi nghênh ngang khắp xóm làng với sự a dua của bóng tối và sự tiếp sức của đám nằm vùng. Không có sáng nào không có một vài cái chết do họ xử, gọi là cảnh cáo, răn đe, hoặc một số thanh niên, trẻ con mới lớn bị họ bắt lên núi. Thỉnh thoảng họ cũng đụng độ phải lính bên này, phải bỏ lại 5, 7 xác, nhưng cũng không ngăn được những ngõ ngách bất ngờ họ mọc lên chém giết. Đó là cái lý do, chiều vừa xuống, mọi người đã bồng bế nhau về phố tìm nơi tá túc qua đêm.

Chiều nay chàng và nàng tan trường có hơi sa đà một chút, nghêu ngao bên mấy bãi cỏ mượt bên vệ đường, mặc xe cộ chạy qua lại, chàng và nàng thả hồn trong lời ca không tiếng nhạc của những "Xa Vắng, Những Đồi Hoa Sim, Đồi Thông Hai Mộ" đến nắng tắt lúc nào không hay. Về đến nhà thì ba mẹ đã đi ngủ, chỉ còn đứa em gái chờ đợi họ về để được cùng đi xe đạp vào phố như mọi ngày. Thường ba mẹ chỉ lo mấy đứa nhỏ, còn lớn như chàng và nàng thì ba mẹ đã quen yên tâm, chúng hồn ai nấy giữ, đứa nào cũng biết tìm một chỗ bạn bè, và đã nhiều năm tháng như vậy. Mỗi người ăn vội cơm tối để kịp vào phố mà cũng không kịp.

Nàng và chàng với hai đứa em gái 14, 15 tuổi đang cùng căng thẳng, hoang mang, lo lắng trước bóng tối âm u đang sập xuống, mà những con đường dẫn về thành phố đều đã kẽm gai giăng bít. Không tính toán nhiều nàng dắt vội ba người ra căn phòng nhỏ phía trước nhà, căn phòng của gia đình nàng thường thì bỏ không ban đêm, ban ngày cho người ta thuê làm chỗ đặt bàn máy may, đến chiều thì họ dọn về.

Đêm âm u rợn người im lặng. Không ai nói với ai điều gì, căn phòng dịu dàng im lặng. Căn phòng nhỏ, chỉ đủ chỗ cho một cái giường nhỏ, một chiếc chiếu nhẹ nhàng im lặng trải dưới đất làm chỗ nằm cho ba người, hai đứa em gái nằm bên ngoài, chàng nằm sát giường và nàng nằm trên giường.

Đêm nặng nề chờ đợi một điều không mong nào đó. Quân trên núi đã quá quen thuộc mọi ngõ ngách, nơi đâu có lính quốc gia, nơi đâu là an toàn khu của họ.

Đêm bâng khuâng rơi chậm. Thỉnh thoảng ngoài xa đâu đó có một vài tiếng súng lẻ tẻ, tiếng chó sủa, tiếng chim nháo nhác hốt hoảng bay lên càng hứa hẹn một sớm mai đâu đó có gì.

Hai đứa em gái đã nhanh chóng rơi vào giấc ngủ, hơi thở đã nghe đều đều. Chàng và nàng có lẽ đầu hôm chưa thể chợp mắt sớm, cả hai cùng nghe tiếng thở dài của nhau, cùng bất chợt cảm thấy sao mình cô đơn quá. Không biết đến một lúc nào, chàng nghe tiếng nàng xoay trở trên giường, chàng cảm nhận nàng đang nằm ngang về phía đầu giường, có lẽ hai chân nàng co lại về phía vách tường, đầu nàng chỉ cách mặt chàng chừng hai tấc, bằng chiều cao của chiếc giường nhỏ thấp. Mấy sợi tóc bắt đầu rơi lòa xòa trên mặt chàng. Im lặng. Tim chàng đập mạnh. Hương chanh rạo rực trên mái tóc dài phả khắp mặt chàng. Im lặng. Chàng nín thở đưa tay vuốt thật nhẹ mái tóc, ép vài sợi tóc vào mũi, hôn, hôn, hôn mạnh hơn chút. Vẫn im lặng. Chàng lón lén bàn tay lần lên phía đầu nàng, vẫn im lặng. Vừa mong nàng hay mà cũng vừa mong nàng không biết gì. Chàng vẫn để im bàn tay như vậy, đầu nàng có vẻ như cựa nhẹ gối lên bàn tay chàng. Nghe như hơi thở nàng vẫn đều đều. Chắc nàng ngủ say. Có chút nhồn nhột trên mặt nhưng chàng vẫn giữ im như vậy. Hương chanh dìu dịu khe khẽ đi vào những giấc mơ cỏ non bềnh bồng hoa bướm, những lời tình ca dặt dìu gửi gắm gì đó xa xôi...

Không biết đến bao giờ nàng mới biết mái tóc lả lơi ác độc của nàng đã quấy rối bàn tay và chiếc mũi tham lam của chàng ra sao, đến khi trời hừng sáng, khi mọi sinh hoạt bắt đầu lục tục trả lại cái hơi thở bình thường cho mọi người, chàng mở mắt thì mộng thực đã ra đi, căn phòng chỉ còn một mình chàng...

Chàng bồi hồi nhìn chiếc giường, không hiểu sao cái chiều dài thênh thang là thế mà nàng lại co cụm nằm ngang sát cạnh đầu giường?

Nàng dừng chiếc Honda Dame lại trước một căn nhà, mở cổng đẩy xe vào. Chàng hỏi:

-Sao ở đây?

-Mướn.

Nói là căn nhà, nhưng chỉ là một căn phòng rộng, phòng khách, phòng ngủ là một bộ bàn gỗ nhỏ và chiếc giường, được ngăn đôi bởi một chiếc ri-đô. Nàng vội vã thay quần áo. Khoảng cách hai người không đủ xa để chàng không phải nghe tiếng sột soạt lúng túng của áo quần, cũng như bóng một vệ nữ thấp thoáng trong tấm màn, chàng nín thở, bất giác đưa tay vuốt ngực, tim đang đập mạnh:

-Ác.

-Gì? Ông cà chớn, tui giết ông chết tức khắc.

Chàng cười lì lợm:

-Tấm rideau mỏng tang.

Nàng vén màn bước ra trong bộ đồ bộ, mắt hấp háy cười, nguýt chàng:

-Ngồi đó, tui nấu cơm.

Bếp là mấy cái lò sô đặt trên chiếc bàn nhỏ ở góc phòng, chàng không "ngồi đó" theo lệnh của nàng, mà xớ rớ bên nàng:

-Có gì cho tui làm không?

-Làm ơn, để tui làm, gì cũng sẵn, 15 phút là có ăn.

-Ai nói tui tới đây để ăn vậy?

-Nữa! Nhưng mà tui chở ông về để ăn cơm mà.

Chàng cố tình đứng sát nàng để nghe mùi chanh dìu dịu trên tóc nàng thoang thoảng. Chàng hít hít, lẩm bẩm:

-Hương chanh…

-Gì? Bộ có em nào tên chanh hả?

-Xàm. Mùi chanh trên tóc. Hồi nãy ngồi sau xe ngược gió, hương chanh xộc vô mũi nồng nàn, dễ thương quá.

-Ừ, mùi chanh, mà là dầu gội mua ở tiệm, chứ không phải mùi chanh nguyên chất ngày xưa.

Chàng giật mình. Ở đâu ra hai tiếng ngày xưa ấm áp kia? Có gì trong tâm tưởng nàng cái mùi chanh gội đầu ngày xưa ấy? Đêm xưa, nàng thức hay ngủ?

Không phải nồi Thạch Sanh mà bữa cơm cứ như muốn kéo dài. Những món trên trời dưới biển mặn lạt nồng cay cứ bày ra không dứt, chàng thắc mắc:

-Sao bà lên tận nơi đèo heo hút gió này?

-Chứ dưới mình trong vòng 100 cây số kiếm đâu được một chỗ ngồi. Ra trường xin về ngồi đây đã rồi tính. Ông biết tui làm đâu không?

-Sao biết?

-Chỗ ông chạy xe qua 3 phút. Tòa Hành Chánh tỉnh đó.

-May bà đến tìm tui, chớ không… sắp chuyển đi rồi.

-Thiệt?

-Thiệt mà.

-Đi đâu?

-Xuống cách đây 60 cây số, mà giao thông toàn trực thăng.

Nàng buông đũa, chống cằm nhìn chàng, nửa đùa nửa thật:

-Có khi nào tui cũng xin xuống dưới đó làm không? Hay chiều nay tui xin nghỉ, mình đi chơi.

-Tui bận quá. Nhiều việc phải bàn giao, sắp xếp này nọ. Ngày tháng còn dài mà. Cũng có thể tui công tác về, hoặc bà… quá giang trực thăng xuống.

Nàng không phản ứng gì cái đề nghị hơi... bạo dạn đó, mà ngồi im lặng như suy nghĩ:

-Tới nơi biên thư về liền cho tui. Cứ thư về Tòa hành chánh tỉnh là tui nhận được.

Chợt có tiếng súng nổ càng lúc càng tăng cường độ, chàng dừng đũa:

-Tui phải vô. Ngoài kia đánh to kiểu đó, người ta dễ gọi về xin yểm trợ, mình ở ngoài này có gì đi tù như chơi.

-Tui đưa ông vô.

Tấm ri-đô một lần nữa bứt rứt ray động, bộ áo dài trắng như thời nữ sinh vội vã khoác lên người, nàng không quên quẹt chút son môi, cọ chút chì mắt. Hình như chàng thấy lòng có chút gì đó buồn buồn.

Nàng trao tay lái cho chàng:

-Tui muốn ngồi sau.

Hai người trông như hai cô cậu thời học sinh, chàng nhớ hai đứa cũng đã từng ngồi chung trên một chiếc xe đạp. Giờ chỉ khác, ngồi trước tà áo dài trắng là bộ treilli.

Chàng chạy xe thẳng vào cổng, dừng xe trong sân đơn vị, xuống xe, nàng cầm tay chàng, giọng chùng xuống, nước mắt rưng rưng:

-Có còn thời gian cho em nữa không?

Chàng giữ chặt bàn tay âm ấm của nàng:

-Không biết.

Cây cầu bằng gỗ rừng, do tù binh làm, bắc qua con suối lớn trên đường vào trại, nơi trưa trưa chiều chiều chàng và vài người bạn tù gánh xong nồi chén bát nhà bếp ra đây rửa. Chàng được phân công luân phiên về tổ nhà bếp, một công việc được coi rất ư là hoàng gia vì là "khó nhà kho, no nhà bếp" ở cái nơi lúc nào cũng đói khát này, vừa được cải thiện ít nhất cũng mấy miếng cơm cháy, đôi khi còn mang về lán cho bạn bè, vừa được ra suối ngồi thẩn thơ... gửi gió cho mây ngàn bay, thỉnh thoảng nhìn những người khách lạ từ đâu đó khăn gói qua cầu thăm người nhà đang bị tập trung "học tập cải tạo" ở đây.

Mấy tháng nay người nhà chàng chưa lên thăm, nên ngồi đây nhìn người từ xã hội đến cũng thấy ấm lòng, nhiều khi cũng thầm mong gặp một ai quen, han hỏi vài câu đỡ buồn, dù nội quy cấm không được tiếp xúc người ngoài.

Trưa nay, một bóng dáng rất quen đang bước trên cầu. Cũng như bao người, trong bộ đồ bà ba đen, cũng vừa bước chậm chậm, vừa tò mò nhìn xuống mấy người tù dưới suối. Nàng. Bất chợt chàng đưa thẳng tay lên, miệng há hốc không nói ra lời. Chàng cũng thường nghĩ đến nàng, không biết nàng có bị tập trung kiểu nào. Sao nàng vẫn ở ngoài được, chắc giấu không khai.

-Anh!

Bước vội qua cầu, nàng dừng lại, một chút loay hoay với cái túi xách, nói vói xuống:

-Em không biết có thể gặp anh ở đây. Anh chạy lên đây chút được không?

-Không.

Nàng đưa tay quệt nước mắt, thảy xuống chỗ chàng ngồi một bọc nilon nhỏ, dùng dằng không muốn bước đi:

-Giữ sức khỏe. Có thuốc sốt rét đó. Liều 3 viên.

Nàng như loạng choạng bước liêu xiêu về phía bãi thăm nuôi.

Thằng bạn tù hỏi:

-Ai vậy?

-Nhỏ bạn trong xóm.

-Thăm ai đây?

-Chồng cổ.

-Thằng nào vậy? Coi như nó xui. Hụt hết một phần quà…

Chàng cười buồn. Mấy người đàn bà nữa, dáng vẻ phờ phạc, có lẽ từ xa đến, khập khiễng bước qua cầu.

Mấy rổ xoong chén đã được rửa xong mà chàng vẫn ngồi thừ ra, bần thần chưa muốn quảy về. Hình như chàng vẫn dõi theo con đường nàng đi, như đang mong bước chân nàng quay trở ra. Để làm gì?

Đặng Kim Côn

NGUYỄN ĐỨC NAM
MÙA THU MẠC-TƯ-KHOA

tặng Nguyễn Việt Anh và Anh Hồ Thanh.

Từ St Petersburg ta về Mạc-Tư-Khoa,
Hình như bây giờ là những ngày cuối Thu?
Mạc-Tư-Khoa mờ ảo trong sương mù,
Ta đi tìm hình bóng Doctor Zhivago
Và Người Đẹp Lara Antipova
nhưng chỉ thấy lá vàng rơi đầy lối xưa …

Nhớ người-con-gái-Hà-Nội ở Warsaw,
đã một thời đẹp như trong truyện cổ,
sang Mạc-Tư-Khoa trình tấu Piano
 nhạc phẩm của Chopin Fantaisie-Impromptu,
và Polonaise in A-Flat major,
sau khi nghe nhạc Chopin, đêm về nằm mơ…

Trong cung điện mùa hè của Nga Hoàng,
những chàng trai quý phái và các người đẹp nhẩy valse,
quay tròn, quay tròn thướt tha và uyển chuyển,
ôi sang trọng sao khúc nhạc vàng,
ôi siêu thoát sao tiếng đàn dương cầm !

Em đầu độc ta từ đêm hòa-tấu ấy,
từ ngày ta từ cung điện nghỉ hè về đây.
Em làm tim ta đau nhói,
mỗi khi nghe tiếng dương cầm vang dội
ta không gặp Doctor Zhivago và Lara ở Mạc-Tư-Khoa,
ta sẽ đi tìm Người-Con-Gái-Hà-Nội đàn piano,
Bên Warsaw… ./.

Orange County, SoCal, Mùa Cách Ly

VƯƠNG HOÀI UYÊN
KHÚC THU

Có một buổi chiều như thế ở trong em
Khi những cây phong trong vườn vừa thay màu áo đỏ
Nắng hanh hao chở mùa về cuối ngõ
Thu!
Thu về rồi trong sâu thẳm hồn em.

Em như người lữ khách xa xăm
Ngồi lại một mình bên mùa Thu viễn xứ
Gom lá vàng như những mảnh thư tình vụn vỡ
Của mùa Thu nhờ gửi lại mùa Đông.

Có bao giờ anh về lại bên sông
Con thuyền chở Thu vàng đã xuôi nửa dòng con nước
Em vẫn là em của những mùa Thu trước
Làm sao níu thời gian trôi trên hữu hạn đời mình?

Vẫn là khi mùa Thu ngoảnh mặt vô tình
Để cơn gió heo may cứa sâu vào nỗi nhớ
Em ngồi giữa mùa Thu xào xạc gió
Đong đưa đời mình như chiếc lá Thu phai ./.

(Denver – Colorado – USA)

DAN HOÀNG
Thu Nhớ

Mùa thu mặc vào chiếc áo chia ly,
Từ thủa ấy em đi không trở lại.
Khiến đất trời cứ ủ rủ tê tái,
Lá vàng rơi rơi mãi phủ không gian.

Buổi sáng nay mưa lác đác trên ngàn,
Anh tìm lại những con đường phố cũ.
Kỷ niệm năm xưa giờ như còn đó,
Quán cà phê nơi góc phố bình yên.

Đứng trông vào lòng bỗng nhớ em thêm,
Nơi hai đứa ngồi sáng nay còn trống.
Cái ghế chơ vơ trông buồn hụt hẫng,
Như đang chờ người quay lại hàn huyên?

Biết tìm đâu ở thế gian đảo điên,
Một nụ cười làm hồn anh ấm áp?
Mười năm trôi cuộc đời vẫn tẻ nhạt,
Con tim từng ngày tan tác mưa bay.

Mùa thu nơi đây làm đôi mắt cay,
Sợi thời gian buộc rối ngày vào tối.
Cứ trách mình sao tiếc một lời nói,
Để bây giờ xám hối chạy trên môi ./.

Phố biển, 10/07/23

NGUYỄN VĂN ĐIỀU
Chào Thu

Vẫy tay chào nhé, Tháng Mười
Ngày đi vội quá dòng đời miên man
Ngồi đây mà ngắm Thu sang
Lá xanh đang chuyển sang vàng ngoài kia

Còn ta một cõi đi về
Đã xa rồi những đam mê ngút trời
Một lần thâm tạ ơn đời
Và còn em để buồn vui đường trần

Bàn tay năm ngón phân vân
Nghe lòng hiu hắt mỗi lần Thu qua ./.

VINH HỒ
Thơ Mùa Thu Tím

1
Choàng chiếc áo màu tím nhớ thương
Mùa Thu về đứng ở bên đường.
Lá phong vàng rụng trên sông Lục
Chim vịt kêu buồn dưới bến Tương.
Danh vọng tựa phù vân ảo ảnh
Cuộc đời là cát bụi vô thường.
Chờ người ghế đá sầu cô quạnh
Chiều xuống công viên ngập khói sương.

2
Thu về tím cả lối em qua
Tà áo mây bay đẹp thướt tha.
Suối tóc liêu trai càng diễm ảo
Thân hình ngà ngọc thêm hiền hoà.
Bờ hồ thương nhớ trao ngàn nụ
Góc phố tương tư gởi vạn hoa.
Tình tựa khói sương hồn đắm đuối
Ngàn năm còn mãi nét thu ba ./.

LÊ THỊ CẨM HƯƠNG
TÌM LẠI MÙA THU

Thôi đừng tìm lại ngày thu cũ
nhặt sắc vàng phai ngỡ xanh xao
thời gian bôi xoá lời xưa hẹn,
chôn kín đời ta lạc giữa nhau.

Em đi, từ độ thu năm ấy
ước hẹn duyên xưa để lỡ làng
anh giờ thôi nhớ, không mong nữa
lạc giữa nhau chiều thu dở dang.

Một thời biển trót yêu say đắm
sóng tận trùng khơi vẫn bạc đầu!
dã tràng xây mãi lâu đài cát
ngây dại giữa đời dâu bể dâu!

Nào trách trời cao gieo trắc trở
trách một đời ta đã mệt nhoài
buông nhau giữa bộn bề mây nước
mặc nắng bên thềm... mặc nắng phai!

Thôi tìm chi nữa? Thu đâu nữa!
gửi gió mang theo những phụ phàng,
chôn vùi sắc lá mùa phai nhạt
nắng gọi xuân tình nhẹ bước sang! ./.

HOÀNG HOA THƯƠNG
Thu Xưa

Ngồi đây kể chuyện đời năm cũ
Nâng cánh tay chào đón nắng thu
Nhớ ngày rách áo hồn phiêu bạt
Là tím trong ta thuở lưu tù

Từ hôm trở thành người biệt xứ
Đội nắng dầm sương trên núi cao
Tới đây một lũ người lơ láo
Nhìn nhau chung nỗi buồn quê nhà

Mùi tóc Kiều nương chừ rất lạ
Ngâm câu khanh tướng thẹn sơn hà
Đời thà chê ta lũ vô dụng
Như người Xuân Thu buồn gió đông

Bạn cứ trách rằng ta bỏ rơi
Trò chiến tranh dở khóc dở cười
Có hai số phận hai người lính
Ai chết đi cũng là thiên tai

Ta nhớ ngày xông pha đầu tuyến
Bạn cười khinh bạc ngắm mông lung
Đã biết mẹ già trong vùng chiến
Mỗi quả đạn rơi máu nghẹn dòng

Em hãy bồng con lên đầu núi
Cho lòng hoá đá một lần thôi
Để muôn sau sẽ là chinh phụ
Dẫu rằng chinh chiến qua lâu rồi

Ta cũng trần thân nơi đất khổ
Lâu ngày lăn lóc thành giang hồ
Giang hồ chi ta mà biệt xứ
Một ngày ở núi cũng thiên thu

Em cứ ra chờ nơi bến xưa
Ta vin đồi gió hái hoa mua
Ngắt từng cánh thả theo dòng suối
Mai mốt mang tình ta về xuôi

Đừng hỏi ngày xưa sao đoạn chiến
Để rồi tăm tối suốt trăm năm
Mỗi mùa thu tới lòng ray rứt
Se từng sợi tóc đếm tuổi xuân

Bây giờ phiêu bạt xa nguồn cội
Dựa gốc thông già nhìn mây trôi
Một đời vút qua như bóng núi
Ai biết lòng ta không ngậm ngùi !

Viết từ thành phố Bolsa, California

BEN OH
THU ĐẾN

Dịu dàng mặt nước trong
Lơ lửng vài hạt nắng
Sương biên thùy se lạnh
Thu về ta nhớ mong.

Chiều chiều rồi chợt nhớ
Trên con đường gập ghềnh
Biển sâu nào biển cạn
Giữa dòng đời lênh đênh.

Thu đến với nỗi niềm
Trong giây phút lặng yên
Thu về bên hạt bụi
Mượn trăng khuyết chút thiền.

Ta nghe sóng vỗ về
Từng bước chân lê thê
Chạnh lòng thương nỗi nhớ
Một vùng đất xa quê.

Bao nhiêu ngày viễn xứ
Để mùa thu cô miên
Bên sớm chiều tư lự
Xa nhau với nỗi niềm.

Đêm về hàng liễu ru
Từng cơn gió vi vu
Trăng hỏi sao không ngủ?
Để đêm về mưa thu ./.

VÕ CÔNG LIÊM
HUYỀN THOẠI CỦA THU

hình như ta chỉ có hai mùa
mưa nắng đề huề
và. mùa thu không đến giữa cõi đời này
thì làm chi có thi sĩ với người điên
để lá về khóc miết với tàn thu
giữa trời thế kỷ sao rơi bất tận
lá khép đời say mê hồn tục lụy
húp cạn chén tiêu tương mà nhớ
một đêm trăng ướt trong tay mướt
mùa thu lúc đó đi đâu nhỉ?
ta với người chung một trời xưa
những khi lá đổ muôn chiều
là lúc thu cảm thu sầu tương tư
em. nguyệt bạch
ta. bóng đè
phố xưa. thu đứng. rong mây
gió thổi tơi bời tóc trắng bay
nghe như tiếng nhạc sầu nhân thế
trăng vẫn về trong dáng tuyết thu
em mắt môi nhiệt đới
ta là gió cuồng si
thành phố phiêu du hồn nhiên em trở lại
trong mắt biếc giữa mùa trăng giả tưởng
tâm hồn là biển nhớ là sóng vỗ là lời ru
vàng cánh hạc thu bay về viễn xứ
nương long em thắp nắng với trời không
điên. ta hiếp dâm bằng mắt [dê] cho kỳ được
và liếm những tàn dư rụng xuống đời
cho hồn trăng mở cửa đón trao tình
ngọn gió tây phong đâu lạ thế? thật bất ngờ
trên sân thượng nghiêng vai một đóa
huyền thoại của mùa thu
thu không. hay tiếng dế khóc thu [chết]
tôi. bước vào cõi lặng. lặng bốn bề
con chó sủa vào trăng ./.

VÕ DƯƠNG HỒNG LAM
Tương Tư Mùa Thu

Tôi thức giấc đưa em vào cuối nẻo,
Đường lên đồi cỏ ướt lối chân đi,
Rồi gục khóc một mình trong lạnh lẽo,
Nhìn sao đêm, trăng rụng nguyện thề.

Khi trời đất còn nổi cơn gió bụi,
Khi mùa thu còn thương nhớ sương khuya.
Tôi nguyện về bên em làm tôi tớ,
Thả mây bay cho tám hướng giăng mờ.

Có phải đêm qua em nằm trong mộng?
Mùa thu về len lén ở vành môi,
Em chợt thức uống mùa thu lạnh mất,
Nên bây giờ thương nhớ gởi trong tôi?

Hay em đã đem mùa thu giấu kín?
Vào trong tay, trong mắt, trong môi em.
Rồi em thả tóc buồn làm mây tím,
Nhỏ lệ sầu làm những giọt mưa đêm.

Tôi sẽ trải vàng thu chen kẻ lá,
Mưa buồn rơi giăng mắc lối em về.
Từng cánh nhạn bên trời khuya lặng lẽ,
Cũng âm thầm theo dõi bước em đi.

Tôi sẽ gọi tên em là Chức Nữ
Bởi ngày xưa em dệt lụa cho trời.
Cầu Ô Thước hỏi dài bao nhiêu nhịp,
Ngưu Lang đành chờ đợi đến tương tư?

Tôi sẽ gọi sao trời về làm chứng,
Bởi vì xưa em thục nữ yêu chồng
Bởi ngày xưa em là trang mỹ nữ,
Vì yêu chàng nên phải đọa bên sông.

Ơi Ngân Hà! Bao xa mà cách trở,
Ơi mùa thu, ngày tháng Bảy đêm rằm,
Ơi Ngưu Lang! Ngẩn ngơ chi bên đó,
Sao chưa về đưa Chức Nữ sang sông.

Chuyện tình ấy ngàn xưa ai đã viết,
Mà ngàn sau mây tím vẫn giăng mờ.
Mà ngàn sau mưa sầu còn giăng mắc.
Để thu về lụt lội đến trăng sao.

Ta mang số kiếp thẩn thơ, sầu mộng
Bài Tương Tư xin gửi tặng cho đời.
Để một mai em về qua xứ lạ,
Ngắm mây trời mà nhớ đến thu xưa... ./.

HUỲNH LIỄU NGẠN
Mùa Thu Hoa Khế

nắng tràn lên ngọn triều khê
em con sâu róm ngủ mê thật mềm.
tình anh cỏ ướt sương đêm
nhịp tim vụng dại như rêm lên cành.

em nằm mộng thuở trăng xanh
tóc dài buông xuống đồi tranh mơ màng.
mùa thu hoa khế rụng vàng
lòng anh nhuộm tím mấy hàng cau tơ.

đưa tay anh vén lại bờ
môi nghiêng mỏng gió ơ thờ bên sông.
chiều tan từng sợi tóc bồng
hương bay bảy sắc cầu vồng vai anh.

lên đồi dìu bóng thiên thanh
cho em lót lá ươm cành mỗi đêm.
mùi hoa khế lọt qua thềm
hồng thơm núm ngực em mềm như mây ./.

6.9.2023

NGUYỄN NGUYÊN PHƯỢNG
TÌNH KHÚC MÙA THU

Cho ngày vui mượt cỏ
đợi bước chân em về
đóa cúc vàng bỡ ngỡ
nắng rơi xanh hàng me.

Cho một ngày thương nhớ
mưa ngậm ngùi lay phay
bàn tay nào níu với
nồng nàn cuộc tình say.

Cho mùa Thu đến sớm
ôm nhánh đời bơ vơ
nghe chiều hương xưa đượm
áo bay thời ngẩn ngơ!

Sầu ru triền miên sóng
giăng hồn Thu hanh hao
thả tim chìm vào mộng
tay sen thơm buổi đầu.

Cho dấu tình ngọt mật
Nghiêng đời bờ môi em
Biển dâu ngân nga hát
Khúc ca Thu thần tiên.

Xuân Lộc, 7/8/2023

ĐẶNG XUÂN XUYẾN
Thu Năm Nay Lạ Thế?

Thu năm nay lạ thế
Heo may vàng ngõ quê
Đêm cựa mình tiếng dế
Xới vang cả góc trời.

Ồ rúc rích ai cười
Rộn ngõ quê đến lạ
Mà như là trong lá
Thì thầm lời triền đê.

Ai hát khúc tình quê
Dặt dìu câu giã bạn
Kìa hàng cây xòe tán
Vươn cao nhiều hơn xưa.

Chợt nghe khúc đò đưa
Giữa đồng quê bát ngát
Lúa se mình mấy hạt
Nắng nhuộm vàng rẻo đê.

Thu năm nay lạ thế
Heo may vàng ngõ quê
Đêm cựa mình tiếng dế
Thì thầm lời triền đê! ./.

Làng Tăm, 16 tháng 8-2023

HOÀNG NGỌC HÒA
TRỘM CƯỚP Ở MỸ

Chuyện xảy ra trước dịch Covid-19, tôi đã không định viết về nó, nhưng dạo sau này, các chuyện tương tự đã, đang và sẽ xảy ra trên các thành phố đông người Việt sinh sống, nên một chút kinh nghiệm có thể giúp cho những người chưa bị trộm viếng nhà một cơ hội, để có thêm phương pháp ngăn ngừa bị mất cắp với mục đích thông tin và an ninh cộng đồng. Bị ăn trộm viếng mà không mất gì, lấy lại được hết vì bọn chúng bị bắt tại trận cùng tang vật như trường hợp chúng tôi rất hiếm xảy ra.

Trên toàn nước Mỹ thì ăn trộm *(lúc nạn nhân không có mặt tại hiện trường)* hay ăn cướp *(robbery, là dùng vũ lực hay có vũ khí uy hiếp nạn nhân)* xảy ra hằng ngày, có thể cho bất cứ ai, nhưng sau này trộm cũng biết những người Mỹ gốc Châu Á hay cất giữ tiền mặt, nữ trang, nên các vùng có nhiều người Á Châu bị nhắm mục tiêu nhiều hơn, kể cả các nơi có nhiều người lui tới như chùa chiền hay các cơ sở thương mại tại tiểu bang California. Một loại cướp nguy hiểm hơn gọi là *"home invasion" (xâm nhập vào nhà bằng nhiều cách, bọn cướp uy hiếp cả gia đình, có khi tra khảo hay bắt làm con tin để lấy tài sản quý giá, một người phải đi với bọn chúng để lấy tiền ở ngân hàng như vụ án đã xảy ra vào tháng 7, 2007 tại Cheshire, Connecticut, mà bọn cướp đã giết cả gia đình (chỉ còn ông Bác Sĩ chủ nhà sống sót) sau khi đã cướp và đốt nhà để phi tang.*

(https://en.wikipedia.org/wiki/Cheshire_home_invasion_murders).

Một vụ khác ở ngay thủ đô Hoa Thịnh Đốn vào ngày 14 tháng 5 năm 2015, cả nhà 4 người đều bị giết, ông chủ nhà là một võ sư Thái Cực Đạo, nhà bị đốt sau khi bị ăn cướp, tên cướp đã từng là nhân viên của ông chủ nhà, chỉ bị bắt khi DNA của miếng pizza còn ăn dở dang.

Bọn cướp của hai vụ này chỉ bị tù chung thân, vì cả hai nơi đã hủy bỏ luật xử tử hình cho các tội phạm.

Ăn trộm hay còn gọi là *"đạo chích"* (burglary) thường hay đi theo nhóm 3 hay 4 người, một tên giả làm nhân viên nhà nước hay các công ty sửa chữa điện, nước... để gõ cửa nhà nạn nhân, dù trước đó đã thăm dò xem lúc nào thì chủ nhà đi vắng: đi làm việc, đi ăn trưa hay đi xa... Khi không thấy ai mở cửa trước, bọn chúng vào phía sau, nếu các cánh cửa không khóa thì chúng vào tự nhiên, ít khi hàng xóm thấy vì nhà nào cũng có tường hay hàng rào che. Một tên ở lại trong xe (tài xế) làm *đề-lô (liên lạc viên)*, dùng điện thoại để liên lạc với đồng bọn trong trường hợp người chủ nhà về. Lúc vào nhà, chúng chia ra lục soát các phòng ngủ nhất là *master bedroom* và tủ áo quần nơi có thể cất giấu tiền bạc, két sắt, nữ trang hay đồ quý giá, kể cả trong tủ lạnh hay các bồn nước phòng vệ sinh.

Sau khi lục soát và bỏ vào các xách tay, bọn chúng cũng không chừa nơi *garage* đậu xe, nhiều người đậu xe trong *garage* không khóa cửa, xâu chìa khóa còn nằm trong ổ, có khi cả chìa khóa nhà là mồi ngon cho ăn trộm, vì bọn chúng thường dùng các xe đã ăn trộm cho phương tiện di chuyển và tẩu tán tang vật.

Chúng thường hay mặc loại áo có nón che *(hoodie)* và mang găng tay để che dấu nhận dạng nếu bị máy thâu hình và với kỹ thuật hiện đại, bọn chúng thường cắt dây điện, điện thoại hay *internet* bên ngoài trước khi vào nhà để chủ nhà không liên lạc trực tiếp với hệ thống thâu hình được lúc không có ở nhà. Nếu nhà có gắn hệ thống báo động có hãng thăm chừng *(burglar alarm)* thì nếu bị cắt dây, trừ phi dùng *cellular program* (phải trả thêm lệ phí hằng tháng), hệ thống ở nhà không liên lạc được để báo cho các cơ quan công lực thì bọn ăn trộm đã có đủ thời giờ ra khỏi hiện trường, mà một khi các tang vật đã bị phi tang, không có thì rất khó để kết tội bọn chúng.

Từ lúc xây nhà, vì kỹ thuật về hệ thống thâu hình chưa tối tân như bây giờ, chúng tôi chỉ gắn máy thâu/phát hình *(cameras)* chung quanh và trong nhà có phát/thâu hình và xem qua mạng lưới *internet*, khu nhà khá an ninh nên sau vài năm xài *"burglar alarm monitor"*, thấy cũng không cần thiết nên chúng tôi cắt đi dịch vụ này cho đến năm 2019, khi đang đi làm ở sở, bà xã tôi cũng đang đi làm, nhưng hôm đó xem *cameras* ở nhà vì có hẹn với công ty làm vườn thu dọn và trồng lại các cây cảnh bên trước nhà. Tôi cũng thường có một *computer* nhỏ trực tiếp nối với *cameras* ở nhà trên bàn để xem chừng bà cụ má vợ, sợ bà té ở nhà không ai biết, sau khi cụ mất đi năm 2017 thì thỉnh thoảng mới xem. Hôm đó tôi lại ở trong phòng họp, bà xã gọi điện thoại bảo anh xem sao có người ở trong nhà mình. Tôi phóng về *office*, mở máy thì thấy có ba tên Mỹ đen đang lấy đồ bỏ vào ba cái xách tay và túi xách *laptop*. Vừa xem vừa gọi 911, cho nhân viên biết địa chỉ nhà đang bị ăn trộm (vì khi gọi, họ biết vị trí của mình qua điện thoại, không phải là hiện trường), cầm phone, vừa nói chuyện với nhân viên công lực, họ hỏi ngay xe tôi màu và hiệu gì, tôi ra bãi đậu xe lái ngay về nhà. Đến ngã tư gần nhà, các xe cảnh sát đang chận lại hết mọi người, một nữ điều tra viên *(detective)* lái xe sau tôi mở cửa hét to: "Để ông ta đi, tôi sẽ theo sau" (*"Let him go, I'll follow you"*), ông cảnh sát bảo tiếp tục, tôi lái xe đi tiếp, lúc đến trước cổng chính vào khu nhà, thấy một chiếc xe *Lexus* đời mới bốn cửa màu đen bị đụng hư hại, nắp xe trước và sau bung lên *(xe của bọn ăn trộm)*. Đến nhà, bà thám tử *(detective)* theo sau tôi, bảo tôi chờ, cô rút súng ra đi trước, cửa chính căn nhà đã bị tụi trộm mở ra. Vào nhà là cả một bãi *"chiến trường"*, đồ đạc vất lung tung, bà bảo tôi đừng đụng đến, chỉ vài phút sau, hai nhân viên sắc phục, đi một chiếc van trắng đặc biệt, găng tay màu trắng, áo khoác bên ngoài với hai cái vali màu đen đi vào nhà, họ nói để lấy *DNA* (**D**eoxyribo**N**ucleic **A**cid) thử nghiệm vì bọn chúng có mang găng tay lúc hành sự, không để lại vân tay nhưng DNA sẽ là chứng cớ lúc ra tòa vì bọn chúng thường chối để nhẹ tội, vì thế nếu không bắt được tại trận như trong trường hợp này, sẽ rất khó cho cơ quan công lực và công tố để buộc tội, ngay cả tài xế có tham dự nhưng chỉ ở trên xe, không bước vào nhà cũng đã khó để bắt tội đồng lõa của y.

Ra hầu tòa cũng là một vấn đề đối với các cộng đồng thiểu số tại Mỹ, một phần vì sợ bị trả thù, phần khác sẽ mất nhiều thì giờ cho việc khai báo *(sợ phải cho biết tiền bạc, nữ trang đã giấu)* và vì là nạn nhân và nhân chứng, nếu không có đơn tố cáo cho công tố thì không thể cho bọn gian ra tòa hay bị tù, luật pháp đã quá dễ dàng cho bọn can phạm về hình luật, nạn nhân thì cho là *"của đi thay người,"* càng làm cho các vụ phạm pháp tăng lên, nhất là thiếu thông tin và ngăn ngừa sau khi đã bị trộm viếng thăm.

Các phòng ngủ bị lục tung, các tủ áo quần bị vất loạn xà ngầu, có lẽ để kiếm đồ đạc quý giá, cái két sắt nhỏ cũng bị bật nắp tuy bà xã tôi chỉ dùng để giữ mấy giấy tờ. Cái *briefcase* bằng da đi làm của tôi có khóa số cũng bị nạy ra bằng dao để xem có gì quý giá bên trong, nói chung là bọn chúng không chừa nơi nào, chỗ đậu xe trong garage cũng vậy, nhưng khi thấy *garage* chứa quá nhiều đồ như *"mê hồn trận"* nên chúng không lục xét nhiều như những nơi khác. Có lẽ đã học cùng một sách vở nên các vụ trộm này thường giống nhau ở các điểm: dùng găng tay, che đầu và mặt bằng *hoodie*, di chuyển bằng xe ăn cắp trước đó đắt tiền, xe tốt để chạy trốn cảnh sát và ít bị để ý trong các vùng có nhà cao giá.

Khi đã có trong tay các thứ, bọn chúng thường ngang nhiên đi ra bằng cửa trước, lên xe cùng tẩu thoát. Trong trường hợp của chúng tôi, *bị bắt tại trận* (ngay lối ra vào khu nhà) vì đã bị báo cảnh sát lúc đang thi hành vụ trộm, nhà có quá nhiều đồ nên bọn chúng dành khá nhiều thời gian tìm kiếm, xui cho bọn chúng, trước khi vào nhà tôi, bọn chúng đến một căn nhà trong cùng khu vực, khi gõ cửa, bị phát hiện vì đó là căn nhà của một Đại Úy cảnh sát, ông ta có gắn hệ thống điện đàm hai chiều *(Ring Bell)*, nên đã hét lên trong máy và bọn chúng sợ, bỏ đi. Thấy kẻ lạ và ông biết là bọn ăn trộm, ông liền lái xe về nhà để xem (xe không có đèn bên trên, dấu hiệu của cảnh sát thường), về đến nhà thì nghe trên hệ thống điện đàm cảnh sát có ăn trộm gần đó trong cùng khu vực (nhà tôi) là một chiếc Lexus bốn cửa màu đen, ông liền theo dõi và hụ còi phía sau xe của chúng ngay ngã ba gần cổng. Bọn chúng dừng lại, ba tên ngồi sau chạy túa ra ba hướng khác nhau (để cảnh sát khó bắt cả bọn), còn tài xế tiếp tục lái ra cổng, vì chạy gấp nên đụng một xe khác bên kia đường. Cảnh sát đã sẵn sàng nên dùng chó săn K-9 cùng trực thăng và đã túm hết bốn đứa cùng tang vật còn ở trên xe. Vì vậy cảnh sát đã phong tỏa cả khu vực để điều tra khi tôi về gần đến nhà. Hai người *detective* cùng tôi xem lại máy thâu hình, bản sao nộp cho tòa án, tang vật được ghi dấu, chụp hình và sau đó chúng tôi phải đến sở cảnh sát để nhận lại, món nào là đồ điện tử có khóa *(password)* thì mình phải giải mã ngay tại đó để họ chắc chắn là của mình. Trong tang vật có cả các thẻ tín dụng cũ *(credit cards* đã hết hạn) và cuốn *check* ngân hàng còn trống (có lẽ bọn chúng lấy để bán cho kẻ gian khác hầu ăn cắp tiền trong trương mục hay giả nạn nhân để xin thẻ tín dụng: *identity theft*).

Người Việt có câu thành ngữ: *"Mất bò mới lo làm chuồng,"* ít ai nghĩ đến hay bỏ tiền ra để phòng ngừa, dù chỉ bị một lần như tôi cũng đáng cho cái công, của đã bỏ ra và ngăn ngừa như thế nào để khỏi *"tiền mất, tật mang,"* cũng có câu *"phòng bệnh hơn chữa bệnh"* thì chúng ta nên nghe theo.

Hiện nay vì kỹ thuật tân tiến cho các nhu liệu cũng như các đồ điện tử, giá vật liệu cũng như công gắn cũng càng ngày càng rẻ hơn, bù lại tụi trộm cũng tinh vi hơn, nhiều bọn trộm cướp đến Mỹ từ các quốc gia khác bằng giấy thị thực du lịch, nên gọi là du khách trộm cướp *"crime tourism"* hay *"burglary tourism."* Đến từ Nam Mỹ thì được gọi là *"Lanzas Internacionales,* hay *international thieves* theo tiếng Mỹ Latin. Bọn này nhắm đến các vùng khá giả tại miền Nam tiểu bang California, nhà cao hai tầng bọn chúng cũng không chừa vì là chuyên nghề *"ăn trộm"* có tổ chức, và vì làm việc có hệ thống, bọn chúng theo dõi các nạn nhân rất kỹ. Các món đồ lấy được bán ngay hay di chuyển về các quốc gia chúng đã đến, nếu có bị bắt được tại trận cũng bị đuổi trả về nơi chúng đã đến vì vi phạm luật di trú mà thôi. Luật của Mỹ quá dễ cho các tay ăn cắp, ăn trộm không có vũ khí.

Ngăn ngừa ăn trộm thì có nhiều cách nhưng thông dụng nhất là gắn hệ thống an ninh thâu/phát hình *(security cameras)*, dùng các công ty báo động để xem chừng *(burglar alarm)* gắn các đèn sáng chung quanh nhà, tuy nhiên như đã nói, nếu bọn gian cắt dây điện, *internet* trước khi vào thì chủ nhà không được báo cáo trực tiếp và không thấy hệ thống thâu hình ở nhà, bọn chúng cũng có thể hủy hoại hệ thống thâu hình trước khi bỏ đi để tránh bị thâu hình tại hiện trường.

Hiện nay thì các công ty quảng cáo loại thâu hình chứa dữ liệu trên mây *(on cloud)*, tuy nhiên chỉ hiệu quả khi không bị phá đi hay còn *internet*, trừ khi chủ nhà dùng *Cellular Wi-Fi*. Người Việt cũng có câu *"bà con xa không bằng láng giềng gần."* Khi thấy hệ thống an ninh ở nhà mình có vấn đề, gọi hàng xóm để hỏi về điện hay *internet* cũng là một cách ngăn ngừa hữu hiệu. Một cách khác của người Việt thời xưa là lúc nào cũng có người ở nhà, nhưng ở Mỹ khó thực hiện vì đi chơi, đi làm cả gia đình, tuy nhiên, chỉ tránh được ăn trộm khi có người ở nhà nhưng khó tránh được ăn cướp. Một vài điểm cần nói thêm ở đây theo vị cảnh sát trưởng nơi tôi ở khuyên để ngăn ngừa các điều không nên làm để tránh trộm viếng nhà:

Giữ danh tánh, tên tuổi ngày sinh, không nên để trên các mạng xã hội nơi mình ở, đi chơi, nhất là trên xâu chìa khóa nhà, ngay cả vali khi đi du lịch, khi bị thất lạc sẽ bị khám phá nơi ở.

Các xe có hệ thống GPS, bản đồ dẫn đường không nên để chính địa chỉ nhà mình, nếu sợ quên thì để căn nhà trong vùng ở gần nhà mình vì khi đưa xe sửa hay đậu dùm *(valet parking)*, thợ sửa xe hay người khác có thể biết khi bấm vào chữ *Home*.

Chìa khóa dư *(spare)* của xe và nhà không nên móc vào trong *garage* hay nhà bếp mà nên cất đi vì bọn trộm có thể lấy đi và có thể trở lại làm ăn tiếp.

Các thẻ tín dụng *(credit cards)* khi hết hạn nên cắt bỏ thành nhiều mảnh vì có chứa các dữ liệu cá nhân trong đó.

Các trương mục ngân hàng không nên để *"blank check"* bày bừa để chúng có thể lấy đi, giả mạo chữ ký để rút tiền ra.

Khi nghi ngờ có kẻ theo dõi đi theo về nhà, nên lái xe đến nơi khác như sở cảnh sát địa phương để đánh lạc hướng kẻ gian.

Một vụ án xảy ra tại thành phố cờ bạc Las Vegas, một nạn nhân đánh bạc thắng lái xe về nhà trong đêm đã bị kẻ gian theo dõi và uy hiếp lấy hết số tiền khi về đến nhà, gọi là *"follow-home robbery"*, tức là kẻ gian đã theo dõi nạn nhân từ các nơi mua sắm đồ đắt tiền, chợ hay nhà băng rồi đi theo về đến nhà mới ăn cướp. Thời xưa nhiều gia đình rao bán các đồ đạc trong nhà, bây giờ làm như vậy cũng rất nguy hiểm. Nếu có bán các đồ lưu động thì đến sở cảnh sát chứ không bao giờ nên gặp ở nhà mình hay bãi đậu xe nào đó.

Ngăn ngừa để tránh trộm cướp là điều ai cũng nên làm khi chưa hoặc đã bị, tránh trộm thường thì dễ nhưng bọn ăn trộm có tổ chức thì khó hơn, tuy nhiên vì sự hạn chế của bài viết không thể tránh được thiếu sót cũng như không cố ý quảng cáo cho bất cứ các hãng nào về máy móc thâu/phát hình cũng như dịch vụ của họ, nên xem các người bạn hay láng giềng chung quanh để biết cái hay cái dở của các máy móc hay nhu liệu. Nếu cần, các cơ quan cảnh sát địa phương sẽ vấn kế cho bạn nếu bạn chịu khó đi hỏi họ nên làm gì vì nếu bạn gắn *"burglar alarm" (bao gồm dịch vụ báo cáo cháy nhà)*, sẽ phải trả chi phí hằng năm cho họ để khi công ty báo về khi có kẻ trộm, họ sẽ gởi nhân viên cảnh sát đến nhà bạn, thường là lúc sau khi bọn trộm đã bỏ đi, tuy nhiên bọn chúng không dám *ở* trong nhà lâu vì còi báo động vang lên gây sự chú ý của hàng xóm.

Cách ngừa hữu hiệu nhất vẫn là không nên giữ *tiền bạc, nữ trang hay đồ quý giá* trong nhà, mà nên giữ ở ngân hàng để khi có đi làm, đi chơi thì tinh thần thoải mái, khỏi phải lo trộm viếng nhà hay tay cứ cầm cái *smart phone* để xem máy hình ở nhà.

Cách khác là mua bảo hiểm cho tất cả tài sản trong nhà nhưng bọn trộm thường không lấy đi các tài sản nặng nề, khó tẩu tán, mà nữ trang quý, vàng hay tiền bạc thì khó mua bảo hiểm. Nói tóm lại, có chuẩn bị và các biện pháp ngăn ngừa trộm cướp cho gia đình vẫn hơn là không làm gì cả.

Hoàng Ngọc Hòa

uống, ừ uống cạn luôn thơ
đôi ba dòng nữa rồi mờ mịt xa
chén này ta rót cho ta
chén này tặng kẻ phá gia nát lòng
chén này rưới mộ chưa chôn
chén này truy điệu xác còn thịt xương
uống đi cạn hết cho luôn
hồn ta trong đáy ly tưởng như phai

UỐNG RƯỢU MỘT MÌNH   3.

TRẦN C. TRÍ
KHÚC QUANH ĐỜI

Dòng xe cộ dừng sững lại, cơ hồ như trong một tấm hình chụp. Hướng bắc cũng như hướng nam trên xa lộ bây giờ là hai con rắn dài ngoằng, bất động dưới ánh nắng gay gắt giữa mùa hè. *"Cali là như thế này đây sao?"* Đây không phải là nhận xét của anh, mà là của Hiền, dân North Carolina, nhân chuyến hắn về chơi với anh một tuần lễ. *"Ừ, lâu ngày tôi cũng quen rồi."* Anh cười cười đáp. Còn bao nhiêu điều quanh đây mình cũng đã quen thuộc, có lẽ vì không lựa chọn gì được. *"Lấy thời gian kẹt xe trên xa lộ cộng với thời gian ngủ, ông còn lại được bao nhiêu?"* Hiền lại càu nhàu. Anh bật cười không nói gì thêm, nhưng thầm nghĩ, cũng đúng, và cũng đáng buồn. Phần thời gian còn lại, trừ đi hết những chuyện phiền toái, những việc phải làm, còn được là bao. Ý nghĩ này của anh cũng chẳng phải là mới mẻ, vì từ lâu Edgar Faure đã chẳng bảo *"On ne vit en fait que pour quelques instants, intenses et privilégiés, le reste du temps on attend ces moments-là,"* là gì?

Trên nguyên tắc, từ khúc xa lộ này về nhà anh chỉ còn khoảng mười phút nữa là đến, nếu không bị kẹt xe. Một chữ NẾU to tướng. Anh tặc lưỡi một cái, nhưng cũng hơi mừng khấp khởi vì thấy dòng xe đã chuyển động lại được một chút. Tuy vậy, tình hình trông cũng không có vẻ khả quan hơn là mấy. Chiếc xe của anh nhích từng vòng bánh một. Còn đỡ hơn là đứng yên một chỗ. Anh lại tặc lưỡi, và thêm một cái nhún vai. Lơ đãng ngó qua bên phải, anh nhẫn nha nhìn những tấm bảng ghi tên đường và số exit, từ gần đến xa dần, xa dần. Fairview, Harbor, Euclid... *Wait a minute!* Từ xa xa, anh đã nhìn thấy tấm bảng đến sau Euclid. Anh đưa tay dụi mắt thật mạnh rồi nhìn lại để chắc chắn là mình không nhìn lầm. Không thể như vậy được! Anh đã lái xe trên xa lộ này từ sở về nhà mấy ngàn lần trong đời đi làm, biết chắc chắn là Nha Lộ Vận không có thêm một lối ra nào sau Euclid—số 12, vì sau đó phải là exit Brookhurst—số 14. Vậy mà... vậy mà... rõ ràng là bây giờ lại có thêm exit số 13, mang tên Escape.

Anh thấy tưng tức ở ngực, muốn ngộp thở. Mồ hôi toát ra như từ tất cả các lỗ chân lông trong người anh, không phải vì trời đang nóng như đổ lửa—anh có bật máy lạnh trong xe—mà hiển nhiên là vì cái exit Escape mang số 13. Dáo dác nhìn quanh, anh nhận ra xe cộ đã di chuyển thoáng ra hơn lúc nãy, và lối vào exit Escape như đang gọi mời anh. Có vẻ như không chiếc xe nào muốn rẽ vào đó cả. Mọi exit khác vẫn bị nghẽn lại, khó lòng mà luồn lách để vào, chỉ trừ Escape, hết sức thông thoáng một cách lạ kỳ. Anh tặc lưỡi lần thứ ba trong buổi chiều hôm nay, lần này không phải vì chán ngán với cảnh kẹt xe, mà vì đang quyết định liều lĩnh dấn thân vào một chỗ rẽ bất ngờ. Anh ngoái lại phía sau, nhìn qua vai để chắc rằng không có xe phía sau, rồi bẻ tay lái sang lane bên cạnh, đi vào exit 13.

Khác với đa số các lối vào, Escape không dẫn vào đường trong thành phố mà chuyển qua một xa lộ khác. Qua đến xa lộ mới, mang tên là Memory Lane, anh thấy một không khí khác hẳn. Nền trời bây giờ là một màu cam nhạt, ửng một chút qua sắc hồng. Trên xa lộ, xe chạy lác đác, thong thả, không ngột ngạt như chỗ anh vừa thoát ra. Anh hơi giật mình khi thấy xe chỉ chạy theo một chiều—chiều xe anh đang chạy—không có chiều ngược lại. Được một khoảng, anh mới để ý thấy các bảng chỉ dẫn không có những cái tên bằng tiếng Anh quen thuộc nữa, mà chỉ là những con số... những con số trùng hợp với các năm, 2022, 2021, 2020, 2019, 2018... Không dưng anh mỉm cười nhẹ, cảm thấy vui vui với ý nghĩ là mình đang được trở về với những gì đã qua. Đâu dễ gì có một cơ hội như thế này. Anh tinh nghịch tự hỏi, *"Mình sẽ chọn năm nào đây? Mình sẽ đi đâu và gặp những ai?"* Anh vụt hiểu ra là mình phải chọn một năm nào đó để có thể gặp những người còn sống trong thời gian ấy, chứ không thì...

Trong đầu anh chợt bừng lên hình bóng của những người thân yêu, bạn bè xưa cũ, như trên màn ảnh khổng lồ của một rạp chiếu bóng. Trong những hình ảnh đó, tự dưng Nhã và Ái trở thành close-up, chiếm trọn cả không gian. Nhã và Ái! Hai chị em sinh đôi—một phần của đời anh khi tuổi anh vừa lớn, làm sao anh quên được. *"Thế thì mình phải chọn năm nào mà hai cô cùng còn sống thì mới gặp được cả hai."* Nhã mất đâu vào khoảng đầu thế kỷ hai mươi mốt, theo lời người chồng cũ của cô—mà cũng là bạn của anh—đã cho biết. Còn cái chết của Ái thì bất ngờ đối với anh hơn. Từ lâu, anh đã biết Ái phải ngồi xe lăn sau một cơn đột quỵ. Anh không biết gì hơn về Ái, chồng con ra sao. Gần đây, anh tình cờ nghe tin Ái mất. Cũng sững sờ vài giây. Hỏi lại anh chồng cũ của Nhã thì anh này trả lời khá thờ ơ, bảo đúng vậy, nhưng cũng không rõ là lúc nào. Thờ ơ cũng phải, đối với một *ex-sister-in-law.*

Nếu vậy thì anh phải chọn thập niên 90 mới được. Anh nhấn ga cho xe chạy nhanh hơn một chút, đi qua các exit của hai thập niên năm 2000, và hồi hộp nhìn các tấm bảng ghi các con số bắt đầu bằng 199... Đến tấm bảng 1995, anh mím môi, cho xe vào exit, vừa hoang mang, vừa hiếu kỳ, không biết mình đang thực sự đi về đâu. Exit này dẫn đến một xa lộ mới mang tên Countries. Điều đặc biệt là tấm bảng chiếu sáng bằng kỹ thuật số, liên tục đổi qua các thứ tiếng khác nhau như Pays, 국가, Países, Quốc Gia, دول, Landoj, χώρες, Mga Bansa, краïни, Maat, 国, šalyse... *"A, đây là xa lộ để vào các nước trên thế giới,"* anh thích thú nghĩ thầm. Chắc là tên các nước xếp theo thứ tự mẫu tự tiếng Anh nên anh phải lái thêm một hồi lâu nữa mới thấy tấm bảng Vietnam–Việt Nam–ប្រទេសវៀតណាម... bên tay phải.

Anh thở phào, cho xe vào exit Việt Nam. Bây giờ phải chọn thành phố. Đây là một chọn lựa quan trọng. Nhã ở Thủ Đức, còn Ái ở Cam Ranh. Anh không chắc mình có đủ thì giờ—hay nhiên liệu—để đi cả hai nơi. Kim đồng hồ xăng trước mặt anh đã xuống khá thấp. Anh chỉ có thể chọn một nơi. Các bảng tên dọc theo xa lộ bây giờ hoàn toàn bằng tiếng Việt, cho thấy các tỉnh, chắc phải vào một tỉnh rồi mới thấy tên thành phố hay thị xã. Ái ở Cam Ranh, thuộc tỉnh Khánh Hòa, còn Nhã ở Thủ Đức, thuộc thành phố Sài Gòn. Vừa vào xa lộ, anh thấy tấm bảng Cà Mau hiện ra trước mặt. *"Mình đang ở chỗ cuối cùng của đất nước,"* anh nhủ thầm. Thật nhanh trong đầu, anh nghĩ mình chỉ có thể ghé Thủ Đức thăm Nhã, còn Ái thì hãy còn xa tít tắp tận miền Trung. Anh chợt cười nửa miệng, ngày xưa Ái là người yêu của mình, còn Nhã chỉ là một cái bóng mờ trong cuộc tình của hai đứa. Vậy mà bây giờ anh chỉ có thể đến thăm Nhã. Rồi anh bâng khuâng nhớ lại một đêm mùa hè năm cũ.

Đêm đó, cái nóng hừng hực của ban ngày đã dịu xuống theo buổi chiều, khi bóng đêm khởi sự khoác lên khu vườn lớp áo mỏng như tơ, thoang thoảng mùi dạ lý hương trước sân nhà. Anh ra ngồi ở hàng hiên, hít thở hương thơm dịu dàng của hoa dạ lý, quên đi buổi trưa nóng gắt vừa qua. Hành lý của anh đã sẵn sàng cả rồi, chỉ còn mươi ngày nữa là anh sẽ khăn gói ra Huế vào học Đại Học Sư Phạm. Suốt tuần nay, người anh lâng lâng, nửa như đã từ giã Nha Trang mà đi rồi, còn nửa kia như đã vật vờ ra đến Huế. Anh không thấy mình thuộc vào nơi nào cả. Có tiếng chuông bấm từ ngoài cổng vọng vào. Tiếng chuông mà trước đây anh đã từng hồi hộp chờ, ban ngày hay ban đêm, để mong Ái đến. Bây giờ, nghe tiếng chuông reo, anh thấy ơ hờ không thể tả. Anh uể oải đứng lên, với tay lấy cái chìa khoá treo trên vách rồi thong thả đi ra cổng.

Ái đứng ở cổng thật. "Bây giờ mà còn đến đây làm gì nữa". Anh não nề, hí hoáy tra chìa vào ổ khoá, chỉ mong nó mở không được, để anh có thể bảo Ái, "Cô về đi. Khóa cổng bị hư rồi." Nhưng cái ổ khoá vẫn bật ra một cách đầy khiêu khích. Anh thở dài mở cánh cổng. Ái im lặng dắt xe đạp vào. Mọi sự y như ngày xưa, xem như chẳng có gì thay đổi, trừ sự thinh lặng đến nghẹt thở giữa hai người. Vào đến trước thềm nhà, Ái lẳng lặng dựng xe, ngồi xuống thềm nhà, chỗ hai người vẫn thường ngồi bên nhau như trước. Anh cũng ngồi xuống theo, tuy cố giữ một khoảng cách xa hơn thường lệ.

Cả hai cứ ngồi im bên nhau như thế một lúc thật lâu. Rồi người cất tiếng đầu tiên là Ái. "Khi nào anh đi?" Câu này hình như cô đã hỏi hơn một lần, và lần nào anh cũng đã trả lời. Tuy vậy, anh vẫn đáp, "Cuối tháng này." Rồi lại im lặng. Một lát sau, Ái móc trong túi ra một xấp tiền xếp phẳng phiu, dúi vào tay anh. Anh hơi giật mình, nhíu mày hỏi, "Cái này là cái gì vậy?" Ái cúi nhìn những cái bóng lá in trên nền đất, do ánh đèn từ trong nhà hắt ra. "Em có chút đỉnh đưa anh mang theo tiêu trong thời gian đầu ở ngoài đó." Anh vừa muốn rớt nước mắt, vừa thấy một cơn giận dữ từ đâu ùa tới. Anh cắn chặt môi, dúi xấp tiền trở lại vào tay Ái. "Cảm ơn Ái, nhưng tôi có đủ rồi. Ái giữ mà tiêu." Anh còn muốn nói thêm, "Tôi thà chết đói chứ không cần tiền của cô," nhưng anh ghìm lại được. Ái tần ngần ngồi thêm một lát nữa, rồi thở dài đứng lên, chào anh ra về. Anh cũng đứng bật dậy như một cái máy, đưa Ái đi ra cửa. Ngôn ngữ bây giờ quá dư thừa. Ái ra đến cổng, leo lên xe, đạp đi. Anh thẩn thờ nhìn cái bóng xe và người in trên nền đường ngập ngụa ánh sáng vàng vọt hắt ra từ mấy ngọn đèn nằm chờ ngủ trong đêm khuya.

Hai ba ngày sau đó, Nhã đến thăm và chào anh trước khi anh lên đường. Nhã cũng móc trong túi ra đưa anh một xấp tiền, "Để anh uống cà-phê và nhớ lại những ngày ở Nha Trang với bọn này," cô ân cần bảo thế. Và lần này anh vui vẻ nhận món tiền, nói lời cảm ơn Nhã, và thoáng nghĩ, "Có lẽ đừng ai yêu ai thì mọi sự sẽ tốt đẹp hơn, chẳng có gì phải lấn cấn trong lòng."

Nhưng ngày đi Huế chưa đến mà anh lại được bà dì họ ở Cầu Đá gọi cho đi vượt biên, không phải tốn một đồng nào. Mọi việc diễn ra bất ngờ quá, anh chẳng kịp làm điều gì. Chuyến hải hành bỏ nước ra đi của anh đúng là thuận buồm xuôi gió, chỉ năm ngày sau là đến bến bờ tự do. Lúc đã êm ấm trong căn nhà lợp tranh ở trại ty nạn, cởi bỏ bộ đồ duy nhất trên người ra, anh mới thấy lại xấp tiền của Nhã đưa. Anh cảm động nhìn những tờ giấy bạc, không phải vì chúng có in hình của một nhân vật ít ai muốn nhắc đến tên, mà vì chạnh nghĩ đến Nhã chắc đã phải nhịn ăn cả tháng trời mới có ngần này đưa cho mình. Vậy mà bây giờ những đồng bạc đó đã trở thành những tờ giấy lộn. Những tờ giấy bạc đó, tuy vậy, đến bây giờ anh vẫn còn giữ.

Lúc anh vừa thấy bảng tên Thủ Đức cũng là khi kim đồng hồ xăng đã xuống gần chữ E trên đồng hồ. Trời đã sụp tối. Anh cho xe rẽ vào exit. Thành phố về khuya ủ ê dưới ánh đèn mờ ảo, với những bóng người, vài chiếc xe qua lại vội vàng như trong một cuốn phim kinh dị. Anh đã thuộc lòng địa chỉ của Nhã lâu nay, tìm đến nhà cô cũng không khó lắm. Nhà của Nhã nằm trong một cái xóm nhỏ, trông thật ọp ẹp, dù đã được bóng đêm che bớt đi những đường nét vụng về. Anh đậu xe lại, hồi hộp tiến đến gõ cánh cửa xiêu vẹo. Có tiếng lục đục trong nhà một lát rồi cánh cửa bật mở. Người đó không phải là Nhã. Anh ngập ngừng hỏi, *"Đây có phải là nhà của cô Nhã không cô?"* Người đàn bà lớn tuổi gật đầu, không có vẻ gì là ngạc nhiên khi thấy người khách lạ đến vào lúc khuya khoắt như vậy. *"Cô ấy nằm ở trong này."* Bà ta quay vào, dẫn lối cho anh đi theo. Vào đến phía trong, sau một tấm phên chắn tạm bợ, dưới ánh đèn néon hiu hắt, anh thấy một người đàn bà nằm xõa mớ tóc bạc trắng trên gối. Nhã đây sao? Người đàn bà cao giọng, *"Có ông này đến thăm cô."* Bà ta ra ngoài một chút rồi mang vào một cái ghế đẩu cho anh ngồi. *"Nhã, tôi là Tâm đây nè. Còn nhớ tôi không?"* Người đàn bà cố mở một nụ cười héo hắt, *"Anh Tâm! Em nhớ chứ. Anh ở bên Mỹ về thăm em đó hả? Anh đã gặp Ái chưa?"* Anh lắc đầu, *"Chưa, nhưng tôi chỉ đến thăm Nhã thôi."* Nhã nằm im một lúc rồi lại hỏi, *"Anh về đây có chuyện gì không?"* Anh thoáng giật mình, thật tình không biết đã chọn exit 1995 để muốn gặp lại hai chị em với mục đích gì. Rồi làm như chợt nhớ ra, anh bảo, *"À, tôi muốn gởi lại cho Nhã số tiền ngày xưa Nhã cho tôi để đi Huế đó mà. Tôi đã không bao giờ ra học Đại Học Sư Phạm mà lại mang theo số tiền đó qua tận bên Mỹ."* Nhã ngó anh đăm đăm, *"Số tiền nào? Đại Học nào? Em không nhớ."* Anh gượng cười vui, *"Không sao, miễn cô còn nhớ tôi là Tâm thì vui lắm rồi."* Anh lấy cái bóp trong túi quần ra, loay hoay tìm được khoảng sáu, bảy chục đô-la, đặt xuống cái bàn nhỏ bên cạnh giường và thở dài thật nhẹ. *"Xin lỗi Nhã. Tôi đi vội vàng, không sắp đặt gì cả, chỉ có trong người bấy nhiêu đó thôi. Nhã dùng tạm để thuốc thang. Tôi sẽ gởi thêm sau."* Nhã đưa tay vén mớ tóc loà xoà trên trán. *"Cám ơn anh. Anh về thăm em như thế này là quý lắm rồi. Em cũng không còn được bao lâu nữa đâu."* Rồi cô đổi giọng, cố làm ra vui vẻ. *"Ái mà được gặp anh lúc này chắc nó mừng lắm. Tội nghiệp, nó cũng chẳng hơn gì em. Cũng bệnh hoạn rề rề. Được một cái là Cường chăm sóc Ái hết lòng."* Anh giật mình. *"Nhã nói Cường nào?"*—*"Cường trong nhóm* bạn cà-phê của mình ngày xưa, làm sao anh Tâm quên được há?" Anh nghe cả người tê tái, không nói được lời nào. "*Anh không biết thật hả? Vậy lâu nay anh không nghe gì về Ái sao?—*"*Tôi chỉ biết là Ái bệnh, cũng nghe là cô ấy có chồng, chỉ không ngờ đó là Cường.*"—"*Còn anh, vợ con ra sao?*"—"*Một vợ hai con, Nhã ạ. Tụi nó cũng lớn hết rồi.*" Nhã thở dài, "*Mới đó mà đã chín năm rồi, anh Tâm há.*" Anh đính chính, "*Ba mươi bảy năm, Nhã ạ. Chắc Nhã quên năm nay là năm 2023. Tôi vượt biên năm 1986 mà.*" Nhã tròn mắt, "*Năm 2023? Bộ bên Mỹ tính năm khác ở Việt Nam à?*" Anh vội đánh trống lảng, "*À, không. Chắc tại Nhã cũng thấy tôi già đi nhiều há.*"

Đêm dường như khuya lắm rồi. Người đàn bà có lẽ đã đi ngủ từ lâu. Anh nghe có một tiếng mèo kêu vẳng lại từ trên một nóc nhà nào đó. Nhã nằm im, không nói gì nữa. Hơi thở của cô đều đều, tuy không êm mà khò khè như thể phổi không được thông. Anh nhẹ nhàng đứng dậy, nhìn cô bạn ngày xưa, bây giờ là một bà già nằm rũ rượi trên gối chăn xô lệch. Gian phòng ẩm thấp, xông lên một mùi hăng hắc, bệnh hoạn. Anh nén một tiếng thở dài, quay trở ra cửa. Ra đến bên ngoài, anh cẩn thận khép cánh cửa cũ kỹ lại sau lưng. Giã từ Nhã. Giã từ Ái. Giã từ 1995.

Đường phố hầu như không còn ai. Chiếc xe của anh lướt nhanh trên mặt lộ vắng tênh. Anh nhác thấy một người phu đổ rác bên vệ đường. Đi một đoạn nữa, anh gặp một người cảnh sát giao thông đang đứng hút thuốc ở một ngã tư. Hình như gã vừa hút thuốc vừa ngủ gật. Anh cho xe tấp vào lề, ló đầu ra chào, "*Anh ơi, hướng nào đi ra xa lộ Quốc Gia vậy anh?*" Gã cảnh sát nhướng đôi mắt buồn ngủ lên, hỏi lại, "*Xa lộ Quốc Gia nào? Ông muốn hỏi Quốc Lộ 1 ở đâu hả?*" Anh lặp lại, "*Không, xa lộ Quốc Gia, để trở lại Mỹ.*" Gã cảnh sát cười khẩy, nhại lại, "*Ra xa lộ Quốc Gia để đi Mỹ? Thôi đi cha nội, ông say rồi! À á, say xỉn rồi mà còn lái xe há! Cha nội muốn về đồn ngủ qua đêm không?*" Anh nghe như hoả bốc lên đầu, bây giờ thì muốn say thật, "*Tôi không say, và tôi cũng không giỡn. Tôi cần ra lại xa lộ Quốc Gia, tìm exit Hoa Kỳ, rồi chuyển qua exit 2023 để về nhà.*" Gã cảnh sát đã tỉnh ngủ hẳn, cười hăng hắc, "*Ngộ há. Lại có vụ lái xe thẳng về bên Mỹ nữa ta! Ông uống bao nhiêu chai vậy?*"

Anh giận dữ nhấn chân ga thật mạnh, cho xe chạy thẳng về phía trước. Vậy thì tự mình tìm đường ra exit cũng được. Chỉ cần đi ngược lại hồi nãy thì sẽ tìm ra chỗ mình đã từ xa lộ vào. Đêm bỗng mờ mịt hẳn. Sương khói từ đâu toả xuống dày đặc khiến anh khó nhọc lắm mới nhìn thấy được phía trước. Những ngọn đèn vàng hai bên đường, những ánh đèn giao thông xanh đỏ thỉnh thoảng nhấp nháy trước mặt anh. Nhưng anh cứ cho xe chạy thẳng, bất kể xanh hay đỏ gì nữa. Đường phố bây giờ đã hoàn toàn trống trơn. Không còn người phu đổ rác nào, không còn người cảnh sát nào vừa hút thuốc vừa ngủ gà ngủ gật. Anh bắt đầu cho xe quẹo phải, rồi quẹo trái, rồi lại quẹo phải. Đường nào cũng như đường nào. Cả thành phố mang một bộ mặt đồng điệu, dửng dưng. Dãy nhà hai bên đường trông như những cái hộp im lìm. Có cái tối om, có cái le lói ánh đèn. Lác đác như những con đom đóm đứng yên một chỗ. Tất cả là một sự nối tiếp lạnh lùng, thản nhiên. Không còn chỗ bắt đầu, không còn nơi chấm dứt. Không có lối ra, không cả lối vào. Có thật bây giờ là hai mươi tám năm về trước không. Có thật nơi này là quê hương mà ngày xưa mình đã dứt áo ra đi không. Mình đã sắp đến nhà rồi, chỉ còn mười phút nữa. Sắp hết kẹt xe đến nơi. Mình muốn tìm lại exit Escape. A, tất cả vấn đề chỉ là ở chỗ đó. Chỉ là Escape ra hay Escape vào. Có vậy thôi.

TRẦN C. TRÍ

nếu ta tửu lượng không cừ
thì đâu ngất ngưởng gật gù ngồi đây
một: ừ, say
hai: đếch say
không say thì chắc không hay mình buồn
lỡ say
say chết cho luôn
sống chi mất cả vài vuông cẩm dùi
mời em cùng uống cho vui.

TRIỀU HOA ĐẠI
PHẠM CAO HOÀNG: MỘT ĐỜI CÚC HOA

Triều Hoa Đại   Phạm Cao Hoàng

Phạm Cao Hoàng là một người đã sinh hoạt với văn chương chữ nghĩa rất lâu, trên năm mươi năm có lẽ, nếu khởi đi từ những tạp chí văn học tiếng tăm thời đó (trước 1975) như Văn, Bách Khoa, Vấn Đề, Khởi Hành, Thời Tập, Ý Thức v.v... với khoảng thời gian dài đằng đẵng như thế, ông đã ở cùng và sống với văn chương như một kẻ tình chung, trong thơ ông bàng bạc những đám mây, những khóm hoa *"đã qua chưa cuộc điêu tàn/ đám mây năm cũ biết tan nơi nào"*, hoặc như: *"cám ơn những sáng êm đềm/ khói cà phê quyện bên hiên nhà mình"*. Đọc thơ của Phạm Cao Hoàng không chỉ được ông cho "ngắm nghía" những đám mây, được ông "mời" cùng với ông thưởng thức "những sáng êm đềm" với hương vị cà phê quyện khói hiên nhà mà chúng ta còn thấy tràn ngập một tình yêu quê hương, bạn bè và gia đình.

Mời quý bạn đọc và văn hữu cùng tôi "cà kê, dê ngỗng" với nhà thơ Phạm Cao Hoàng.

Triều Hoa Đại (THĐ): Được đọc thơ ông từ lâu như ở Khởi Hành, Thời Tập, Văn, Bách Khoa v.v… nhưng vẫn chưa có dịp được gặp có lẽ vì thời cuộc lúc bấy giờ, "tôi từ chinh chiến cũng ra đi" cũng như bao nhiêu thanh niên khác tôi cũng đã lên đường ắc… ê, "đường trường xa muôn vó câu bay dập dồn…" vì vậy mà văn kỳ thanh, bất kiến kỳ hình. "Gặp" ông hôm nay tôi mừng lắm, mong được cùng nhau "cà kê, dê ngỗng" đôi điều ông có vì tôi mà tìm vui đôi phút xa nhà.
Phạm Cao Hoàng (PCH): *Cám ơn anh. Rất vui được trò chuyện cùng anh.*

THĐ: Ở đâu đó đã khá lâu một bài thơ ông viết có những câu: "… Em yêu dấu đây là lần thứ nhất/ trong đời mình anh thấy hân hoan/ anh muốn nói với muôn người trên mặt đất/ rằng nơi đây sắp hết điêu tàn/ và có thể đêm nay không còn tiếng súng/ không còn nghe tiếng còi hụ giới nghiêm/ ba giờ sáng xuống ngã tư quốc tế/ ăn một tô mì thơm ngát bình yên/ có thể nào sáng mai trên phố cũ/ người ta bảo nhau hôm nay hòa bình/ người ta dắt nhau trên đường trẩy hội/ Riêng một bông hồng nở giữa tim anh." Một giấc mơ mà ai ai cũng hằng ao ước nhưng thực sự thì cho đến bây giờ ông thấy giấc mơ ấy đã thành hiện thực chưa, và nếu CHƯA thành hoặc KHÔNG thành thì tại sao và vì sao?
PCH: *Bài thơ trên viết năm 1973, nói về ước mơ hòa bình cho quê hương Việt Nam. Năm 1975 chiến tranh kết thúc. Người vui kẻ buồn. Dẫu sao, kết thúc chiến tranh vẫn là điều cần thiết vì tiếp tục cũng sẽ chẳng đi đến đâu, chỉ kéo dài chết chóc đau thương.*

THĐ: Tôi nhớ đến nhà thơ Trần Dần cũng mừng húm khi nghĩ và mơ hoà bình như thế nên bảo vợ: "Em khuân đồ đạc ra phơi/ em nhé đừng quên/ em khuân tất cả tim gan chúng mình phơi nắng hết." Nhưng chỉ là mơ thôi, chiến tranh đã hạ màn từ lâu gần một nửa thế kỷ mà hoà bình thì vẫn ở đâu xa, vẫn chưa một ai nhìn thấy. Ông mơ hoà bình để được "ngồi xuống ở ngã ba quốc tế ăn một tô mì thơm ngát bình yên" giấc mơ (theo tôi) thật là giản dị, nhưng "tô mì thơm ngát bình yên" ấy ông đã được thưởng thức chưa nào?

PCH: *Như đã nói ở trên, khi chiến tranh kết thúc, có người vui nhưng cũng có kẻ buồn. "Tô mì" mà anh nhắc đến tôi cũng có, nhưng không "thơm ngát bình yên" như tôi mong ước.*

THĐ: Chắc ông cũng đã đọc nhiều thơ của thi sĩ Tô Thùy Yên?
PCH: *Có. Tô Thùy Yên là nhà thơ tôi yêu thích.*

THĐ: Vậy ông nghĩ sao về thơ của ông ấy?
PCH: *Tô Thùy Yên là một nhà thơ tài năng. Thơ ông giống như những viên ngọc quý của thi ca Việt Nam.*

THĐ: Có người cho rằng thơ của Tô Thùy Yên theo quan điểm của Edgar Allan Poe, *là độ dài của một bài thơ không nên quá ngắn bởi vì: "một bài thơ cực ngắn có thể lúc này hay, lúc khác sẽ gây được tiếng vang, nhưng sẽ không bao giờ tạo ra được ảnh hưởng sâu sắc và lâu dài"*, ông thì thế nào?
PCH: *Khi đọc bài "TA VỀ" của Tô Thùy Yên, yếu tố làm chúng ta yêu thích là ý tưởng, hình ảnh và ngôn ngữ của bài thơ, chứ không phải vì nó ngắn hay dài.*

THĐ: Thơ Tô Thùy Yên có rất nhiều bài rất dài, ví dụ như những bài: Ta Về, Trường Sa Hành, nhưng trong một lần trả lời phỏng vấn, Tô Thùy Yên lại bảo rằng: *"Hơn 60 tuổi, tôi thấy nên tập làm thơ lại. Bắt đầu bằng những bài thơ NGẮN, cố gắng ngắn."* Ông có vui lòng lý giải (theo sự hiểu và biết) của ông về chuyện NGẮN, DÀI này được chăng?
PCH: *Thi sĩ dùng thơ để ghi lại cảm xúc và tạo thành tác phẩm. Những cảm xúc này thường là bất chợt. Thi sĩ chỉ ghi cho kịp dòng cảm xúc ấy, hoàn toàn không nghĩ đến việc viết dài hay ngắn. Do vậy dài hay ngắn không quan trọng đối với việc viết một bài thơ. Bài thơ dài nhất của tôi (Hành Phương Đông) dài 156 câu và bài ngắn nhất (Thăm Một Người Bạn Cũ) chỉ có 4 câu.*

THĐ: Miền Nam trước đây chúng ta thấy có nhóm Sáng Tạo, một trong số người sáng lập là Tô Thùy Yên, thì thiên về thể thức rất là cổ điển, trái ngược với Thanh Tâm Tuyền là luôn chủ trương làm mới thơ, nhưng có lẽ về lâu về dài thì người ta đã "ngộ" ra giữa hai nhà thơ ấy có cái gì khác biệt, và rồi cũng từ những khác biệt ấy mà Tô Thùy Yên đã *"ta về một bóng trên đường lớn,"* ông có nhận thấy vậy?

PCH: *Những nhà thơ tài hoa thường là do yếu tố bẩm sinh cộng với kinh nghiệm họ có được từ việc học hành, từ đời sống thực tế. Thiếu yếu tố bẩm sinh, nhà thơ khó có tác phẩm hay. Do vậy các lý thuyết về thơ không tạo ra những bài thơ hay.*

THĐ: Thi sĩ Thanh Tâm Tuyền cho rằng nếu ai đó bảo là Viết Thơ thì đó là một điều "sỉ nhục" vô cùng đối với nhà thơ. Thơ không cần phải viết mà "xuất khẩu thành thơ." Vẫn với Thanh Tâm Tuyền, ông ấy đả phá thậm tệ khi có nhà thơ bảo: "Nếu ai đó lấy bút của ông đi thì ông sẽ dùng dao mà khắc thơ lên đá." Xin được nghe ý kiến của ông.

PCH: *Tôi hoàn toàn đồng ý với Thanh Tâm Tuyền. Vì như tôi đã nói ở trên: "Thi sĩ dùng thơ để ghi lại cảm xúc và tạo thành tác phẩm." Thi sĩ không tạo ra cảm xúc.*

THĐ: "Đêm mưa nhà mái dột" là một bài thơ mà Đỗ Phủ đã đọc cho vợ nghe, đây là một bài thơ đầy tình nghĩa, nó thật là lãng mạn và tình ơi là tình, nhưng hôm nay với Phạm Cao Hoàng thì một bài thơ cho CÚC HOA cũng chả thua kém gì, cũng tình ơi là tình:
"hôm em ở bệnh viện về/ cụm hoa trước ngõ cũng vừa ra bông/ đã qua rồi một mùa đông/ và qua rồi những ngày không tiếng cười/ em đi xe lăn mà vui/ lăn đi em nhé cho đời bớt đau/ tôi đưa em ra vườn sau/ để nhìn lại mấy luống rau em trồng/ hái tặng em một đoá hồng/ và chia nhau nỗi long đong xứ người/ em đi xe lăn mà vui/ lăn đi em nhé cho vơi nỗi buồn/ đưa em về phía con đường/ có con sóc nhỏ vẫn thường chào em..." Những người yêu thơ ông có ghé tai tôi mà bảo rằng "tôi đi chết đây," sao mà mặn nồng tình nghĩa, vợ chồng yêu

thương đến là thế là cùng, người có trái tim đầy ắp yêu thương hẳn rằng nhiều khi cũng...?

PCH: *Tôi ghi lại những cảm xúc bất chợt từ cuộc sống hằng ngày của mình. Trong cuộc sống hằng ngày ấy, người lúc nào cũng ở bên cạnh tôi là người bạn đời của tôi, nên nguồn cảm xúc phần lớn cũng bắt nguồn từ nơi ấy.*

THĐ: Học giả và nhà dịch thuật Dương Tường lúc cuối đời trước khi chia tay thế gian ông ấy muốn được khắc trên mộ bia của mình: *"Tôi đứng về phe nước mắt."* Lo xa thôi, nhưng một vài chục năm nữa, có khi là hơn, lúc ông "nằm đếm sao trời," ông muốn trên mộ bia được ghi dấu những gì?

PCH: *Chuyện này tôi chưa dám nghĩ đến anh ạ.*

THĐ: Xin được kết thúc buổi trò chuyện này nơi đây. Gió đã lên và mây đang bay, không biết có về đến quê nhà như mong ước hay chăng, nhưng có điều tôi biết mình đã sơ sót rất nhiều trong lúc cùng ông hàn huyên chuyện ngắn, chuyện dài, rất mong được ông tha thứ. Vậy có cần thêm, bớt điều gì xin được mời ông?

PCH: *Chỉ có vậy thôi. Cám ơn anh.*

THĐ: Cảm ơn nhà thơ Phạm Cao Hoàng.

Triều Hoa Đại thực hiện
Tháng 3.2023

gặp nhau nói chuyện tầm phào
trắng đêm rỉ rả rượu vào lời ra
   bạn:
ừ, đời cùng phong ba
mới đây mà rủ nhau già như ri
   ta rung đùi:
trẻ làm chi
xuôi tay xách gói mà đi tù à ?

LETAMANH
TRI THIÊN MỆNH!

Chẳng có một người bình dân hay thức giả nào mà không biết đến truyện thơ Lục Vân Tiên của tác giả Nguyễn Đình Chiểu. Đó là một áng văn đầy khí khái, phản ảnh chí khí người "quân tử." Nó ra đời để khẳng định lý thuyết Chính Danh của Đức Khổng Phu Tử. Lục Vân Tiên là nhân vật chính và tiêu biểu cho đạo Khổng Mạnh. Trong suốt truyện thơ đều ca ngợi đạo làm người, lấy tam-cang-ngũ-thường làm gương soi cho đấng mày râu và lấy đức hạnh làm kim chỉ nam cho người con gái...

"Trai thời trung hiếu làm đầu
Gái thời đức hạnh là câu trau mình..."

Từ nhỏ tôi chưa bao giờ đọc thơ Lục Vân Tiên hay Truyện Kiều. Nhưng tôi thuộc gần hết hai cuốn truyện thơ này vì một lý do rất là kỳ diệu. Số là lúc tôi còn nhỏ, mỗi đêm, sau khi cơm nước và lo công việc nhà xong, mẹ tôi thường đọc truyện Tàu hay thơ cho bà Nội tôi nghe. Tôi thường nằm bên cạnh mẹ nghe đọc truyện, không thiếu truyện gì. Nào là Bao Công Kỳ Án, Tiết Nhơn Quý Chinh Đông, Tiết Đinh San Chinh Tây, Xuân Thu Chiến Quốc, Tam Quốc Chí, Truyện Phong Thần... Hết truyện đến thơ. Hồi đó chỉ có hai cuốn thơ mẹ tôi ưa đọc đi đọc lại là Kim Vân Kiều và Lục Vân Tiên. Có khi tôi nghe được thơ Nhị Độ Mai, Bích Câu Kỳ Ngộ, Chinh Phụ Ngâm Khúc, Cung Oán Ngâm Khúc... Nhưng vì hai cuốn thơ của Nguyễn Du và Nguyễn Đình Chiểu được cả nhà thích, thỉnh thoảng còn đem ra bói toán nữa. Truyện Kiều là một tập truyện được mọi người áp dụng để bói. Khi muốn biết chuyện gì thì lâm râm khấn vái rồi giở ra trang nào là đọc thơ trang đó để đoán vận hạn tình duyên... Cho nên nghe riết tôi đâm ra thuộc làu!

Khi lên Trung Học, tôi ít khi phải phiền hà về chuyện học cho thuộc thơ Kiều để trả bài. Còn thơ Lục Vân Tiên, thì ngay từ nhỏ tôi đã dùng để ru em ngủ mỗi khi mẹ vắng nhà. Tôi hát thơ rất hấp dẫn và la thật to để át tiếng em tôi khóc. Cho nên hàng xóm, có những gia đình cạnh nhà và cả phía bên kia bờ sông Cửu Lợi; thỉnh thoảng phàn nàn với cha mẹ tôi là tôi cho họ nghe thơ Lục Vân Tiên hơi nhiều...

Vì thuộc thơ Lục Vân Tiên, cho nên tôi cũng đâm ra dở dở ương ương theo cái kiểu quân tử Tàu. Tôi thường viết lách lung tung về cái chính danh quân tử và hay ca tụng *"Danh có chính thì ngôn mới thuận!"* Tôi hay đưa ra những lý luận về thuyết chính danh trong hầu hết các bài viết. Thỉnh thoảng tôi hay chứng minh thơ Lục Vân Tiên... viết những bài theo cái kiểu *"giữa đường thấy chuyện bất bình chẳng tha!"* Nhưng bỗng có một ngày, tôi nhận ra là trong truyện Lục Vân Tiên của cụ Đồ Chiểu có một cái gì đó chưa ổn. Những điều chưa ổn đó làm cho tôi đâm ra suy nghĩ rằng phải viết ra đây để bàng dân thiên hạ xem chơi...

*

Số là lúc chàng họ Lục vừa học xong chương trình, đủ thi thố tài năng để chiếm giải Nguyên thì thầy cho xuống núi. Trước khi tạ từ, Thầy có cho chàng biết về vận hạn bằng cách hai thầy trò ra sân xem sao trên trời. Thầy cho chàng mấy câu triết lý về cuộc đời:

"... Việc người chẳng khác việc sao trên trời
Tuy rằng soi khắp mọi nơi,
Khi mờ khi tỏ khi vơi khi đầy,
Sao con chẳng hiểu chuyện này,
Lựa là con phải hỏi thầy làm chi..."

Hay là đoán vận hạn họ Lục đến năm Tý mới thành danh, còn nhiều truân chuyên những năm năm nữa. Tuy thế, thầy vẫn cho học trò xuống núi, có thể là để thử thách tài kinh bang tế thế của anh chàng họ Lục này chăng!

Khi vừa xuống núi để về thăm gia đình cha mẹ trước khi đến kinh kỳ thì anh chàng *"chuẩn quân tử"* gặp phải chuyện *"bất bình chẳng tha"*; giữa đường, bèn bẻ tre làm gậy đánh bọn cướp Phong Lai đang dày vò một cô gái chân yếu tay mềm. Sau khi dẹp được lũ kiến chòm ong, anh chàng bèn hỏi nàng theo cái kiểu người có học chữ thánh hiền, nam nữ thọ thọ bất thân! Chắc là lần đầu gặp gái nên anh chàng "teo." Vì thế lời lẽ trở nên thô lỗ cộc cằn rất là *"bình dân học vụ"*:

"... Khoan khoan ngồi đó chớ ra,
Nàng là phận gái ta là phận trai.
Chẳng hay con gái nhà ai.
Đi đâu nên nỗi mang tai bất kỳ.
Quê đâu tên họ là chi,
Khuê môn phận gái việc gì đến đây?"

Nếu là người trai có học, vừa hào hiệp, vừa anh hùng, vừa lịch sự thì chẳng bao giờ hỏi người con gái đẹp đang ngồi e thẹn trong xe theo cái kiểu trịch thượng thô lỗ như thế! Trái lại, cô nàng vừa thoát vòng nguy hiểm là con mắt bén như dao, lời nói ngọt ngào đến xiêu lòng quân tử! Nàng thỏ thẻ:

"Thưa rằng tôi Kiều Nguyệt Nga,
Con này tỳ tất tên là Kim Liên,
Quê nhà ở quận Tây Xuyên,
Cha làm Tri Phủ nhậm miền Hà Khê.
Sai tôi đem bức thư về,
Đón tôi qua đó định bề nghi gia.
Làm con sao dám cưỡng cha,
Nước non ngàn dặm xông pha cũng đành,
Bỗng đâu gặp chuyện bất bình,
Nếu chàng không cứu còn gì là tôi..."

Nói xong nàng còn yêu cầu người quân tử hãy ngồi trước xe cho nàng lạy tạ và trao chiếc trâm vàng, ước nguyện kết nghĩa, đền ơn cứu tử bằng cả tấm thân xinh đẹp của mình. Theo đúng sách vở thánh hiền, chàng đã ngoảnh mặt chỗ khác *"em chả"* theo cái kiểu con bà Phó Đoan trong truyện Xuân Tóc Đỏ... Và chàng chỉ nhận bài thơ tạ từ của nàng rồi quảy quả ra đi. Bài thơ của Kiều thật là thảm thiết:

Thơ rằng:

"Ơn nặng chưa đền ruột héo hon,
Câu thơ nghĩa chút đãi nghìn son,
Bút hoa đưa đẩy lời vàng đá,
Thiên gấm dệt thêu bởi nước non.
Một chiếc trâm vàng coi tí tị,
Nghìn chung muôn kiếp vẫn mơ màng!"

Anh chàng bèn họa lại một bài thơ để cho nàng biết tài... *(Người viết quên bài thơ họa của LVT, xin thứ lỗi, nếu chư liệt vị nào còn nhớ thì hãy xin bổ túc).*

Đến đây, ta thấy anh chàng họ Lục này đã không làm đúng nghĩa vụ cứu khổ phò nguy của người quân tử. Chàng cứu nàng ra khỏi bọn dâm đãng Phong Lai xong và lại bỏ nàng ngay đó mà đi, thì cứu làm gì! Lỡ khi chàng đi rồi, bọn cướp lại chận đường làm nhục thì ai cứu nữa:

"Vân Tiên từ tạ phản hồi,
Nguyệt Nga than khóc tình ôi là tình,
Nghĩ mình mà ngán cho mình..."
Chữ ân chưa trả, chữ tình lại mang..."

Mới gặp trai là đã liếc, đã bén tình ngay với người cứu mạng, cũng là chuyện thường tình. Sau đó nàng bảo tỳ tất Kim Liên:

"Thôi thôi em hỡi Kim Liên,
Đẩy xe cho chị qua miền Hà Khê,
Trải bao dấu thỏ đường dê,
Chim kêu vượn hú tứ bề nước non..."

Đúng là chàng quân tử "Tàu" nầy tắc trách. Thử tưởng tượng, nếu chàng biết suy nghĩ là cứu người xong, sau đó phải làm gì thì hay biết mấy. Đằng này anh chàng đã mặc cho người con gái đẹp, sau khi được cứu, lại phải vượt qua một đoạn đường vắng vẻ, chỉ có chim kêu vượn hú để về lại Phủ Đường, quả thật là đoản hậu!

Nhưng ở đây ta lại thấy Kiều Nguyệt Nga khai gian với chàng họ Lục về cái lý do nàng một thân một mình với con hầu đấy xe:

"... sai tôi đem bức thư về,
đón tôi qua đó định bề nghi gia,
Làm con sao dám cưỡng cha,
Nước non ngàn dặm xông pha cũng đành..."

Có nghĩa là lúc Kiều Công sai nàng đi, có quân lính theo bảo hộ. Thế nhưng lúc bọn Phong Lai làm mưa làm gió thì chẳng thấy có câu nào nói đến quân lính. Như vậy mà chàng quân tử nỡ nào kiểu từ ra đi cho đành, mặc cho thân gái lại một mình ngàn dặm quan san... không người theo bảo hộ, và cũng chẳng màng gì đến thân gái dặm trường hàng ngàn cây số, bao hiểm họa chực chờ, nhất là một người con gái đẹp hơ hớ... Vì chữ hiếu nên nàng cũng liều mạng ra đi, không dám cãi lại lệnh cha! Nhưng khi về đến phủ đường thì Kiều Công ngạc nhiên, quát *những người hầu:*

"Công rằng bớ lũ tỳ nhi
Cớ sao nên nỗi con đi một mình..."

Như thế, ngay trong việc ra đi của nàng con cưng quan phủ có cái gì không ổn. Hai câu thơ trên chứng tỏ ngài quan phủ họ Kiều rất ngạc nhiên về chuyện con gái mình đi xa ngàn dặm, với chỉ có một mình con tỳ tất. Như thế lệnh quan đã không được thi hành đúng đắn! Lúc Nguyệt Nga khai với vị cứu tinh của mình, Nàng trách cha:

"... bảo tôi qua đó định bề nghi gia,
Làm con sao dám cưỡng cha,
Nước non ngàn dặm xông pha cũng đành..."

Ở đoạn này, ta thấy giữa hai cha con họ Kiều này có những lời không phù hợp. Nàng con thì không dám cãi cha, ra đi một mình với con hầu gái để *"nước non ngàn dặm xông pha cũng đành!"* Còn ông cha thì quát lũ ăn người ở trong nhà, kể cả quân hầu là tại sao con gái cưng của quan phải đi ngoài ngàn dặm một mình, mà không có ai hộ tống. Như vậy ai phải chịu trách nhiệm việc này nếu không có anh chàng "quân tử Tàu" họ Lục tình cờ ra tay tế độ?

Nếu bình tâm mà suy xét thì anh chàng Lục Vân Tiên là một anh chàng học đòi làm người quân tử, nhưng là quân tử nửa chừng. Vả lại, nếu là một người mưu trí, xứng đáng mai sau đậu Trạng Nguyên, cầm quân dẹp giặc... rồi trở thành Quốc Vương một nước thì hành động bỏ con giữa chợ thế này không thể nào xảy ra được! Người quân tử thời xưa học về những việc gì đã định sẵn như Tam Cang: Quân - Sư - Phụ; Ngũ Thường: Nhân, Nghĩa, Lễ, Trí, Tín để làm chuẩn. Nhưng ngay chữ Trí trong Ngũ Thường, anh chàng họ Lục lại không đem ra dùng được một tí ti ông cụ nào sau khi cứu người đẹp.

Dĩ nhiên hồi đó chữ Trung và chữ Hiếu rất nặng nề trên hai vai người quân tử; nhưng khi nghe tin mẹ chết, anh chàng họ Lục này lại không đủ sáng suốt nhận định tình hình, và đã khóc một cách vô ích từ kinh kỳ trở về nhà để chịu tang. Vì thế nên sức khỏe suy giảm để đến nỗi mang bệnh ngặt nghèo, mù hai con mắt. Người thông minh có học chữ thánh hiền và trí dũng như thế lại không biết được cách xử trí lúc có việc khẩn cấp, thì làm thế nào trở thành người lãnh đạo trong tương lai cho một đất nước. Dù thế nào thì mẹ mình cũng đã chết. Về chịu tang là bổn phận, nhưng bi thảm hóa vấn đề để đến nỗi đui mù, không về kịp chịu tang mà còn mang họa vào thân. Suy ra như thế là kẻ bất hiếu và bất trí!

Sau 30-4-1975, tất cả các "quân tử Tàu" Việt Nam chui vô tù. Nếu ai cũng bi thảm hóa cuộc đời và rủ ra rồi ngồi chờ chết, không tự phấn đấu để có được sức khỏe, thì mấy ai được trở về với một tương lai... Đành rằng vẫn có những anh chàng, khi vô tù, vì buồn nhớ gia đình và trước một tương lai mờ mịt, họ đã tự tử hay chết lần chết mòn, vì chính mình không biết sử dụng trí tri, không hiểu được lẽ cuộc đời là: *Lên voi ắt có ngày xuống chó; xuống chó phải chuẩn bị có ngày lên voi!* Đừng bao giờ quên, lúc lên voi thì hách dịch quá đà, tưởng rằng chẳng bao giờ bị xuống chó. Cho nên lúc bị xuống chó, chẳng có ai thương hại lia xương cho gặm, mà họ còn bắt làm thịt bán trong các tiệm "Cờ Tây"...! Có những anh chàng tưởng rằng xuống chó như thế là không còn dịp ngóc đầu lên được nữa, đã làm thân chó thật trong tù, nên đã mang cần ăng-ten tổ bố trên đầu! Cho nên sau này khi tất cả mọi người, kể cả những anh chàng đó lại có dịp "lên voi" trên đất nước tự do thì...

Ra đường chẳng dám ngẩng đầu,
Gặp "nhau" chẳng biết trốn đâu bây giờ!

Thời đại ngày nay, chúng ta nhìn Lục Vân Tiên qua thấu kính phân kỳ thì thấy: Anh chàng này là một tiêu biểu cho một "*Rô-bô quân tử*"! Anh chàng khoác vào người chiếc áo của đạo Khổng Mạnh một cách cứng ngắt, không dùng chính cái trí óc của mình, không thấy được, chính mình mới là tâm điểm của mọi sự, để từ đó phô diễn tài năng và trí tuệ. Những điều học hỏi được giúp cho bộ óc phát huy thêm sáng kiến và từ đó có những lối hành xử đúng đắn... Đằng này anh chàng đã đóng khuôn cứng ngắc một cách thảm hại ngay từ khi xuống núi! Vì thế những tai họa xảy đến cho anh ta là chuyện dĩ nhiên mà thôi.

Lúc Khổng Minh đốt cha con Tư Mã Ý trong hang Tà Cốc, ông ta cũng biết đó là cãi lại ý Trời, nhưng ông vẫn cứ đốt. Khi cha con họ Tư Mã ôm nhau khóc chờ chết thì trời mưa... Chừng ấy Khổng Minh mới ngước mặt lên trời than: "*Nhân định như thử như thử, thiên lý vị nhiên vị nhiên!*" Xem như thế người xưa, dầu có tri thiên mạng đi nữa, cũng vẫn cứ cố gắng cãi lại đến đâu hay đến đó. Chừng nào không cãi được mới chịu đầu hàng.

Có lẽ phải nói một cách hãnh diện là những người Việt Nam tị nạn đang làm một việc giống như Khổng Minh thời xưa. Toàn thể mọi người ở hải ngoại đang mưu cầu một tương lai cho đất nước, trong hòa bình và tự do đã bốn mươi mấy năm trường bị tước đoạt. Những cuộc đấu tranh và đấu trí từng bước suốt bao nhiêu năm nay, chẳng phải là những thành quả hay sao, khi trong nước đang dần dần phục hồi hơi thở cũ! Đó là cưỡng lại với thiên mệnh hay đang thực tế đi dần đến thành công, thì ta hãy để cho tương lai trả lời...!

Trong trường hợp của anh chàng Lục Vân Tiên, chúng ta thấy từ đầu đến cuối, anh ta chỉ tuân theo lệnh mà chẳng có ý kiến gì kể cả chuyện vâng lời cha, qua Hà Giang làm rể, hay tìm thầy chữa mắt...

Suốt đời anh chàng này chỉ giao cho mệnh số đẩy đưa mà không hề than van, hay dùng trí tri của chính mình cưỡng lại.

Nhưng Kiều Nguyệt Nga thì lại khác. Nàng đã chính mình định được và theo đuổi đến cùng quyết tâm ngay từ lúc ban đầu. Với tinh thần sắt đá và một dạ sắt son, dù biết là trong vô vọng, nàng vẫn phấn đấu không hề nản chí, theo đuổi đến cùng một tình yêu trong sáng! Nàng đã trải qua không biết bao nhiêu gian nan trắc trở, nhưng nàng đã dùng đủ mọi cách, mọi cố gắng, trí tuệ để vượt qua. Nếu so sánh chữ trí hay mưu lược giữa Lục Vân Tiên và Kiều Nguyệt Nga, thì nàng chiếm giải quán quân, đáng cho đấng mày râu phải thẹn mặt...! Cãi lệnh vua, trung thành với tình yêu một chiều, gieo mình xuống sông tự tử. Trốn khỏi nhà Bùi Ông để thoát tay Bùi Kiệm... Dù biết là anh chàng cộc cằn thô lỗ họ Lục đã chết, nàng vẫn ôm tấm họa đồ hình chàng thờ phượng...

*

Người đời sau mà phê phán chuyện người xưa thì cũng thật là không phải. Thời đại nào cũng mang một sắc thái riêng biệt của thời đại đó. Ngay cả chuyện tình yêu, chuyện vợ chồng, chuyện trai gái, chuyện cuộc đời, chuyện tù tội... Cứ mỗi một thế hệ hai mươi năm là đã khác rồi, nói chi đến chuyện xửa chuyện xưa. Đây chỉ là những ý tưởng chủ quan của tác giả đưa ra "théc méc" và lạm bàn cho vui cuộc đời, để bàng dân thiên hạ xem chơi giải sầu! Mong những bậc trưởng thượng và những thức giả uyên thâm về văn học cùng những bậc hiền triết thông cảm, niệm tình tha thứ. Rất mong quý liệt vị có lời chỉ giáo để kẻ cuồng sĩ này học hỏi thêm...

Letamanh

cái thân cái phận như là...
cái đau
    cái nhục
        để ra cái sầu
râu chưa dài đủ vuốt râu
thu tay ngồi đấm cái đời còn dư
bạn: hừ, hãy tạm coi như...
cụng ly cái nữa, từ từ tính sau

VÕ PHÚ
CON BÀ TÂM

Bà Tâm cầm điện thoại lên, bấm số và gọi cho Tony, cậu con trai của bà:

- Tôn ơi, mày đi làm dìa chưa?

-Dạ con đang trên đường dìa nhà. Má gọi cho con có gì không?

- Má có chút chuyện nhờ mày. Mai nay mày có đi làm không?

- Dạ không. Mai nay con được nghỉ.

- Vậy mai mày chở tao đi đám tang bà bạn?

- Ba đâu sao không chở má đi?

- Thôi mày đừng nói tới cái ông đó. Ngày mai ổng có hẹn tới nhà ông Sáu chơi đánh cờ tướng rồi. Mà mày lạ gì tánh của ổng. Sức mấy mà ổng chở tao đi tới những chỗ đông người.

- Dạ được rồi. Ngày mai con qua.

oOo

Hơn một năm nay ông Toán đã nghỉ hưu. Ông Toán là nhân viên dọn dẹp vệ sinh cho trường trung học ở quận Fairfax.

Mấy năm gần đây người ta rủ nhau bán nhà ở thành phố rồi mua nhà ở vùng ngoại ô để sống, nhất là những người về hưu hay những người làm việc tại nhà.

Từ lúc nghỉ hưu, ông Toán chẳng làm gì ngoài việc đọc báo, coi phim, hay tin tức, trên Youtube. Thấy ông ra vô nhàn rỗi, con gái và con rể bàn tính với nhau để ông ở nhà trông coi cháu ngoại. Còn bà Tâm ra tiệm làm móng, giúp vợ chồng chúng dọn dẹp lau chùi bàn ghế để kiếm thêm chút tiền gửi về Việt Nam cho thân nhân hay dưỡng già. Nghe con gái và con rể thủ thỉ bên tai, bà Tâm bàn với chồng để cho bà ra ngoài tiệm nails phụ việc. Bà Tâm đi làm được vài tuần thì nghỉ, bởi bà không chịu được mùi nồng của hóa chất làm móng. Mặc dù ở chung với con gái và con rể, mỗi tháng vợ chồng ông Toán bà Tâm đều trả tiền nhà, điện nước, phụ các con. Nhưng kể từ khi ông nghỉ hưu, cậu con rể thấy cha vợ không thuận mắt, nên cứ tìm cách nói bóng nói gió, này nọ. Ông Toán buồn bực. Nhiều khi ông ngồi uống bia và nói nhảm một mình. Bà Tâm thấy vậy xót thương chồng. Bà bàn với ông thử dọn về ở chung với thằng Tôn, đứa con trai đang ở ngoại ô thành phố Richmond, cách Hoa Thịnh Đốn gần hai giờ lái xe một thời gian để coi sao. Ban đầu ông cự tuyệt vì ông và cậu con không thuận nhau. Ông luôn gọi đứa con trai là thằng mất gốc. Những suy nghĩ của ông và cậu Tôn luôn đối nghịch.

Ngoài ra ông Toán cũng sợ người ta dị nghị. Ông sợ miệng đời nói gia đình không trên thuận dưới hòa. Ông sợ xa bạn bè. Ông sợ hai vợ chồng nhớ con thương cháu, nhất là con bé Celine và thằng Charlie. Hai đứa cháu ngoại luôn quấn quít ông bà. Ông sợ hai vợ chồng không đủ tiền để trang trải chi phí lo cho cuộc sống nơi đất lạ. Nhưng càng ngày sự mâu thuẫn giữa ông và chàng rể cứ chồng chất.

Gần đây, ông Sáu, một người bạn mà ông Toán quen biết cũng dọn về Richmond cùng con gái, nên ông mới chịu rời khỏi nhà con rể để đến ở với cậu con trai.

Sống ở nhà cậu con trai hơn một tháng, ông bàn với vợ dọn ra riêng. Ông nói với vợ rằng nhà của cha mẹ luôn là nhà của con cái, nhưng nhà của con không bao giờ là nhà của cha mẹ cả. Vì vậy, hai vợ chồng Toán dọn ra riêng và thuê một căn townhouse nhỏ gần nhà Tony để sống. Vui thì vợ chồng ông đến thăm con thăm cháu. Buồn thì đi dạo quanh xóm hay lái xe qua nhà ông Sáu trò chuyện hay đánh cờ tướng với nhau. Từ lúc ông dọn ra riêng, đời sống của vợ chồng ông vui vẻ hơn.

oOo

Buổi sáng sớm ngày thứ Bảy xa lộ 95 về hướng Bắc vắng xe hơn mọi ngày. Biết bà Tâm thích nghe nhạc của cố ca sĩ Phi Nhung,

Tony mở nhạc cho má nghe. Khi Phi Nhung cất tiếng hát, bà Tâm mỉm cười, nói:

- Lạ nha. Thằng này hôm nay biết nghe nhạc Việt nữa.

- Thì con thấy má nghe hoài, nên mở cho má nghe đó.

- Ờ...

- Mà má nè, ai mất vậy?

- Bà Chi, bạn má, cũng là mẹ của cô chủ tiệm nails của con Thủy hồi nó mới qua Mỹ này.

- Dạ. Bà ấy bao nhiêu tuổi rồi má? Bịnh gì mà chết vậy?

- Cũng già rồi. 86 tuổi. Nghe nói bị stroke.

- Dạ.

Tony cho xe vào parking ở Fairfax Memorial Park trên đường Braddock. Cậu xuống mở cửa xe, rồi cùng bà Tâm vào viếng đám tang. Nơi hành lang, cậu thấy rất nhiều vòng hoa, những lời chia buồn. Một vài người đến viếng dùng điện thoại di động chụp ảnh chung với vòng hoa và thân nhân người quá cố. Tony đang đọc tên và chương trình tang lễ trên bức ảnh, thì một người phụ nữ chít khăn tang tới, kéo bà Tâm và gọi người thợ chụp ảnh tới để chụp hình cùng. Ánh đèn chớp nháy liên tục. Đèn của máy quay phim chóa lòa cả một góc phòng. Tony thấy lạ và ngạc nhiên cậu cứ tưởng đâu là đang tham dự một buổi tiệc cưới chứ không phải là một đám tang. Cậu thấy lạ nên hỏi nhỏ với bà Tâm:

- Má, sao con thấy nhiều máy quay phim chụp hình vậy kìa?

- Ờ thì chắc họ quay phim chụp hình để gửi cho thân nhân gia đình bên Việt Nam coi đó.

- Dạ.

Tony đi theo bà Tâm và thân nhân người quá cố để thăm viếng. Ở giữa phòng, bát hương nghi ngút khói làm mờ luôn cả di ảnh người quá cố. Khói hương mịt mù đến nghẹt thở.

Khi thấy hai má con Tony đến, một người thanh niên chít khăn tang lấy nhang trong bình, đưa lên ngọn lửa của cây nến đốt rồi đưa cho bà Tâm và Tony. Cậu nhận lấy cây nhang, nhìn qua bà Tâm chờ đợi. Bà Tâm vái lạy rồi cắm nhang vào lư. Tony nhìn bà Tâm rồi làm theo như một người máy. Cắm cây nhang xuống bát hương xong,

Tony nhẹ nhàng ra khỏi phòng tang lễ. Cậu cảm thấy ngột ngạt bởi sự đông đúc của rừng người và mùi khói bịt bùng. Cậu mở cửa ra bên ngoài nhà tang lễ. Bên ngoài là nghĩa trang Fairfax. Vừa đẩy cánh cửa, hơi lạnh lùa vào. Những bông tuyết nhỏ li ti làm cho Tony cảm thấy mát mẻ và dễ chịu. Chưa bao giờ Tony thấy bông tuyết mát mẻ và dễ chịu như hôm nay. Mặc cho những bông tuyết nhỏ bay lên tóc, lên áo, cậu đi dạo một vòng ở nghĩa trang. Tony dừng chân ở trước một ngôi mộ có cây thánh giá lớn, nhẩm đọc tên người nằm dưới mộ. Tony tiếp tục đi dạo khu nghĩa trang cho đến khi hơi lạnh thấm vào da thịt, cậu trở vô trong nhà quàn tìm bà Tâm. Lúc này bên trong phòng tang lễ đang đọc kinh. Bốn vị sư thầy và rất nhiều đạo hữu râm ran đọc kinh trước bàn thờ người đã khuất. Tony đưa mắt tìm bà Tâm. Cậu thấy bà Tâm đang ngồi ở dãy ghế gần những người chít khăn trắng, Tony thì thầm nói nhỏ:

- Con ra xe đợi má. Khi nào má xong, thì con chở má dìa.

- Ừa. Mày ra đó ngủ một giấc đi. Đi từ sáng giờ chắc cũng mệt.

- Dạ.

Tony ra xe, cậu nổ máy xe và mở nhạc lên nghe. Bản nhạc giao hưởng êm dịu làm tinh thần cậu lắng đọng. Cậu chợt suy nghĩ miên man về cuộc sống vô thường này rồi chàng ngủ thiếp đi.

Có tiếng gõ cửa ngoài xe. Tony mở mắt rồi nhấn nút mở cửa. Bà Tâm bước vào xe, hỏi:

- Mày đói bụng không? Má có lấy ổ bánh mì và chai nước cho mày nè.

- Dạ. Đám tang người ta mà má lấy chi vậy?

- Tao sợ mày đói. Thôi ăn đỡ đi.

- Dạ. Con tính chờ má ra rồi hai má con đi nhà hàng Hải Dương ăn trưa luôn cho tiện.

- Thôi... Ăn đỡ bánh mì rồi dìa con ơi chứ nhà hàng chi cho mất công lại tốn tiền. Ba mày chắc cũng dìa nhà rồi. Thôi chở má dìa cho sớm để chuẩn bị cơm chiều cho ổng. Hồi sáng tao đi chỉ nấu cơm trưa chứ không nấu cơm chiều.

- Má lo chi cho mệt. Ba đói thì tự nấu cũng được mà. Cứ ôm chi vô mình cho khổ. Mà má không tính ghé tiệm con Thủy hả?

- Thôi khỏi. Để hôm nào nó xuống chứ giờ tao ghé rồi nó không chịu dắt hai đứa nhỏ xuống thăm ba mày.

- Dạ.

Tony vừa ăn bánh mì vừa lái xe về lại Richmond. Cậu ăn xong ổ bánh mì và uống hớp nước. Thấy con trai ăn xong, bà Tâm hỏi:

- Lần đầu mày đi đám tang hả? Sao lúc nãy mày hỏi mấy câu ngớ ngẩn...

- Dạ không. Con đi đám tang cũng mấy lần, nhưng đây là lần đầu con đi đám tang của người Việt.

- Rồi mày thấy sao?

- Con thấy người Việt làm đám tang rình rang giống đám cưới quá. Những đám tang mà con đi trước đây rất nghiêm trang và im lặng. Người tới viếng cũng đến để nhìn mặt người đã khuất lần cuối. Chia buồn, rồi ra về...

- Ờ... Đó là phong tục của người Mỹ. Còn mình là Việt Nam, nên khác.

Im lặng một hồi, bà Tâm nói:

- Ờ mà tao thấy bà Chi tính ra cũng có phước ghê. Đám tang rình rang, đầy đủ nghi thức Phật giáo. Nghe con gái bà Chi kể thì rước thầy từ Texas và Cali dìa đọc kinh hôm qua đến giờ mấy lần rồi. Kinh xong, sẽ chôn ở nghĩa trang này luôn. Con gái bà Chi năn nỉ tao ở lại để đưa tiễn ra nghĩa trang, nhưng đợi tới bốn giờ tao sợ về không kịp nấu cơm cho ba mày, với lại trời đang tuyết tao sợ đi đường trơn trợt nên từ chối để dìa sớm. Nghe họ nói tốn mấy chục ngàn để mua đất chôn đó. Chết mà có cái mả cái mồ, yên ấm vậy chắc con cháu mai này ăn nên làm ra.

Nghe bà Tâm thao thao nói về đám tang người bạn mà Tony không mấy gì hứng thú với phong tục ấy. Từ nhỏ cậu đã rời xa gia đình và theo đạo Mormon (Mặc Môn) một thời gian dài nên tín ngưỡng Phật giáo trong đầu cậu rất mơ hồ. Cậu cảm thấy những thủ tục rườm rà ấy không cần thiết. Cậu nghĩ chết là hết. Tuy nghĩ vậy, nhưng không muốn làm bà Tâm buồn, nên cậu không nói ra. Thấy con trai im lặng, bà Tâm chợt hỏi:

- Mày có nghĩ gì về những nghi thức khi chết?

- Má muốn con nói thiệt?

- Ừa. Thì mày nói tao nghe thử.

- Theo con thì chết là hết. Nếu con chết, con không muốn một đám tang rình rang như vậy. Con sẽ hiến tặng thân thể mình cho khoa học. Rồi phần xác còn lại đem thiêu rải xuống sông xuống biển gì cũng được. Con thích tro cốt của mình được rải xuống một bãi biển vắng người ở California. Nơi đó được yên tĩnh để nghe tiếng sóng, ngắm nhìn cảnh thiên nhiên còn hay hơn là chôn thân xác ở trong một cái hộp xi măng...

Bà Tâm im lặng lắng nghe con trả lời. Bà bỡ ngỡ. Đây là lần đầu tiên bà nghe tâm sự của con trai về một đề tài như vầy. Qua chuyện này, bà mới hiểu được con trai. Thì ra những suy nghĩ của con khác với bà hoàn toàn. Bà chợt thở dài.

Nghe má thở dài, Tony quay qua nhìn bà Tâm rồi nói:

- Dạ đó là những suy nghĩ của riêng con. Nhưng con sẽ tôn trọng quyền chọn lựa của người khác. Mọi người ai cũng có suy nghĩ riêng về những chuyện sau khi chết, người Mỹ gọi đó là will. Nên mình tôn trọng ý nguyện người đã khuất.

- Ờ... Mày nói cũng phải.

Hai má con bà im lặng. Mỗi người một suy nghĩ riêng cho đến khi chiếc xe về đến bãi đậu xe trước cửa nhà bà Tâm.

Võ Phú

anh hùng hào kiệt đều mê rượu
ta không hảo tửu, làm tiểu nhân
so vai đứng ngó đời ngang dọc
té đái trong quần chuyện tiến thân

văn nhân thi sĩ đều hảo tửu
ta không mạnh rượu, làm thương nhân
bắt chước làm thơ chỉ cho mệt
làm tình nhẹ nhõm sướng hơn không

VÕ DUYÊN CÙNG MỸ TỬU   1

LÊ CHIỀU GIANG
TRANH, TIẾNG NÓI CUỐI CÙNG

> *Ta chôn chồng ta*
> *Một lần.*
> *Duy nhất*
> *Ở giữa rừng gai không hoa trái mọc*
> *Đất. Đá.*
> *Rực cháy những lửa điêu tàn*
> *Ta đứng giữa trời*
> *Lặng thinh.*
> *Không khóc.*
> (LCG)

Làm thế nào để giải nghĩa về cái chết? Những điều nằm bên ngoài tất cả mọi sự hiểu biết của nhân gian, nhưng lại nằm bên trong những bí ẩn muôn đời của vị Thượng Đế ở mãi trên trời cao kia.

Lại càng không thể bàn tán gì, khi cơn đau ốm, bịnh hoạn đó đang không phải là của chính mình.

Tôi, một kẻ đứng bên ngoài sự lâm chung.

Sau khi được vị Bác Sĩ trưởng khoa phân tích, giải thích chi tiết về những điều không còn gì có thể cứu vãn với căn bịnh ngặt nghèo của chồng, tôi mang cảm xúc của một cô gái bé nhỏ, biết trước mình sẽ trơ vơ, sợ hãi nằm im dưới đáy sông chờ chết.
Tôi đang ngộp thở, tôi mới là người sắp chết, tôi đang vẫy vùng trong tuyệt vọng, tôi không biết bơi...

Anh vẫn ngồi ngoài phòng đợi với niềm tin rằng, đây chỉ là căn bịnh đơn giản, mọi thứ rồi sẽ qua đi, sẽ chỉ như cảm cúm thường tình.

Thẳng lưng vào thành ghế, tôi thở, nhịp thở hụt hơi nhưng vội vã.

Không khí ở khắp đất cùng trời, đã chẳng ai thèm quan tâm, nhớ đến. Nhưng khi đụng tới chút hơi hướm của nỗi chết, chúng ta thở rất vội vàng. Chúng ta sợ không khí sắp cạn, sợ nó sẽ hết...

Rất nhanh, tôi xếp đặt những lời nói dối. Làm sao tôi dám nói ra sự thật kinh hoàng như vị Bác Sĩ vừa nói với tôi bằng cái giọng lạnh lẽo của thuốc men và kim chích kia?

Anh cười rất tươi khi thấy tôi, nhưng sao mắt tôi nhìn ra nhiều ai oán? Bây giờ tôi mới hiểu ra sự tài tình của các họa sĩ, khi diễn đạt qua mầu sắc: Những môi cười bi thảm, méo mó giữa khổ đau trùng trùng, hoặc sự sợ hãi triền miên, nhãn tiền của nỗi chết. Những nụ cười trầm luân thoát ra khỏi niềm vui mê dại, đụng chạm tới sự bàng hoàng của một chấm hết không ngờ.

Và tôi cũng đang ráng cười, cười như thật. Nói huyên thuyên với anh về một chứng bịnh bình thường, chẳng có gì phải lo lắng, quan tâm.

Nếu chỉ cần nói dối mà đối phó được với những tai ương, hoạn nạn, thì tôi đang là kẻ nói dối rất chuyên nghiệp. Đời sống, có phải đôi khi chúng ta cần đãi đằng, an ủi nhau, dù chỉ bằng những lời dối trá, chẳng cần gì đến sự chân thật chết người, những chân thật chất chứa đầy muộn phiền, đớn đau và bi thảm.

Anh muốn vui bằng một bữa ăn tối ngoài trời, như hét ra niềm tri ân cùng thế giới. Lòng tôi dù tê tái, hoang mang, vẫn nồng nàn với rất nhiều ly rượu đỏ, cười vui chan hoà cùng chút nắng chiều hắt lên khuôn mặt anh sáng rỡ niềm hy vọng, chứ không thể là những tăm tối, u hoài của một nỗi chết.

Chúng tôi ngồi trong đêm, với mịt mù không lối thoát của tương lai, nhưng anh chẳng hề biết. Tôi bỗng thấy quý từng giây từng phút khi ngồi bên anh, những điều tôi đã phí phạm, vung vãi một cách hào sảng trong suốt bao năm dài... Lòng tôi nhủ thầm sẽ không còn bao giờ nữa. Vậy mà sao tôi cười, tôi nói và tôi giả ngây ngô?

Trên đường về qua nhiều Freeway vào phố, tôi dừng xe lại ở đèn xanh, vượt qua hết mọi đèn đỏ... Với tâm trạng náo loạn, tôi lái xe như điên khiến anh hoảng hốt. Tự trấn an mình, run run tôi hát. Hát miên man bài anh thích nhất: "Chiều về trên sông."

"Sông," trước hiên nhà xưa của chúng tôi. Dòng nước trôi theo cùng với những hạnh phúc, gian nan và khốn khó... Sông hiền hòa êm ái, nhưng chẳng phải đã không có những chìm nổi, lao đao, và nhiều sóng dữ.

"... Hãy cất tiếng ca cho đời thêm buồn

Hãy cất tiếng ca

Cho lòng thôi khô héo...

Chiều buông,

Trên dòng sông cuốn mau

Thương đời, thương lẫn nhau...

Trong chiều

Về đâu?

Bọt bèo tuôn khắp nơi..."

[Phạm Duy]

Đường về nhà mà tôi quanh co lạc lối. Lan man tôi rẽ trái, rẽ phải cho đến khi cầm trong tay tấm giấy phạt của cảnh sát, tôi mới biết rằng mình đã đi lạc rất xa.

Tôi muốn mau về nhà.

Tôi muốn nhìn lại từng góc, từng xó, mỗi góc vuông trong căn nhà mà mới sáng nay thôi, vẫn ôm ấp nhiều niềm vui và hy vọng. Tôi thèm tìm ra những khác lạ nào đã thay hình đổi dạng, những bàn ghế, chiếu chăn... Hay chỉ có mình tôi đang nhìn ra một đổi thay lớn lao, đầy sợ hãi?

Khóc giấu.

Câu nói như thơ, đã chẳng "thơ" chút nào những lần tôi dấm dúi khóc.

Khóc ngoài đường, khóc khi lái xe và khóc cả lúc một mình ngồi với cafe nơi quán nhỏ.

Nhưng chỉ sau vài tháng, Bác Sĩ đã không để chút bình yên cho chúng tôi. Mọi thứ giấu diếm đã được tung ra, như ngọn lửa thiêu đốt trên mặt mũi tôi cười gượng gạo. Riêng anh. Im lặng.

Chúng ta im lặng khi giận dữ, lúc chán nản, hay ngay khi ngời ngời, chói lòa cùng hạnh phúc. Nhưng trước niềm tuyệt vọng này, sự im lặng đang ẩn chứa những gì?

Suốt những năm dài tuổi nhỏ, rồi thơ mộng tuổi thiếu nữ, khi lập gia đình... Tôi may mắn với nhiều hân hoan của đời ban phát. Cũng chẳng có nghĩa tôi đã thờ ơ được với những đớn đau. Nhưng trong sự im lặng này của anh, im lặng mà như đã nói nhiều hơn những điều cần nói. Cái âm thanh của "không nói gì hết," khi đối diện với điều tận diệt trước mắt, đã làm tôi chới với, đã làm tôi hãi sợ...

Lặng lẽ, anh sắp xếp lại những cọ vẽ, sơn dầu. Tôi ngồi im nhìn như quan sát một tử tội, đang xếp muỗng nĩa cho ngay ngắn trước bữa ăn cuối cùng.

Có phải khi luyến tiếc một cõi đời, Anh có ý trở lại từ những bắt đầu? Anh muốn vẽ.

Từ ngày rất nhỏ, anh dùng đũa vót nhọn, vẽ muôn hình trên những tàu lá chuối mướt xanh. Khi mê man cùng màu sắc, khó khăn lắm anh mới đủ tiền mua được tấm canvas. Vậy mà khi nhận được giải Hội Họa Quốc Gia 1961 cùng với anh Nguyễn Trung và Cù Nguyễn, anh đã chân tình đưa tấm huy chương đó tặng người bạn vừa rời bỏ Huế, sống lang bạt ở Sài Gòn. Chỉ để bạn bán đi, đổi lấy những bữa ăn và những ly nước mía ở Quán Cơm Xã Hội... Anh trao niềm vinh dự cho bạn, cái vinh dự mà anh cho là bọt bèo, phù phiếm.
Bây giờ anh thèm vẽ, vẽ bức tranh cuối cùng. Anh muốn nhận chân ra đời sống qua từng hơi thở. Dù có đang thoi thóp, tàn hơi, anh cố thở những hơi dài, đứt quãng...

Hơi Thở. Phải chăng mới là tấm Huy Chương miên viễn của đời người?

Sơn dầu, một mùi hương gay gắt nồng, mà tôi đã thở cùng trong những năm dài chung sống.

Với tôi, nó như một biểu hiện của sự thủy chung, lòng yêu mến và những gắn bó không rời.

Suốt bao năm dài, anh hay dùng những màu âm u, lạnh lẽo, những màu tái ngắt, lạnh tanh. Bức tranh cuối cùng anh dùng màu hoàng kim, rực rỡ và ấm áp.

Sự im lặng của anh đang dàn trải trong tranh...
Nhưng xô dạt trong tĩnh lặng, tôi nghe ra những âm thanh ầm ĩ, đầy cuồng nộ.

Tôi nghe ra hết những đắng cay, nghiệt ngã, những buồn phiền, điên đảo của đời người... Buồn hơn thế, tôi nghe ra trong tranh lời nỉ non, van vỉ của một níu kéo, trì hoãn thảm thương...
Và qua nét cọ, sắc như những vết dao. Vết dao chém dọc, chém ngang, chém quyết liệt, kinh hoàng trên mặt của nỗi chết...

Bức tranh đã không được hoàn tất.
Anh buông rơi những cây cọ, những tuýp màu, và mùi dầu sơn vương vãi...
Suốt bao năm dài, tôi đã không thu vén dọn dẹp. Tất cả còn nguyên đó như có thêm bức "Tĩnh Vật" trong căn phòng tối tăm.
Căn phòng không bao giờ cần có đèn thắp sáng.

Lê Chiều Giang
[Tưởng niệm 25 năm Nghiêu Đề]

không làm cách mạng không yêu nước ?
thỉnh thoảng buồn buồn chuyện núi sông
biết đâu tưởng-nhớ mươi ngọn cỏ
cũng đủ làm nên kẻ có lòng

nhiều khi cũng muốn nương hương rượu
viết bậy cho tình biết trổ bông
bao tử tim gan... không chấp nhận
cũng đành xếp lại mộng viễn vông

VÔ DUYÊN CÙNG MỸ TỬU 3

TIỂU LỤC THẦN PHONG

MA MỸ

Cô bé Jessica háo hức mừng rỡ khi thấy chiếc Toyota Camry màu bạc quen thuộc đỗ xịch ngoài sân, nó xô cửa chạy ra, miệng líu lo:

- Daddy, chở con đi Walmart mua killing doll Chuckie.

Anh James bế con bé lên hôn chụt chụt vào đôi má phinh phính hồng, râu anh chưa cạo nên chọc vào da thịt mịn màng non tơ làm nó nhột nên cười ngặt nghẽo. Hai cha con ôm suốt như thể chưa gặp nhau đã lâu ngày. Anh James nói:

- Ừ, ba nhớ lời hứa mà, giờ mình đi.

Anh không tắt máy xe, để ở đấy mà đi vào nhà. Jennifer đứng trên thềm bên bậu cửa nhìn hai cha con cười mỉm lòng tràn đầy hạnh phúc. Nàng đang tận hưởng giây phút ngọt ngào hiện thực ngay tại đây và bây giờ. James hôn vợ và hỏi:

- Em đi Walmart không?

- Anh chở con đi mua đồ chơi. Em ở nhà chuẩn bị cơm nước.

৪০৪

Khu vực đồ chơi rất rộng và có vô vàn, phải nói là cả một rừng luôn, phù hợp cho mọi lứa tuổi từ sơ sinh cho đến vị thành niên. Jessica như con chim non lạc vào vườn địa đàng, tíu tít chạy loanh quanh xem hết món này đến món khác, lựa chọn mải mê, món nào cũng thích cả. Cuối cùng thì nó vẫn nhớ và chọn Barbie và búp bê killing doll tên là chuckie, một loại búp bê vừa mới ra lò đang gây lôi cuốn không chỉ trẻ nhỏ mà cả người lớn. James thoáng ngần ngại vì killing doll trên phim khá là dễ sợ nhưng vì con gái thích nên anh cũng chìu, vả lại chuyện phim ảnh chỉ là giải trí. Anh thầm nghĩ các nhà làm phim và những công ty sản xuất đồ chơi chạy theo lợi nhuận quá đáng. Killing doll quả thật không thích hợp với tuổi thơ tí nào, vì chuckie quá rùng rợn, cực kỳ bạo lực thật chẳng phù hợp với hình ảnh những con búp bê hiền lành, dễ thương như truyền thống xưa nay. Chuckie trên phim và đồ chơi đang làm mưa làm gió khắp nơi, đi đâu cũng thấy gương mặt với những vết sẹo vá đầy ghê rợn của nó.

Jessica sau khi có đồ chơi mới, buổi chiều nó ăn hết những hai chén cơm, bình thường mỗi bữa một chén mà Jennifer còn phải dụ dỗ đủ cách. Jessica rộn ràng cười nói cho đến tận khi vào giường ngủ.

Đêm tĩnh mịch vô cùng, ánh sáng dìu dịu từ chao đèn tỏa một vầng sáng tròn nửa trên trần nhà nửa trên sàn nhà, không gian im ắng đến độ có thể nghe được âm thanh từng thớ gỗ co giãn theo nhiệt độ. James còn mơ màng chưa vào giấc ngủ sâu, chợt anh nghe có tiếng thét từ đâu đó vọng vào tai, lòng thấy tắc thỏm bất an bèn bước xuống xỏ chân vào đôi dép ngủ. James mắt nhắm mắt mở đi vào phòng vệ sinh rồi qua phòng con bé để xem thử Jessica ngủ yên chưa. Tất cả đều không có bất cứ dấu hiệu gì bất thường, anh lại đi ngang qua phòng đồ chơi, nhìn vào trong phòng anh khựng lại, tỉnh ngủ hẳn, một cảnh tượng thật dễ sợ. Chuckie với mái tóc đỏ hoe, những vết vá trên mặt còn tươi màu máu, mắt nó xanh lè và sâu như lỗ đen trong vũ trụ. Chuckie đang cầm con mermaid cắn nát đầu và xé phần thân làm hai mảnh, dưới sàn nhà đầy những bộ phận của các con búp bê và các món đồ chơi khác: Những con barbie bị xé nát tửa lưa, con shark bị rạch bụng ruột đổ tùm lum, con Jasmine, con Mulan bị lột trần truồng thân thể đầy vết cào cấu đang rúm ró sợ hãi, thằng Mario bị vặn cổ, ngay cả superman, spiderman cũng bị trói gô lại. Con sư tử shimba và con gấu Baloo bị gãy chân nằm trong góc phòng... Bất chợt chuckie vớ lấy con dao, nó cười đầy vẻ man rợ, nhe hàm răng trắng nhởn tiến về phía James. James hoảng sợ đi giật lùi ra khỏi căn phòng. Chuckie tiến lại gần hơn nữa nó vung dao lên, James bước nhanh hơn và vấp phải xác con voi Jumbo té ngửa ra, killing doll lao tới. James lồm cồm bò vừa cố gắng đứng dậy chạy dọc hành lang. Killing doll đuổi theo sát đít, James hoảng sợ tột độ hét toáng lên:

- Cứu, cứu tôi...!

James hụt chân té lăn cù xuống cầu thang, Chuckie nhảy phóc xuống chặn trước mặt James, nó đưa dao đâm sâu vào bụng James và cười hăng hắc đầy man dại.

**

Mở mắt choàng tỉnh, James thấy Jennifer đang vỗ vào má và lay anh:

- Tỉnh dậy anh, anh mơ thấy gì mà la hét ú ớ và giãy dụa dữ quá?

James thở gấp gáp nặng nhọc, người nóng rang răm rắp mồ hôi, cổ họng khô khốc. Anh ngồi dậy với lấy ly nước trên bàn uống cạn. Jennifer lại nói:

- Anh coi phim bạo lực, phim ma nhiều quá nên ngủ bị ám ảnh.

- Ừ, có lẽ vậy!

- Thôi, ngủ thêm tí nữa đi anh, còn sớm lắm, phải bốn giờ mới dậy đi làm.

James quay qua ôm lấy Jennifer và nhanh chóng đi vào giấc ngủ.

৪০৩

Nằm trong bồn tắm hưởng thụ những phút giây khoan khoái, đây là quãng thời gian xả hơi thư thái mà James thích nhất. Anh nhấm nháp ly vang đỏ và mơ màng tận hưởng mùi hương của nho lên men, vị chát pha hậu vị ngọt. Rượu vang đỏ với lượng cồn thấp rất thích hợp để uống hàng ngày, đủ để gây hưng phấn và tỉnh táo. Lọ đèn sáp thơm lung linh tỏa ánh sáng nhẹ và hương thơm dìu dặt càng làm cho căn phòng tắm thêm lãng mạn, bọt xà phòng nổi che kín cả thân mình vạm vỡ nở nang của James. James đi làm sớm và về sớm, giờ này Jennifer còn đang bận tíu tít ở công ty. James nghĩ: "Giá mà giờ này có Jennifer thì tuyệt biết bao." Nhấp thêm ngụm vang nữa, James lim dim nằm yên trong bồn tắm, hai tay gác trên thành bồn. Chợt anh nghe có tiếng cửa mở và tiếng xì xồ xì xào từ tivi phát ra. James lấy làm lạ và buộc miệng hỏi:

- Honey, hôm nay em về sớm à?

Hoàn toàn im ắng, không có tiếng trả lời. James hỏi lại lần nữa:

- Jennifer, em đấy à?

Vẫn không có tiếng trả lời nhưng âm thanh nhè nhẹ của bước chân thì nghe rõ mồm một, màn cửa sổ phòng tắm tự nhiên vẹt qua một bên như thể có người kéo, tiếng tivi lại im bặt đi và cửa phòng nhà tắm đóng sầm lại. James hoảng hồn đứng bật dậy, ly rượu vang rơi xuống sàn bể tung tóe. James vụt chạy ra ngoài với tình trạng trần truồng, trên người đầy bọt xà phòng. James hét với tất cả sức lực có được:

- Ma, có ma!

ॐ☙☞

Mở mắt ra lại thấy Jennifer ngồi bên lay anh:

- Tỉnh lại anh, anh bị căng thẳng quá rồi, bị ác mộng la hét ghê quá!

James thở dốc, mắt mở nhìn trừng trừng lên trần, ác mộng còn rõ trong tâm trí James như thể vừa mới xem phim xong. Anh nhớ mấy ngày trước con bé đã bảo anh:

- Daddy, con thấy mấy cái cửa cứ tự nhiên đóng mở.

- Chắc gió lay động đó con.

- Còn tivi nữa, con hổng có mở mà sao nó tự nhiên hoạt động?

- Có lẽ tivi gần hư rồi, bị chập mạch.

Anh cố giải thích cho con bé an tâm chứ thật tình anh cũng không hiểu vì sao. Bản thân anh cũng đã thấy như thế. Có lần đi uống cà phê với bạn bè, khi về anh thấy cửa bỏ ngõ và tivi vẫn đang hoạt động. Anh sợ không dám vào nhà, phải một lát sau trấn tĩnh lại mới dám bước vào. Sau khi xem xét cả nhà thì thấy chẳng mất mát gì, vì thế thì không thể nói là trộm đột nhập và cũng chẳng có lý do hay chứng cứ gì để gọi cảnh sát.

Anh nghĩ vơ vẩn về ác mộng và hiện thực trong thời gian vừa qua. Jennifer vỗ về:

- Honey, ngủ thêm chút nữa đi, anh bị căng thẳng vì công việc hay vấn đề gì rồi, hay là anh lấy ngày nghỉ ở nhà vài ngày vậy?

James không trả lời vợ, kéo mền lên tới cổ và cố dỗ lại giấc ngủ.

ଞଏଓ

Bốn giờ sáng trời còn tối mịt, thời tiết lạnh căm căm, sương mù loãng nhưng giăng trên diện rộng, tầm nhìn rất hạn chế. James lái xe chầm chậm và chiêu ngụm cà phê cho tỉnh táo. Con đường Main quen thuộc mỗi ngày đi làm vẫn chạy qua, giữa đường là một khu nghĩa địa cổ của tiểu trấn Magnolia. Có đôi khi James nghịch ý nhìn xem trong nghĩa địa có cô gái nào xõa tóc mặc áo choàng trắng đi lang thang hay có ông bà già nào đó mặc áo chùng đen ngồi ở bia mộ, hoặc là chú bé tinh nghịch phá phách... tất cả đều là những con ma mà James đã đọc trong sách vở lẫn nghe kể ở ngoài đời. James nhìn vào nghĩa địa xem thử nhưng chả thấy gì, ngoài những ngôi mộ giản dị với những tấm bia cổ kính rêu phong, có tấm bia ghi niên đại từ 1884 xa xưa và thậm chí có bia còn xưa hơn nữa.

Sáng nay James cũng lái xe ngang qua đây như mọi ngày nhưng lần này thì James không nhìn vào nghĩa địa vì đêm qua gặp ác mộng đã quá mệt rồi nên không còn nghịch ý nữa. Anh chăm chú nhìn phía trước, sương mù mờ mịt, đường vắng tanh không một chiếc xe hay bóng người, hình như sương dịch chuyển. James không biết rõ là sương bay hay do xe chạy mà có cảm giác ấy, ánh đèn đường vàng vọt không đủ xóa màn sương, đường Main vắng lặng, chạy cả dặm mới thấy mới có một chiếc pickup chạy ngược chiều, có lẽ cũng là người đi làm sớm như James. Nghĩa địa nằm im lìm trong sương mờ mơ hồ âm u, qua khỏi nghĩa địa vài trăm yards bất chợt James thấy một bóng một hình nhân mờ mờ đang đạp xe. James căng mắt ra nhìn nhưng không tài nào nhận ra đàn ông hay đàn bà. James rà chân thắng, giảm tốc độ thật chậm, bật đèn cấp cứu để người lái xe đạp có thể dễ dàng nhận biết. Bóng người đạp xe ấy vẫn cứ tiến tới và dường như không thấy xe James. James đã giảm tốc độ rất chậm và bóng người đạp xe ấy cứ lờn vờn như thể không thấy xe James, không hề có dấu hiệu né tránh. Cái bóng đạp xe ấy vẫn ở phần lane của James và lừng lững tiến tới. Khi đã gần đến độ không thể còn an toàn, buộc lòng James phải bẻ tay lái né qua phần lane ngược chiều để khỏi phải tông vào bóng người đạp xe ấy. Xe James lao lên vỉa hè đâm sầm vào cột đèn, vỏ bánh xe bể, xì hết hơi. James sảng thần, phải cả phút sau mới hoàn hồn lại và móc phone gọi cấp cứu. James nhớ lại bóng hình nhân đạp xe ấy, nó mờ mờ không rõ nhân dạng và khuôn mặt chỉ là một mặt phẳng không hề có dấu vết gì của mắt, môi, mũi, miệng... nghĩ đến đó James run bắn cả người, miệng lẩm bẩm:

- Không lẽ là ma? Ma có thật sao?

Xe cảnh sát và xe cứu thương hụ còi ầm ĩ ở phía sau xe, James ngồi bần thần tâm trí dường như lạc mất. Khi người cảnh sát lăm lăm súng đứng bên hông xe và ra dấu hiệu cho James hạ cửa sổ xe xuống. Người cảnh sát hỏi việc vì đã xảy ra và James cứ thành thật kể hết mọi tình tiết của sự việc. Anh cảnh sát lắng nghe nhưng tuyệt đối không tỏ ý kiến, sau đó anh ta quay lại xe của mình hí hoáy trên laptop chừng mươi phút. Việc xong, anh ta đưa cho James một cái biên bản tường trình vụ việc tai nạn, trong ấy ghi lỗi do tự thân chứ không hề ghi chi tiết về bóng một hình nhân mặt bẹt đạp xe cố lao vào xe James. James còn sảng thần cũng không biết nói năng gì, vả lại giờ có nói gì đi nữa cũng chẳng có chứng cứ gì. James gọi phone về nhà để Jennifer ra chở anh về, xe chạy ngược đường Main, bất giác anh ngoái cổ nhìn vào trong khu nghĩa địa cổ xưa.

Tiểu Lục Thần Phong
Ất Lăng thành, 09/23

có phải hôm nay nhờ nắng đẹp
mươi câu quờ quạng đậu trong lòng
thở ra may được đời hấp thụ
tụ lại thành dòng đủ rửa chân ?

luânhoán
11-5-2010

VÕ DUYÊN CÙNG MỸ TỬU 4

NGUYỄN KIẾN THIẾT

THANH LÃNG - NHÀ VĂN HÓA BỊ LÃNG QUÊN

Nói đến Thanh Lãng người ta nghĩ ngay tới một Linh Mục, một trí thức khoa bảng, nhà giáo dục, nhà nghiên cứu phê bình văn học nổi tiếng thời Việt Nam Cộng Hòa. Tuy nhiên cuộc đời của ông cũng còn uẩn khúc, những đóng góp của ông cho văn hóa, cho giáo dục chưa được triệt để khai thác, đánh giá đúng mức, đôi khi lại có cái nhìn phiến diện, hoặc bị bỏ quên. Đặc biệt "những dấn thân của ông vào thời cuộc trước và sau 1975 có thể gây nhiều ngộ nhận" (theo Nguyễn Văn Trung). Người viết muốn dựa vào cuộc đời và văn nghiệp của ông cùng một số tư liệu khác để có một cái nhìn, đánh giá khách quan về ông, về những đóng góp của ông cho văn hóa, văn học Việt Nam.

*Vài nét về Tiểu sử

Thanh Lãng, tên khai sanh là Đinh Xuân Nguyên (1924-1988) (1), sanh ngày 23/12/1924 tại Tam Tổng, Nga Sơn, Thanh Hóa. Thuở nhỏ ông theo học trường làng đến năm 12 tuổi, rồi lần lượt vào Tiểu Chủng Viện Ba Làng, đậu Tú Tài Pháp năm 1945, dạy học hai năm (1947), và học hai năm Triết học tại Học Viện Xuân Bích Hà Nội. Năm 1949, ông được cử đi học trường Truyền Giáo Roma (Ý) và được thụ phong Linh Mục ngày 20/12/1953. Sau đó vào Đại học Fribourg (Thụy Sĩ), đậu Tiến Sĩ Văn Chương năm 1957. Trở về nước với bằng Tiến Sĩ Văn Chương, ông vào giảng dạy tại Tiểu Chủng Viện Tân Thanh (Bảo Lộc, Lâm Đồng); đồng thời giảng dạy tại các Đại Học Văn Khoa Huế, Đại Học Văn Khoa Sài Gòn (ĐHVKSG 1957-1975), có lúc làm Giáo Sư thỉnh giảng tại Viện Đại Học Hòa Hảo (An Giang). Năm 1958, Linh Mục Thanh Lãng được mời làm Giám Đốc ngành Thông Tin Công Giáo và Chủ Biên tuần báo *Việt Tiến* rồi Giám Đốc Trụ Sở Thanh Hóa (Trương Minh Giảng, Sài Gòn). Có thể nói ngoài công việc giảng dạy tại các Đại Học, từ đây cho tới ngày 30/4/1975 là "thời gian hoạt động văn học nhộn nhịp trong cuộc đời Thanh Lãng." Ngoài việc lãnh trách nhiệm Trưởng Ban Việt Văn ĐHVKSG, ông còn "hoạt động nhộn nhịp" về văn hóa, như:

- Chủ Tịch Trung Tâm Văn Bút Việt Nam. Nhân danh Chủ Tịch TTVBVN, ông đã can thiệp với tòa án xin trả tự do cho các văn nghệ sĩ bị cầm tù (kể cả "bên này" lẫn "bên kia"). Năm 1972, ông cũng đã đề cử giải Nobel Văn Học cho thi sĩ Vũ Hoàng Chương.

- Chủ Tịch Uỷ Ban Nhân Văn Hội Đồng Văn Hoá Giáo Dục.

- Chủ Tịch Mặt Trận Nhân Dân Cứu Đói (9/1974-4/1975).

Sau tháng 4 năm 1975, ông "được cám ơn để về vườn, từ giã ngôi trường vì lý do không thể để tôn giáo trong Đại Học." Người ta gọi ông bằng "anh." Họ không muốn gọi ông là "Thầy," là "Giáo Sư," là "Cha" hay gì gì đi nữa. Ông xin chuyển ngành sang địa hạt ngôn ngữ ít ra cũng còn hít thở không khí văn chương chữ nghĩa, có thể được đọc, được viết, để cảm thấy đời mình chưa đến nỗi bỏ đi. Những năm tháng cuối đời, ông chìm ngập trong nỗi chán chường, thất vọng, bao nỗi đắng cay dày vò, có lúc không còn muốn sống. Ông buồn chán đến nỗi bỏ hết sách vở, kêu ve chai bán ký lô. Nhà văn hóa bất đắc chí Thanh Lãng từ đó "bế môn" không muốn giao tiếp với văn giới, học giới - kể cả đám môn sinh thân yêu của mình. Ông Lê Hữu Mục có dịp đọc những tài liệu do ông Thanh Lãng viết, giảng, nói chuyện sau này và nói: *"Tôi thấy tội nghiệp, ái ngại cho ông ta quá. Ông TL [tức Thanh Lãng] đã phải nói, phải viết những gì về tôn giáo, văn học và ngôn ngữ học mà chế độ muốn ông viết."* (Hội Văn Hóa Việt phỏng vấn GS Lê Hữu Mục, ngày 6 June 2003).

Ông trút hơi thở cuối cùng tại Sài Gòn ngày 17/12/1988 bởi cơn đau bụng vật vã sau khi đi "làm việc" ở Phường về (theo Nguyễn Văn Lục). Tang lễ của ông được cử hành tại nhà thờ họ đạo Chí Hòa (Tân Bình) và an táng tại nghĩa trang họ đạo Fatima (Bình Triệu). Ông ra đi để lại một sự nghiệp giáo dục, văn hóa vô cùng lớn lao - trong đó có một mảng về Thiên Chúa Giáo. Không chỉ dùng lý thuyết suông, ông còn dấn thân, nhập cuộc. Nhưng lực bất tòng tâm, ông hoàn toàn là người thua cuộc - cụ thể từ sau 1975, bị bỏ rơi và chết trong cô đơn, buồn tủi. Cái chết của Thanh Lãng kể ra cũng "vô duyên." Một cái chết không "đẹp" so với cái chết của thi sĩ Đông Hồ trên bục giảng, trong vòng tay môn sinh của mình. Thượng Tọa Thích Hiển Pháp đã "Khóc Thương Tiếc Quý Linh Mục Gioan Thanh Lãng": *"Ngày xưa đã qua đi, những kỷ niệm hãy còn. Người cũ đã mất, nhưng tâm tình vẫn còn mãi."* (24/12/1988)

*Tác phẩm:

-Sách đã xuất bản gồm 10 đầu sách:

1. *Khởi thảo văn học sử Việt Nam: Văn chương chữ Nôm* (Hà Nội, 1953; Văn Hợi, Sài Gòn, 1957, 220 tr.)

2. *Khởi thảo văn học sử Việt Nam: Văn chương bình dân* (Hà Nội, 1954; Văn Hợi, Sài Gòn, 1957, 254 tr.)

3. *Biểu nhất lãm văn học cận đại Việt Nam* (Cơ sở Báo chí và Xuất bản Tự Do, Sài Gòn, 1957)

4. *Apport francais dans la Littérature Vietnamiennne: Đóng góp của Pháp trong văn học Việt Nam* (Luận án Tiến sĩ Xã hội, Sài Gòn 1961, 240 tr.).

5. *Bảng lược đồ văn học Việt Nam* (Tài liệu giảng dạy Đại học Văn Khoa Sài Gòn, 2 tập, Trình Bày, Sài Gòn, 1967)

6. *Sách Sổ Sang Chép Các Việc* (Philipphê Bỉnh, thủ bản 1822, Thanh Lãng giới thiệu, Viện Đại học Đà Lạt, 1968, 626 tr.).

7. *Văn học Việt Nam: Đối kháng Trung Hoa* (từ đầu đến 1428) (Phong Trào Văn Hóa, Sài Gòn, 1969, 380 tr.)

8. *Văn học Việt Nam: Thế hệ dấn thân yêu đời* (1428-1505) (Phong Trào Văn Hóa, Sài Gòn, 1969, 356 tr.)

9. *Phê bình văn học thế hệ 1932* (Phong Trào Văn Hóa, Sài Gòn, 2 quyển, 1972)

10. *Thử suy nghĩ về về văn hóa dân tộc* (Bách Khoa Đại Chúng, Sài Gòn, 1967, 40 tr.)

- **Sách in Ronéo**: gồm 12 đầu sách. Sẽ giới thiệu vào dịp khác.
- **Tài liệu in Ronéo, đánh máy** (chưa công bố): gồm 10 tài liệu. Sẽ giới thiệu khi có dịp. Đặc biệt có mấy tài liệu:

. Tài liệu số 2 (ký tên Linh Mục Đinh Xuân Nguyên, 35 trang).

. Tài liệu số 3: *Trưởng Ban Việt kính gửi quý vị giáo sư Ban Việt*: Làm sáng tỏ vài điểm về bức thư GS Nguyễn Thiên Thụ kiện Ban Việt.

. Tài liệu số 10: *Lời tuyên bố của người cầm bút tại bên này Miền Nam,* ngày 25/4/1975.

*Tác phẩm từ 30/4/1975:

Gồm 6 tác phẩm. Sẽ công bố khi có dịp. Có mấy tác phẩm đáng lưu   ý:

-Sách xuất bản: *Từ điển Annam-Lusitan-Latinh* (soạn chung với Hoàng Xuân Việt, Linh Mục Đỗ Quang Chính) nhà xb Khoa Học Xã Hội, 1991 (450 + 200 + 155 trang).

-Bài tham luận (4 bài).

-Một số bản thảo (16 bản thảo) trong đó có:

.Tiếng và chữ người Saigon, 45 trang đánh máy.

.Việc phiên âm tiếng Việt, 34 trang.

.Phân tích 8 cuốn Từ Điển.

.Thử thiết lập một hồ sơ về hai người con gái, một con của Phật, một con của Chúa (Quan Âm Thị Kính, Các Thánh truyện của Majorica), 27/11/1987, 97 trang đánh máy, đã trao tặng cho một vài văn hữu).

.*13 năm tranh luận văn học* (3 tập, Hội Nghiên Cứu Văn Học TP/HCM, 1995).

*Một người thầy khả kính, tận tâm, yêu nghề

Là một trong số giáo sư khoa bảng danh tiếng và do tiếp cận với văn hóa phương Tây, với một kiến thức bao la, Giáo Sư Thanh Lãng giảng thao thao bất tuyệt về Văn Hóa dân tộc, về Lịch Sử phát triển chữ Quốc Ngữ, về Phê Bình văn học thế hệ 1932 v.v... khiến sinh viên ghi "cours" mệt nghỉ và bị "mê hoặc" đi vào con đường nghiên cứu! GS Thanh Lãng là một nhà giáo yêu nghề, một người thầy khả kính. Ông là tấm gương sáng cho môn đệ noi theo: từ sự cẩn trọng trong cách ăn mặc, sự mềm mỏng, lịch thiệp trong giao tiếp với bạn bè, đồng nghiệp, văn thi hữu - đặc biệt niềm đam mê nghiên cứu phê bình văn học với tinh thần nghiêm cẩn khoa học, "nói có sách mách có chứng."

Có thể nói trong 18 năm đứng trên bục giảng (1957-1975), ông đã đã đào tạo nhiều thế hệ sinh viên, giúp họ khám phá một chân trời mới, với đầy đủ sắc màu, muôn vàn tinh tú: đó là chân trời văn học với những khuynh hướng học thuật mới mẻ, những phong cách độc đáo trong biên khảo, trước tác và dịch thuật. Xuất phát từ việc thương học trò, ông áp dụng phương pháp giảng dạy độc đáo: đó là sưu tầm tư liệu để tránh *học chay*. Chính Đỗ Lai Thúy đã đánh giá cao phương pháp giảng dạy của nhà giáo Thanh Lãng: *"Chỉ học nguyên lý mà không đọc tác phẩm, chỉ học luận điểm mà không đọc, hoặc không có để đọc, các luận chứng. Bởi thế, dạy – học trở nên áp đặt, độc thoại. Sinh viên không có tư liệu gốc, thứ vật liệu mà từ đó thầy khái quát nên những nguyên lý, những luận điểm..., một mặt xác lập ý kiến của mình, mặt khác hiểu sâu quan điểm của thầy, thậm chí đối thoại với quan điểm của thầy."* (Thanh Lãng, từ tư liệu đến cách phân kỳ văn học).

Nhằm mục đích nâng cao kiến thức cho môn sinh của mình, và nhứt là để tránh "học chay," trong một số buổi giảng tại ĐHVKSG, ông đã mời các văn, thi sĩ đến thuyết trình về kinh nghiệm viết văn, làm thơ, làm báo của họ. Chẳng hạn tác giả "Tôi Kéo Xe" (Tam Lang), tác giả "Vòng Tay Học Trò" (Nguyễn Thị Hoàng). Từ đó sinh viên được dịp tiếp cận, "mắt thấy tai nghe" và tha hồ đặt câu hỏi để các nhà văn có tên tuổi giải đáp. Ngoài ra, ông còn đỡ đầu cho Nhóm Văn Học Việt Nam trong việc in ấn tài liệu học tập, tập tành viết văn, làm báo. Cụ thể là in được 7 số *Tập San Văn Học* (Chủ Bút là Nguyễn Kiến Thiết). Đầu năm 1969, nghe tin thi sĩ Đông Hồ có ý muốn nghỉ dạy vì tuổi già sức yếu, GS Thanh Lãng, Trưởng Ban Văn Chương Việt Nam ĐHVKSG, gặp nhà thơ và nói: *"Thưa tiên sinh, sinh viên nó quý tiên sinh lắm. Tiên sinh cố gắng trở lại với học trò, nếu lỡ tiên sinh có ra đi giữa đám học trò thì âu đó cũng là nghiệp dĩ."*

Như ai nấy đều biết, đã chọn nghề thầy, ai cũng yêu nghề yêu trẻ dầu giảng dạy ở cấp lớp nào, từ Tiểu Học, Trung Học hay Đại Học. Riêng ở Đại Học, mỗi thầy thể hiện mỗi cách. Trường hợp GS Thanh

Lãng có một cái gì "đặc biệt", đáng kính, đáng trân trọng và "rất Thanh Lãng!"

Ông không phân biệt vùng miền, kỳ thị Bắc-Nam, tôn giáo, sắc tộc... nên đã nhận bảo trợ Cao Học cho nhiều sinh viên đến từ mọi miền đất nước. Điều đáng ghi nhận, về văn chương bác học, ông chú trọng bảo trợ sinh viên soạn Cao Học lấy đề tài từ văn chương miền Nam - Nam Kỳ Lục Tỉnh, chẳng hạn "Văn Chương Tranh Đấu Nam Bộ...." (Nguyễn Văn Sâm). Còn về văn học dân gian, với tình-yêu-say-sưa-văn-chương-bình-dân, ông đã nhận bảo trợ nhiều sinh viên soạn Cao Học lấy các đề tài như: "Tâm Lý Dân Tộc Qua Tục Ngữ Ca Dao" (Trần Đức Rật), "Từ Hoa Trong Ca Dao Việt Nam" (Phạm Văn Đang), "Hò Huế" (Lê Văn Chưởng), "Tính Cách Đặc Thù Của Ca Dao Miền Nam" (Nguyễn Kiến Thiết), v.v... Hình như có lúc ông chú tâm đến vùng đất mới phương Nam và có "thiện cảm" đối với những ai khai thác văn hóa phía Nam. Chưa hết, với tình thương yêu học trò vô bờ bến, ông đã đưa hầu hết sinh viên tốt nghiệp Cao Học Văn Chương vào giảng dạy ở ĐHVKSG (chẳng hạn Nguyễn Văn Sâm, Nguyễn Thiên Thụ, Lê Văn Chưởng, Nguyễn Kiến Thiết). Ông cũng nhận bảo trợ hầu hết môn sinh có bằng Cao Học soạn luận án Tiến Sĩ Văn Chương. Tuy vậy, ông Trần Văn Giàu vẫn có cái nhìn thiên lệch về người thầy Thanh Lãng. Khi nghe ông Lê Hữu Mục ca ngợi *Giáo Sư Linh Mục Thanh Lãng dạy học rất giỏi"* thì ông Trần Văn Giàu đã phản bác: *"Ông Thanh Lãng chỉ nên giảng đạo trong nhà thờ hơn là giảng ở trường Đại Học."* ((Hội Văn Hoá Việt phỏng vấn GS Lê Hữu Mục, ngày 6 June 2003).

*Một người thiết tha với báo chí

Ngoài sự nghiệp giảng dạy, Thanh Lãng còn là người thiết tha với báo chí qua vai trò Chủ Nhiệm, cộng tác viên thường xuyên cho các tạp chí và nhật báo tại Sài Gòn. Một số tạp chí do Thanh Lãng làm Chủ Nhiệm (kiêm Chủ Bút):

-Thanh Lãng và tờ *Việt Tiến:* Số đầu tiên phát hành ngày 1/4/1957, trụ sở đặt tại Trung Tâm Công Giáo. Với tư cách là Giám Đốc Thông Tin Công Giáo, Linh Mục Thanh Lãng chánh thức lãnh trách nhiệm từ tháng 6/1958 (từ số 17 trở đi), cho đến tháng 3/1960 thì đình bản (với số 36). Tờ báo này là "Tiếng nói của người Công Giáo", sau đó rút lại chỉ còn "Tiếng nói của Thanh Lãng." Qua tờ Việt Tiến, Thanh Lãng đăng nhiều bài xã luận và ký dưới nhiều bút danh, như Việt Tiến, Thanh Lãng, Nguyễn Hưng Nhân, Hưng Nhân, NDL và nặc danh.

- Thanh Lãng và tờ *Tin Sách*: nguyệt san của Trung Tâm Văn Bút Sài Gòn.

- Thanh Lãng và tờ *Nghiên Cứu Văn Học* (bộ cũ): Tạp chí nghiên cứu và phê bình văn học, Thư Ký tòa soạn: Thế Nguyên. Nguyệt san này ra mắt tháng 11/1967 (số 1) đến tháng 11/1968 (số 10) thì đình bản. Tổng cộng 10 số.

- Thanh Lãng và tờ *Nghiên Cứu Văn Học* (bộ mới): Tạp chí nghiên cứu, phê bình, sáng tác, sinh hoạt văn học, Tổng thư ký tòa soạn: Nguyễn Kiến Thiết. Nguyệt san này ra mắt tháng 3/1971 (số 1) đến tháng 6/1972 (số 16) thì đình bản. Tổng cộng 16 số báo.

Ngoài ra, ông cũng có rất nhiều bài đăng trên các tạp chí như: *Văn Hóa Á Châu, Văn Hóa Nguyệt San, Tạp Chí Đại Học, Thế Kỷ Hai Mươi, Luận Đàm, Tin Sách, Nghiên Cứu Văn Học* (bộ cũ và bộ mới)*, Trình Bày, Tập San Văn Học, Văn Hóa Nguyệt San* (Phan Kim Thịnh)*, Văn Bút, Bách Khoa, Nhà Văn, Hiện Tượng.*

Trong số 15 tạp chí do Thanh Lãng cộng tác, có nhiều bài đáng chú ý như:

. Những chặng đường của chữ viết Quốc Ngữ (*Tạp Chí Đại Học* số 19/1961).

. Nhà văn nào viết văn xuôi trước hết? (*Nghiên Cứu Văn Học* bộ cũ, số 2, tháng 12/1967).

. Nguyễn Du như là một huyền thoại (*Nghiên Cứu Văn Học* bộ mới số 4, tháng 6/1971; số 5, tháng 7/1971; số 6, tháng 8/1971).

. Tưởng nhớ văn hữu Nhất Linh (*Văn Hóa Nguyệt San,* số 109, ngày 13/7/1970).

. Vụ án văn học đạo văn của GS Thanh Lãng (*Văn Hóa Nguyệt San* số 155, ngày 15/9/1972).

. Vụ án đạo văn (*Bách Khoa* số 377, ngày 14/9/1972).

. Phỏng vấn LM Thanh Lãng, Chủ Tịch Văn Bút Việt Nam (*Nhà Văn Xuân Ất Mão*, tháng 2/1975).

Ngoài ra Thanh Lãng còn viết nhiều bài đăng trên các nhật báo ở Sài Gòn, như:

. Tôi đi biểu tình (báo *Hoà Bình* ngày 14/10/1974).

. Hiến Pháp và Hiệp Định Paris ở bên này miền Nam (báo *Đại Dân Tộc* ngày 27/1/1974).

. Đấu tranh leo thang khủng khiếp (báo *Bút Thép* ngày 2/2/1975.

vân vân...

*Một nhà văn hóa bị quên lãng

Như đã phân tích ở trên, Thanh Lãng, một nhà giáo tận tâm, yêu nghề, một nhà nghiên cứu-phê bình văn học có tầm cỡ, với nhiều tác phẩm đã xuất bản và chưa xuất bản dưới mọi hình thức; đồng thời ông cũng là một người thiết tha với báo chí, là nạn nhân của mấy vụ "đạo văn"...

Chẳng hạn việc **Thanh Lãng bị đạo văn. Sự việc này khiến ông** nổi giận vì có một bọn ăn cắp tài liệu của mình và cho in công khai. Chính Thanh Lãng đã viết: *"Đó là quý ông Nguyễn Tấn Long, Nguyễn Hữu Trọng và Phan Canh đã công khai ăn cắp tài liệu giảng khóa, in ronéo dành cho các sinh viên Văn Khoa hai chương đầu, tập 1A của Bộ Phê Bình Văn Học, Thế Hệ 1932 gồm 17 tập đem xuất bản thành sách với nhan đề mới: "Việt Nam thi nhân tiền chiến, Quyển Thượng"... Thấy làm ăn trót lọt, năm sau, năm 1969, Nguyễn Tấn Long và Phan Canh lại tiếp tục ăn cắp thêm hẳn hai chương của tập 1A và tập 1B của Bộ Lịch Sử Văn Học Thế Hệ 1932, gồm 17 tập đem in thành sách lấy tên mới: Khuynh hướng thi ca tiền chiến, nhà Sống Mới xuất bản"* (2). Ông đến gặp Nghị Sĩ Nguyễn Văn Chức và Thẩm Phán Tối Cao Pháp Viện Trần Văn Linh, kể lại câu chuyện đạo văn để nhờ đưa nội vụ ra tòa. Cuối cùng bị tòa án xử "chìm xuồng." Vụ án "đạo văn" đã đi vào quên lãng.

Từ sau ngày 30 tháng Tư năm 1975, nhà văn hóa Thanh Lãng hầu như đã bị bỏ quên. Người ta quên **đóng góp lớn nhất** cho nghiên cứu văn học Việt Nam của Thanh Lãng là **phương pháp thế hệ.** Ông định nghĩa "thế hệ" là: *"Một thời gian văn nào đấy (thường là không quá mấy chục năm) đã được quy định, nên do những kiện lịch sử, xã hội, chính trị khiến cho khoảng thời gian ấy được coi như là một* *hướng rẽ, một đường quặt, sánh với cái thời gian đi trước nó, và đồng thời từ đấy là trường sở hoạt động và xuất hiện: của những đường lối sống giống nhau, chung; của những đường lối tư tưởng chung, của những đường lối tình cảm chung, của những nghệ thuật chung"* (3). Người ta cũng quên Thanh Lãng là người **có công không nhỏ** trong việc áp dụng ***phương pháp tư liệu***, tư tưởng tư liệu. Chính Đỗ Lai Thúy đã nhận định: *"Thanh Lãng đã có một số những ý tưởng độc sáng đến nay còn gợi ra nhiều ngẫm nghĩ (hoặc ít ra đối với tôi). Trước hết, tôi muốn nói đến tư tưởng tư liệu. Tư liệu với nhà phê bình cũng quan trọng như vậy, thậm chí còn hơn (...). Những công trình tư liệu thường sống lâu hơn những công trình chỉ có luận điểm chay: Mọi luận điểm sẽ qua đi nhưng tư liệu thì còn lại. Cũng nhờ tư liệu mà Thanh Lãng có cái nhìn mới với một vài giai đoạn văn học. Trước hết là "văn học Thiên Chúa Giáo". Trước đây chúng ta thường nghĩ văn học Việt Nam có văn học Nho Giáo (điều quá hiển nhiên), văn học Phật Giáo (một số người còn nghi ngờ!), nhưng văn học Thiên Chúa Giáo thì nhất quyết không có. Nhưng Thanh Lãng đã làm thay đổi suy nghĩ của chúng ta."* (Thanh Lãng, từ tư liệu đến cách phân kỳ văn học). Có thể nói Thanh Lãng cùng Nguyễn Văn Trung là những người *đi đầu* trong tác phong nghiên cứu coi trọng tự liệu.

Cho đến nay, giới nghiên cứu văn học ở trong nước cũng như tại hải ngoại, khi đánh giá những đóng góp của Thanh Lãng cho văn học Việt Nam, vẫn chưa có sự đồng thuận. Người khen ngợi, kẻ chê bai. Ngay cả việc Hội Nghiên Cứu Văn Học TP/HCM xuất bản cuốn *"13 Năm Tranh Luận Văn Học"* của ông (3 tập, 1995) vẫn "chưa trung thực" trong phần trích dẫn tư liệu và bình luận của nhà nghiên cứu văn học Thanh Lãng. Nguyễn Văn Lục đã thuật lại một số chi tiết: *"Tuy cho xuất bản với tên sách là "13 năm tranh luận Văn Học," gồm ba tập, khoảng 1600 trang. Nội dung 1600 trang này chí trích dẫn phần tài liệu của Thanh Lãng và không cho in hơn 1000 trang phần bình luận của cá nhân Thanh Lãng viết. Lần đầu tiên, tôi đọc một tập sách nghiên cứu văn học, tên của tác giả thì có, nhưng lại không có một chữ nào của tác giả trong suốt 1600 trang giấy được in ra."* (Thanh Lãng, Nhà Văn Hoá Bị Bỏ Quên. DCV Online.net). Ngoài ra, một số người Việt làm văn hóa ở hải ngoại vốn mang nặng tinh thần bè phái vẫn còn đối xử "bất công" với nhà văn hóa Thanh Lãng. Riêng Nguyễn Văn Lục đã thú nhận: *"Đối với cá nhân tôi, dù không học ông một ngày nhưng nợ ông nhiều. Nhờ Thanh Lãng, tôi nắm bắt được các xu hướng phê bình, tranh luận văn học từ 1932..."* (DCV Online.net).

Chúng tôi còn nợ và học rất nhiều ở giáo sư Thanh Lãng, một người thầy khả kính với phương pháp giảng dạy độc đáo, một người thiết tha với báo chí, một nhà nghiên cứu văn học có tầm cỡ "đã dùng hết vốn liếng của tuổi đời để đầu tư về văn học." Từ phát biểu của GS Thanh Lãng ngày 28/03/1971, nhân kỷ niệm húy nhựt cố thi sĩ Đông Hồ tại Kiên Giang: *"Nếu Nhất Linh đã làm đẹp mặt miền Bắc, thì ít ra Đông Hồ cũng làm đẹp mặt miền Nam"* (4), tôi có thể nói: "Thanh Lãng rất xứng đáng làm đẹp mặt Việt Nam."

Nguyễn Kiến Thiết

Montréal, Kỷ niệm 35 năm ngày mất của nhà văn hóa Thanh Lãng (1988-2023)

Chú thích:

(1) Tôi xin xác nhận GS Thanh Lãng mất ngày 17/12/1988 tại Sài Gòn để đính chính những sai lầm của các trang mạng xã hội và của một số tác giả. Các trang mạng như Wikipedia (Vi.m.wikipedia.org) và nguyendinhchuc.Wordpress.com đều ghi GS Thanh Lãng mất năm 1978 là không đúng. Trần Hải Yến: Từ điển văn học (bộ mới), nhà xuất bản Thế Giới, 2004 cũng ghi GS Thanh Lãng mất năm 1978, cũng sai.

(2) Thanh Lãng: Phê Bình Văn Học Thế Hệ 1932 (Phong trào Văn Hóa Sài Gòn xuất bản, 1972. Chương mở đầu: Tại sao xuất bản)

(3) Thanh Lãng: Phê bình văn học thế hệ 1932 tập 1, Phong trào Văn Hóa Sài Gòn xuất bản, 1972, tr. 98.

(4) Nguyễn Kiến Thiết: "Lễ kỷ niệm húy nhựt cố thi sĩ Đông Hồ tại Kiên Giang". Tạp chí Nghiên Cứu Văn Học, bộ mới, số 2, ngày 15/04/1971 tr.121-122

NGUYỄN ĐÌNH PHƯỢNG UYỂN
MỘT NGÀY ĐI BỤI

Thật vui đã đến lúc an hưởng. Già không già, trẻ không trẻ, công ăn việc làm đã ổn, làm hay thôi đều OK, nhưng tôi chọn tiếp tục công việc để ngày bớt dài, để đầu óc vận động, để buộc mình phải áo quần tươm tất ra đường, gặp người này người kia, để làm gương cho con cái. Chúng nó đã trưởng thành, mình không cần nuôi nấng lo toan. Cơm nước, nấu cũng được, không cũng chả sao, trẻ con tự xử, nhàn tản!

Con còn bé, léo nhéo nắm quần nắm áo bố mẹ suốt. Lo ăn, lo học, lo bệnh hoạn, dạy dỗ chúng, một ngày hai mươi bốn tiếng không đủ. Ăn bát cơm mà mắc nghẹn, để nguội ngơ nguội ngắt. Giờ, chúng còn nấu cho mẹ ăn, dẫn mẹ đi quán nọ, quán kia thưởng thức. Ai bảo con lớn lo đằng lớn, ngộ nha.

Cũng nhờ đời sống ở xứ Kangaroo êm đềm, thong thả nên mình được hưởng ké. Bạn bè xung quanh bằng lứa tôi nghỉ hưu gần hết. Chúng tôi tụm năm tụm ba văn nghệ văn gừng vào cuối tuần, người tí tởn du lịch khắp thế giới.

Tôi chọn du lịch khắp nước Úc, lúc xa lúc gần, thú vị.

*

Thủ đô vừa vào Xuân, Đào trắng nở tưng bừng trên con đường dài ven bờ sông. Đào ngả la đà ngang tầm tay, cây nọ nối tiếp cây kia, cả một không gian trắng bóc, thơm thơm. Già trẻ, lớn bé tản bộ dưới hàng hoa, trò chuyện râm ran, người dắt chó, kẻ dẫn con lang thang ngắm trời mây sông nước, thi thoảng lại thấy mấy cô cậu thanh niên chạy bịch bịch tập thể dục.

Dọc đường hoa, lấp ló quán cà phê mở nhạc nhẹ. Bà con không sợ cái lạnh 9-10 độ, kéo ghế ra sân, ngồi dưới gốc Đào vừa ăn sáng vừa chiêm ngưỡng những chùm hoa trắng tinh khôi còn tươi cứng, rung rinh trong gió. Đầu Xuân, hoa chớm nở, nụ còn chúm chím, phố sạch boong. Vài bữa nữa hoa mới tiếp tục nở trên cành, hoa cũ rơi phủ trắng đường xá như tuyết, đẹp lắm đây.

Tôi đã từng thăm Leura vào mùa Xuân, ngắm Đào hồng rực rỡ trên một quãng đường dài. Gió rứt từng chùm Đào bay lất phất, mưa hồng đúng nghĩa. Hốt bụm hoa rơi tung lên trời, tung lên tóc bạn, khác gì xác pháo tiễn đưa cô dâu về nhà chồng , khác gì tiên cảnh đâu.
Hôm nay nhủ lòng đi bụi, không sắp xếp, không tính toán, thử xem mình có qua nổi con trăng...

Chiều Canberra lạnh dần rồi trở rét. Vợ chồng lò dò kiếm chỗ dừng chân.

Úc vậy đó. Trên xa lộ, vài ba cây số sẽ có Rest Area cho hành khách nghỉ ngơi, đi toilet, chỗ có cụm nhà hàng phục vụ ăn uống, thường nhất là những tiệm thức ăn nhanh như McDonald, Hungry Jack, Subway... Bởi vậy đã có lần tôi nói McDonald là chỗ ăn tạm bợ, ăn nhỡ độ đường.

Bãi đáp nằm ngay bờ hồ. Gọi là hồ mà rộng còn hơn con sông. Toilet bảy tám cái sạch tưng, đầy đủ nước nôi, xà bông xà beo. Người ta để bàn ghế rải rác, lại thêm lò nướng tự động.

Chúng tôi bật bếp ga nấu mì gói. Rau dưa rửa sẵn, cắt khúc, trứng luộc cho vào nồi là được một món nóng hổi, thơm tho, bổ dưỡng lại có nước súp nóng húp xì xụp, ăn xong có Chuối và Quýt tráng miệng.

Bên bờ hồ, mây trắng trôi lãng đãng, xung quanh vắng lặng, yên ả, chỉ có ta và chàng, Ngọc Hoàng chắc chỉ sướng đến thế.

Trăng ban đầu chỉ là mảnh lưỡi liềm mỏng te, chạm mặt nước, dần dà vươn lên cao, khoe đủ gương mặt tròn vo, mũm mĩm, hắt ánh vàng lấp lánh trên làn nước tĩnh. Trời rét đến mức đội mũ len, đeo găng, người trùm ba bốn lớp áo quần mà tay vẫn cóng. Tôi và phu quân trải đệm đằng sau xe, đánh một giấc tới sáng. Mở mắt thấy ba con Thỏ nâu nhảy phong phóc trên cỏ. Thấy động, chúng lon ton bỏ trốn.

Vợ chồng bảo nhau mình đã thực hiện được ước mơ hồi trẻ, túi áo trên vai, chu du khắp thiên hạ. Muốn ăn ngon thì vào club, vào nhà hàng, không thì ghé siêu thị mua mì gói, rau thịt về nấu. Chỗ nào đẹp mình dừng chân, tham quan, ngủ nghỉ, cà phê, cà pháo. Ước mơ kéo cái nhà đi khắp mọi nơi thành sự thật. Mình còn đủ sức khỏe để giang hồ đó đây, nước Úc tương đối an bình, tội gì không tận hưởng tháng ngày nhàn rỗi.

Nguyễn Đình Phượng Uyển
26/9/23

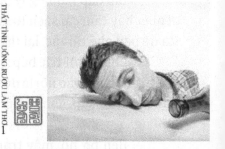

thất tình uống rượu làm thơ
xưa ta có vẻ dật dờ dễ thương
dù chưa có chi đáng buồn
tơ tơ tưởng tưởng vấn vương một chiều

thế nhưng liên tục thật nhiều
hết Thúy Vân đến Thúy Kiều, Nguyệt Nga...
hầu như tất cả đóa hoa
ta thấy thấp thoáng đã là nhớ nhung

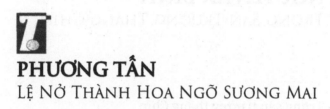

PHƯƠNG TẤN
Lệ Nở Thành Hoa Ngỡ Sương Mai

Chiều lặng thinh nghe tiếng lá rơi
Ồ không, chỉ là cọng tóc rời
Tóc ơi, ấp mãi lòng ta nhé
Nhú mầm nở rộ những vô thanh.

Một giọt mưa thầm thấm cổ ai
Ồ không, chỉ là hạt lệ dài
Lệ ơi, ủ mãi niềm vui ấy
Lệ nở thành hoa ngỡ sương mai.

Mái tóc người, thương quá là thương
Ồ không, chỉ là sóng tình trường
Sóng ơi, vỗ mãi đời hiu quạnh
Sóng sánh cho đời một chút hương.

Em thường dụi mặt vào ngực anh
Ồ không, ổ lót tiếng chim uyên
Chim ơi, thủ thỉ tình như nhất
Thủ thỉ đưa đò cập bến duyên ./.

(2023)

NGUYỄN AN BÌNH
TRONG SÂN TRƯỜNG THÁNG CHÍN

Trong sân trường tháng Chín
Ngỡ lòng mình trẻ thơ
Ước chi thôi đừng lớn
Theo chân người ngẩn ngơ.

Mỗi lần nghe tiếng trống
Dội vào hồn ngây thơ
Tình yêu sao ngọt quá
Tinh khôi đến bây giờ.

Trong sân trường tháng Chín
Dịu êm đến không ngờ
Nắng đậu bờ vai nhỏ
Em có thấy tình cờ?

Đi qua con phố nhỏ
Nhớ áo ai dịu dàng
Đường xanh rêu dấu cỏ
Cúc xưa hoa đã tàn.

Trong sân trường tháng Chín
Một chút nhớ rưng rưng
Người về tìm cánh phượng
Giữa muộn màng mông lung.

Gió lắt lay chiếc lá
Nghe xao xác heo may
Thời gian làm cánh võng
Nghiêng nhớ từng ngón tay.

Trong sân trường tháng Chín
Mưa chi quá dịu dàng
Khẽ rơi từng giọt nhớ
Chia tay lại ngỡ ngàng.

Ngập ngừng đôi cánh nhỏ
Bay về đâu chim ơi
Tóc người ngày xưa đó
Hóa thành mây muôn nơi.

Trong sân trường tháng Chín
Mùa thu lại ùa về
Nhớ chi mà bịn rịn
Suốt một mùa đam mê?

Muốn làm con bướm nhỏ
Áo trắng thời yêu thương
Để hồn xanh lá cỏ
Xôn xao buổi tựu trường ./.

M. H. HOÀI-LINH-PHƯƠNG
GIỮ LẠI ĐỜI NHAU

Nếu có một lần...
Ta về soi bóng mình... trên từng dòng nhạc vỡ.
Gọi tên anh ngậm ngùi
Trong mắt lệ đời nhau...
Kỷ niệm mênh mang buồn trong hình ảnh xưa sâu...
Chân dung tình yêu
Sao người không để lại?
Môi mắt nào vui
Làm sao em tìm thấy?
Trên thềm xưa, trong góc phố không tên...
Anh vô tình hay đã hững hờ quên...
Con ốc nhỏ âm thầm
Giữa lòng đại dương câm nín...

*

Bởi áo trắng học trò đơn sơ như màu hoa pensée tím
Ngây dại tình đầu, thoảng nhẹ một mùi hương
Tuổi mười lăm
Ngậm ô mai, thư viết gửi chiến trường
Đêm nghe tiếng đại bác xa xa vọng về đô thị
Tại nhớ anh...
Em tập làm "thi sĩ"
Từng giọt buồn.... đăng báo... rất vu vơ
Rất ngây ngô và quá đỗi dại khờ
Tóc chưa đủ buông dài
Để nói lời son sắt...

Như hương hoa ngọc lan bay dịu dàng, ngan ngát
Chỉ biết đợi chờ...
Không tính toán, thiệt thua...
Cuộc tình trôi theo sáng nắng, chiều mưa...
Anh đếm tuổi tình ta, qua bao tháng ngày giông bão...
Đứa con gái mười lăm yêu chàng trai ba mươi giữa mùa chinh chiến
cũ...
Như chuyện thần thoại hoang đường, cổ tích một mùa xuân...
Có những vành khăn tang trên thành quách cố đô buồn...
Và tiếng reo hò vang khi cờ vàng bay trên kỳ đài cổ thành Quảng
Trị...
Nụ hôn vội
Gửi người em phố thị...
Hạnh phúc bình thường trong thinh lặng, nhỏ nhoi...
Đất nước đau thương
Đâu hứa được chuyện ngày mai...
Em chỉ biết nguyện cầu..
Cho người đi nơi tuyến đầu tổ quốc...
*
Có cần đâu anh
Một kỷ vật cho em
Để mềm vai, mưa ướt áo...
Bởi tình ta đích thực...
Vô giá ngàn đời
Vĩnh cửu
Thiên thu...
Nửa vầng trăng dõi bóng chinh phu
Vẫn còn đó...
Trong chiêm bao về một người ra mặt trận... ./.

Washington DC.

TRẦN VẤN LỆ
BÂNG KHUÂNG

Hôm nay nắng. Còn một ngày rất nắng,
ngày cuối cùng mùa Hạ... nắng chang chang!
Những chiếc lá xanh thật sự úa vàng.
Mai, Thu tới, lịch ghi không thể đổi!

Ngày nắng cuối, buồn lòng ai cũng nói
"thật là buồn, sắp có cuộc chia ly!"
Nghĩ tới hai người mà cũng phải chia tay
thì nước mắt khác gì mưa Thu nhỉ?

Bồ Tùng Linh viết bộ Liêu Trai Chí Dị...
tả những cuộc tình đẹp nhất rất bi thương!
Sống, ai cũng mơ mình ở Thiên Đường...
nhưng nghĩa địa mới là nơi gần gũi!

Chỉ nghĩa địa mới thấy lòng chung thủy,
giống như sương, giống như tàn hương khói...
giống như hoa dạ lý hương rười rượi
Tiếng khóc cười lạnh ngắt dế mèn kêu...

Hôm nay nắng từ ban mai cho tới buổi chiều,
ngày cuối của mùa Hè tàn phai hoa phượng.
Tôi nghĩ tới Quê Hương, gọi là Cố Quận.
Tôi nghĩ tới Người Yêu gọi là Cố Nhân...

Mai, mùa Thu không phải mùa Xuân
và sau đó là mùa Đông rất lạnh.
Những con ngỗng trời xa chắc là đang vỗ cánh
bỏ Canada tới Mỹ, xuống Mexico, xuống nữa tới Chile, ngừng lại...

Những con ngỗng trống, những con ngỗng mái,
bay từng đôi, chúng nói chuyện gì?
Vẫn mãi là thiên tình sử thiên di...
như anh có nói chi thì em cũng chớp mắt!

Ôi ngày Hạ chị choàng khăn che tóc
chị đi ra bờ suối giặt lụa vàng...
mai, mùa Thu chị mặc áo thật sang,
ai gặp chị không yêu không là thi sĩ!

Bao giờ tôi gặp được người yêu để nói điều huyền bí:
"Chúng mình là mây em nhé, là mây!
Chúng mình bay bay khắp đó đây,
bạch vân thiên tải không du du sương mù như Đà Lạt!"

Những bài thơ của tôi mong thành bài hát
ru tình em giấc ngủ Thiên Thần.
Em à lòng anh vậy... nỗi bâng khuâng! ./.

NGUYỄN VĂN GIA
TRÒ CHUYỆN VỚI HOÀNG HÔN

Đôi lúc buồn
thường trò chuyện với hoàng hôn
Với trăng sao đất trời
với giun với dế...
Để cố hỏi cho ra cái mất cái còn
cái tụ cái tan
của tình yêu
và của mây của gió
Thì hỏi cho vui...
chứ dư biết rằng
đất trời vốn dĩ vô ngôn
Hoa trong gương -
đã có lần lòng ai say khướt
Trăng dưới sông kia -
vẫn đẫm ướt một chữ tình
Tìm một chỗ rất riêng
để cất giữ trái tim mình
Như câu thơ buồn
còn nằm im trong trang sách
Rồi thôi...
rồi thôi
mốt mai rồi quên hết ./.

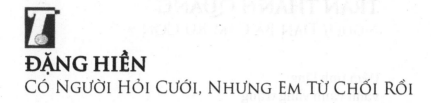

ĐẶNG HIỀN
CÓ NGƯỜI HỎI CƯỚI, NHƯNG EM TỪ CHỐI RỒI

Có người hỏi cưới, nhưng em từ chối rồi
Muốn kể với anh nhưng sợ mắt công anh
Anh nghe mùa thu trôi xa từng vòm cây xanh biếc
Không khí ngang ngang khó thở

Anh hỏi, ai trong vai hoàng tử
Em hỏi, em khùng không
Bữa nào em kể chuyện có thử ..."hun"! mà chưa làm gì
"Hun" em không thích

Lạ ghê, chiếc mũi bỗng nhiên sụt sùi cảm động
Như bị cảm liền mấy ngày ho dữ
Em mắc cỡ, em cấm không được kể ai nghe
Chuyện người ấy đóng phim buồn

Anh không biết nên chúc mừng em, hay chia vui anh
Khi em không chịu lấy chồng thêm lần nữa
Và kèm thêm lời hứa, về đi sẽ dắt anh đi
Về Hà Giang đẹp lắm, hoa rừng nở khắp

Nơi đây phố sớm trời đổ cơn mưa
Anh thức dậy đi làm dù còn cảm lạnh
Lòng tiếc hoài giấc mơ hôm qua
Đồi núi trập trùng não nùng Sapa

Có người hỏi cưới, nhưng em từ chối rồi
Em bảo, đôi mắt anh cười trông rất bất an... ./.

TRẦN THANH QUANG
Người Đàn Bà Câm Ru Con

Đêm tĩnh lặng
vành vạnh vầng trăng
liu riu gió
lơ thơ ngôi sao lạc
tiếng trẻ khóc
xoáy vào đêm tối
giọng ậm ừ
người đàn bà câm ru con

phên phành phạch
gõ nhịp thời gian
dế giun hát xốn xang hương đồng nội
ậm cung thức
mẹ vỗ đều mông trẻ
ự bậc trầm
mẹ vuốt khẽ đường lưng

sâu thăm thẳm
quầng thâm đôi mắt
trẻ ngủ yên
trong màu tối dịu hiền
trẻ ngủ yên
trong ậm ự thâm niên
trong cỏ lá-gió-trăng-giun-dế
người đàn bà câm ru con

đêm tĩnh lặng
lơ thơ gió
tiếng trẻ khóc
giọng ậm ừ
đôi mắt hát trái tim và máu
trẻ ngủ giấc tròn
người đàn bà câm ru con ./.

CHU VƯƠNG MIỆN

Về Thăm Quảng Trị

bước vội quá tôi về nơi phố cũ
Quảng Trị miềng thành cổ dấu xưa
trường Nguyễn Hoàng đâu? tìm hoài chả thấy
cây lặng buồn da diết dưới mưa đưa
con đường cụt nằm im lìm quên nói
vài cánh chim lơ đãng dưới ban trưa
Ái Tử cát bay lờ mờ hiu quạnh
phố xá vắng hiu cơn gió lạ mùa
đường xuôi Sãi mưa giăng hàng sông nhớ
bãi Nhan Biều thưa thớt chuyến đò đưa
sông Thạch Hãn buồn thiu chưa muốn chảy
đại lộ hoàng hôn cành lá lưa thưa
kẻ lưu lạc mỗi người đi mỗi ngả
kỷ niệm thân thương biết mấy cho vừa
nắng trong mưa lòng ngùi ngùi tiếc nhớ
mấy cảnh trời dâu bể não nùng chưa?
tôi đứng đó nhìn loanh quanh một chặp
bao thân thương đọng lại mấy thân dừa
miền đất loạn sót lại dăm đám cháy
xa nhau rồi thiếu mãi cuộc tiễn đưa ./.

THÁI TÚ HẠP
QUẢNG ĐÀ NGÀN DẶM DẤU YÊU

chiều tha phương bồi hồi tưởng nhớ
quê hương tôi Đà Nẵng - Hội An
nắng Duy Xuyên lụa vàng ngõ trúc
lối em về hoa cúc bâng khuâng

suối Quế Tiên mơ màng cánh hạc
trăng Đại Bình ngơ ngác bóng nai
ta một thuở về thăm Trung Phước
ngắm mây trời hiu hắt thu phai

nắng gọi về Túy Loan hò hẹn
đường hoa bay Ái Nghĩa xuân thì
em có nhớ chim ngàn phiêu lãng
đỉnh Sơn Chà thương quá Trà Mi

Ngũ Hành Sơn thiên thu trầm mặc
tiếng Sông Hàn thao thức chờ mong
chuông Chúc Thánh khua chiều tĩnh lặng
Mẹ tôi sầu trong mái phố rêu phong

những trang sử kiêu hùng oanh liệt
lửa tiền nhân hào khí cưu mang
giữa càn khôn rạng ngời đất khổ
chuyện thăng trầm dâu biển thế gian

mang kiếp đời lưu vong viễn mộng
chợt nhớ về xứ Quảng dấu yêu
bến Sông Thu mỏi mòn Giao Thủy
nghĩa Đá Dừng - Hòn Kẽm chắt chiu!

Đà Nẵng ơi! bên trời lưu luyến
ta sẽ về. Phong kín ngựa hoang
thắp nến soi những dòng cổ ngữ
tìm vầng trăng mười sáu Hội An

trời mênh mông. Lòng ta hữu hạn
sắt son này chung thủy Quê Hương!
ta có em. Núi Sông từ ái
như mặt trời cây trái yêu thương ./.

CAO NGUYÊN
CHIM CHÁN MÂY RỒI

chim chán mây rồi
mây có hay?
chỉ mưa
chỉ tím
chỉ ngây ngây
chỉ trôi trong gió
trôi trong nước
chim chán mây rồi
mây chẳng hay!

chim chán mây rồi
mây hay không?
chẳng bay
chỉ trắng
chỉ lông bông
cao xa như nắng
không lời hót
chim chán mây rồi
mây biết không?! ./.

HUỲNH NHƯ PHƯƠNG
VÀI NÉT VỀ VĂN XUÔI LỮ QUỲNH

Trịnh Công Sơn vẽ Lữ Quỳnh

Cuốn sách đầu tay của Lữ Quỳnh là tập truyện ngắn Cát Vàng do cơ sở xuất bản Ý Thức ấn hành năm 1971, lúc tác giả 29 tuổi. Sách gồm tám truyện ngắn, dày 125 trang. Hai năm sau, Ý Thức xuất bản tập truyện thứ hai của Lữ Quỳnh có nhan đề Sông Sương Mù, dày 93 trang, gồm sáu truyện ngắn. Khi tái bản *Cát vàng* năm 2006, nhà xuất bản Văn Mới giữ lại bảy truyện từ bản in 1971, bổ sung bốn truyện từ *Sông Sương Mù* và một truyện ở ngoài tập, có lẽ viết khoảng 1973: *Ngày Hòa Bình Đầu Tiên*.

Cũng vào những năm 1971-1972, Lữ Quỳnh đăng dở dang truyện dài *Vườn Trái Đắng* trên tạp chí Ý Thức, sau xin phép xuất bản nhưng không được chấp thuận. Cuối năm 1974, chỉ năm tháng trước khi chiến tranh kết thúc, nhà xuất bản Nam Giao ấn hành truyện vừa *Những Cơn Mưa Mùa Đông* của ông, được Thư Quán Bản Thảo tái bản năm 2010.

Về văn xuôi, những gì của Lữ Quỳnh mà chúng tôi có được trong tay chỉ là một truyện vừa, một truyện dài và 15 truyện ngắn, một số lượng khiêm tốn. Nhưng nếu giới hạn trong bối cảnh nửa đầu thập niên 1970, qua đó cũng có thể hình dung được những nét chính chân dung sáng tạo của Lữ Quỳnh.

Tất cả các truyện của Lữ Quỳnh đều liên quan đến chiến tranh và số phận con người trong chiến tranh. Ngay truyện ngắn viết về ngày hòa bình đầu tiên như một ước mơ đẳng đẳng bao năm đã thành sự thật, cũng kết thúc bằng những quả đại bác rơi xuống căn nhà của hai ông cháu vừa mới hồi cư. Không miêu tả trực tiếp những trận đánh, nhưng không khí chết chóc ám ảnh và đè nặng lên các trang văn. Một trạm "chung sự vụ" làm chỗ đón tiếp tử thi của những người lính được dồn dập chở về từ mặt trận (*Mùa Xuân Hư Vô*). Một hầm tối, nơi ẩn náu của những con người bị săn đuổi đang giáp mặt với cái chết một cách căng thẳng đến mức một người thiếu nữ đã cắt mạch máu tự sát trước khi lên cơn điên có thể làm lộ căn hầm bí mật (*Bóng Tối Dưới Hầm*). Một quân y viện với những người lính đau đớn vì vết thương, nằm thiêm thiếp trong "tiếng gió đập ào ào vào cửa kính và thổi hút từng cơn trên mái tưởng như có thể làm tróc bay những lớp ngói" (*Bão Đêm*). Một làng quê chứng kiến "cảnh dân chúng trong làng bị lùng bắt dưới những họng súng của một đại đội lính ngoại quốc," "bị sắp hàng trên Gò Chim để nhận vào ngực những tràng đạn liên thanh một cách bình thản" (*Gò Chim*). Một bến sông đan cài người của hai phe, nơi chứng kiến những loạt đạn pháo bay qua vùi những xác thân bé bỏng dưới hầm (*Sông Sương Mù*).

Chiến tranh chà xát con người trong cái không khí đặc quánh gây ngộp thở đó. Quay trong gió bão, cô đơn và bế tắc trước đường đời, những người trẻ trong truyện Lữ Quỳnh không có một chọn lựa nào khác hơn là cầm súng: những Tuấn, những Xương, những Thạch, những đứa con của lão Mùi... Với tất cả, "đời sống bây giờ như con muỗi sa vào lưới nhện." Và cái chết là kết cục của tấn thảm kịch chờ đợi họ. Hãy nghe ý nghĩ của Tâm, một nhân vật trẻ trong truyện *Bóng Tối Dưới Hầm*: "Hắn chợt nghĩ đến số tuổi đôi mươi của mình. Số tuổi mà chiến tranh tước đoạt mọi ý nghĩa, đã cướp hết thời gian để sống của hắn. Hai mươi tuổi hắn không có một chọn lựa nào hết. Sinh ra và lớn lên giữa chiến tranh, hắn thụ động trước mọi áp lực. Hắn như con thú sợ hãi trước mọi họng súng của thợ săn. Ai cũng có thể bắn ngã, và suốt một phần đời hắn chỉ biết chạy trốn. Hắn cảm thấy cay đắng và nước mắt chực trào ra khi nghĩ đến cái chết như côn trùng của mình. Một cái chết tẻ lạnh như nỗi tình cờ." Còn đây là ý nghĩ của Thạch, một đứa con lai sống bên lề xã hội, về ngõ cụt của đời mình: "Y chỉ có quyền được sống, được ngụp lặn trong những đống rác của chiến tranh. Hắn một ngày kia khi hòa bình, y sẽ chết mất, bởi những tên lính ngoại quốc không còn và những động điểm tan rã. Y cảm thấy cay đắng khi nhận ra y chẳng khác gì những cái rác mà cuộc chiến đã phế thải, được các nhà thầu gạn lọc lấy dùng thêm một thời gian nữa trước khi đem thiêu đốt. Y là thế đó, nạn nhân của một sự tàn bạo đang lên để rồi thêm một lần trở thành nạn nhân nữa khi sự tàn bạo tàn lụi." (*Ngõ Cụt*).

Đối nghịch với cái dữ dội khắc nghiệt của chiến tranh, những chuyện tình mơ hồ sương khói của Lữ Quỳnh không xoa dịu được nỗi đau của con người. *Cuộc Chơi* như một vở kịch ba màn kết thúc bằng cái chết bất hạnh của người khao khát tình yêu. *Cõi Yên Nghỉ* như một cuộc gặp gỡ định mệnh và không thể hòa giải giữa tình yêu và nghĩa vụ để cuối cùng chỉ còn là một lần vĩnh biệt. *Chỉ Có Kẻ Còn Lại* là tiếng kêu tuyệt vọng của một người con gái có cha chết trong kháng chiến chống Pháp, mẹ chết vì bom, anh chết trận, đang tự thiêu đốt đời mình khi không tìm thấy tình yêu đích thực. Những cái chết đã làm cho lòng người trở nên chai đá: "Bây giờ người ta không còn khóc được nữa.

Tâm hồn là đá, mà nỗi buồn cũng thành đá. Chiến đã nằm xuống và không một ai có thể thay hắn sống phần đời còn lại. Những kẻ còn sống còn bôi đen tương lai mình, huống gì nghĩ tới việc sống thay đời kẻ khác" (*Cát Vàng*).

Sự đối chứng giữa lý tưởng và hiện thực xuất hiện trong truyện ngắn Lữ Quỳnh qua những hoạt động dấn thân và cái giá phải trả của Chiến (*Cát Vàng*), Hiển (*Cõi Yên Nghỉ*) chưa được đẩy đến cùng của xung đột xã hội và xung đột nội tâm. Đến truyện vừa *Những Cơn Mưa Mùa Đông*, xung đột đó mới có đất để triển khai qua bi kịch gia đình của Vũ: cha đi kháng chiến, mẹ bỏ nhà đi lấy người đối địch với chồng, bỏ con trai và người cha chồng bơ vơ trong cơn hỗn mang của thế sự.

"Mùa đông với những cơn mưa dài áo não, với những vườn cây xác xơ, với tiếng côn trùng thê thiết" như một ám ảnh không rời, khiến Vũ luôn nghĩ về cái chết. Lên thành phố trọ học, Vũ ngưỡng mộ thầy Trần, một nhà giáo có chí hướng: "Thầy có những ý tưởng khoáng đạt, rộng rãi và nhất là có những ước mơ thường có như của Vũ. Thầy thường say mê kể đến những chuyến tàu suốt, những chuyến tàu nối liền quê hương lại với nhau, những chuyến tàu chạy qua không biết bao nhiêu thành phố." Vũ chưa kịp đến với thầy, thì trên một chuyến xe trở lại trường sau lần về thăm nhà trước Tết, anh trúng đạn trong một trận phục kích, cái chết phi lý và oan ức của một người trẻ đang tìm lẽ sống trong chiến tranh.

Trong truyện dài *Vườn Trái Đắng*, hình ảnh của Phan là một phiên bản khác của nỗi dằn vặt thế sự đã dày vò lớp người trẻ thao thức như Chiến, Hiển, Trần đã nói trên đây. Phan là người thầy giáo yêu nghề, yêu người, yêu quê hương. Dạy học ở một ngôi trường hẻo lánh vùng bất an, Phan chứng nghiệm những hiểm họa đe dọa đến cuộc sống đồng bào và cuộc sống chính mình. Trong lớp học của chàng, bên cạnh những đứa trẻ ngây thơ, nhút nhát có cả người học trò đã trưởng thành đứng về một phía chiến tuyến, phía mà gia đình chàng đã hy sinh vì nhập cuộc. Trong khi đó thì chính Phan lại đứng trước viễn cảnh bị buộc phải cầm súng cho phía đối địch. "Phan dự tính thật nhiều, để rồi thời gian ngun ngút trôi qua dìm chàng xuống xoáy thất vọng. Mỗi ngày nhận ra trí nhớ kém cỏi thêm thân xác mỏi mòn dần, cuộc đời bắt đầu ngừng lại, để cũng bắt đầu đổ dốc từ đó? Đời đổ dốc thì khó mà thắng, hãm. Cái dốc đổ trước ngôi trường có phải là cái dốc mà cuộc đời chàng đang gắn vào đời sống ở đây không?" Nỗi hoang mang đó làm cho những nhân vật của Lữ Quỳnh, về tính khuynh hướng, gần với những nhân vật *phản chiến* của Nguyễn Mộng Giác, Trần Hoài Thư, Ngô Thế Vinh... hơn là những nhân vật *phản kháng* của Trần Quang Long, Trần Duy Phiên, Thế Vũ... Nhưng chính vì không có những xác tín đến độ cả quyết mà nhân vật của Lữ Quỳnh rồi sẽ không rơi vào tình cảnh vỡ mộng quá não nề.

Cho đến khi Lữ Quỳnh công bố hai tập thơ *Sinh Nhật Của Một Người Không Còn Trẻ* (Văn Mới, 2009) và *Những Giấc Mơ Tôi* (Văn Mới, 2013), nhiều người mới biết rằng ông làm thơ từ rất sớm, những bài thơ đầu tay xuất hiện thuở 17 tuổi. Nhưng đọc văn xuôi của ông, nhất là những đoạn miêu tả thiên nhiên và thể hiện hồn người, với những câu văn giàu ảnh tượng và nhạc tính, độc giả cũng có thể sớm nhận ra ông là một nhà thơ. Chất thơ, đó là một sở trường mà cũng là một giới hạn của ngòi bút văn xuôi Lữ Quỳnh. Nó bao phủ cảnh vật và đời người dưới một màn sương lãng đãng, đôi khi che khuất những khía cạnh dữ dội, bạo liệt của chiến tranh, làm giảm nhẹ những nỗi niềm u uất của con người. Thật ra, Lữ Quỳnh vẫn có thể tái hiện những góc tối nghịch dị của đời người, chẳng hạn qua số phận mụ Lết, người đàn bà tật nguyền trong *Gò Chim*, truyện ngắn mà theo chúng tôi là độc đáo nhất của ông về mặt nghệ thuật miêu tả tính cách. Nhưng hình như đó không phải là cái "tạng" mà ông ưa thích. Văn xuôi Lữ Quỳnh, vì vậy, ít có những góc cạnh thô ráp, sần sùi của đời sống. Bù lại, nó có sự lắng đọng, thâm trầm của những suy nghĩ và một nỗi buồn bàng bạc khắp các trang văn.

Nỗi buồn của tuổi trẻ một thời băn khoăn và thao thức.

Huỳnh Như Phương

TRƯƠNG VĂN DÂN
Bức Ảnh Và Chồng Thư Cũ

Quãng thời gian dài 50 năm như dồn lại trong tích tắc! Nước mắt chỉ chực trào ra còn trái tim đập liên hồi như con chim đang sải cánh bay qua eo biển.

Mở cái hộp giấy bị quên lãng sau những đợt chuyển nhà, trước mắt tôi hiện ra một túi ny lông mà khi trút ra bên trong có một chồng thư cũ.

Những bức thư của gia đình mà chủ yếu là những bức thư của ba tôi đã gửi trong suốt 36 năm tôi sống ở nước ngoài, cho đến ngày ông mất.

Tôi như chợt thấy một đời người dồn lại.

Chính vào giây phút đó, tôi ý thức rõ ràng rằng những người tuy đã mất đi nhưng vẫn còn hiện hữu, ở đây, lúc này, tuy vắng mặt mà hiện diện cùng tôi.

Tất nhiên tôi không thể nhìn thấy họ như bóng dáng xưa. Nhưng nếu hiểu theo lời của thiền sư Thích Nhất Hạnh thì: *"Ngày mai, tôi sẽ tiếp tục hiện diện. Nhưng bạn sẽ phải rất cẩn thận mới có thể nhìn thấy tôi. Tôi sẽ là một bông hoa hay một chiếc lá. Tôi sẽ ở trong những hình dáng đó và vẫn gửi cho bạn một lời chào. Nếu bạn đủ nhận biết, bạn sẽ nhận ra tôi, và bạn có thể mỉm cười với tôi. Tôi sẽ rất hạnh phúc."*

&

Năm mươi năm dồn nén như một chiếc lò xo, nhưng khi bung ra thì những gì xảy ra trong suốt quãng thời gian đó đồng loạt thức dậy. Chập chờn nhảy múa trong một bầu trời đầy sương mù của ký ức.

Chỉ là một tình cờ hay có một sự sắp xếp nào đó của hoá công? Cách đây mấy tháng, một người bạn mất liên lạc hơn 40 năm tình cờ thấy và kết bạn với tôi trên Facebook. Dũng tìm được tôi nhờ đọc một bài báo trên BBC[2] tiếng Việt kể về chuyến bay vào tâm dịch Italia để gặp Elena, ngay khi nước này dịch Covid.19 đang bùng phát mãnh liệt, mà phần lớn các chuyến bay về Milano đều bị huỷ bỏ.

Mấy tuần sau anh gửi qua email mấy tấm hình mà tôi đã quên đi, không còn nhớ. Đó là bức hình chụp vào sáng ngày 21/12/1971 khi chúng tôi, một nhóm sinh viên 13 người vừa đặt chân đến sân bay quốc tế Fiumicino ở Roma.

Đoàn "nai vàng ngơ ngác" đến sân bay Fiumicino, Roma
21.12.1971. Ngày đầu ở Ý.

Nhìn bức ảnh, cảm xúc trong buổi chiều 50 năm trước như vừa trỗi dậy. Những thanh niên lần đầu xuất ngoại, làm quen, nói cười rối rít, ai cũng cố tỏ ra mình cứng rắn để che giấu những lo âu về con đường trước mặt. Mặt đăm chiêu, ngồi trịnh trọng trên chuyến bay Air Vietnam từ Sài Gòn qua Bangkok. Thế nhưng lớp vỏ mạnh mẽ như lớp sáp tan chảy khi máy bay cất cánh. Tiếng nhạc trong khoang đang mở to lời hát "Bài không tên số 2" của Vũ Thành An: *"Xin một lần xiết*

---

[2] https://www.bbc.com/vietnamese/culture-social-52089979?fbclid=IwAR3B-XnOx36srzUb5qkbVbwLumAjeZvl6Uld_e6QJUDnLQrysJazTeANZlw

tay nhau một lần cuối cho nhau, Xin một lần vẫy tay chào thôi dòng đời đó cuốn người theo" thì có tiếng thút thít từ các ghế ngồi. Một người, hai người... rồi tất cả đưa mắt nhìn nhau, khuôn mặt nhạt nhòa.

Chờ cảm xúc lắng xuống, tôi ngồi nghĩ lại. Sau bao năm vật đổi sao dời, tuy khởi điểm là đi chung một chuyến tàu nhưng dòng đời đã cuốn chúng tôi, mỗi người trôi theo một định mệnh khác nhau. Ai thuận buồm, ai ngược gió, quay cuồng *"như lá úa trong cơn mưa chiều..."* thành công hay thất bại gì thì cũng chìm trong bể khổ của đời.

&

Bắt đầu từ chuyến bay định mệnh ấy là những ngày tháng xa quê hương, bè bạn và những người thân. Mọi gian khổ vất vả thì chịu được mà sự cô đơn, trống vắng thì nó mênh mang mà không biết tỏ bày hay chia sẻ cùng ai.

Niềm an ủi lúc đó là được nghe một giọng nói thân quen, nhưng đó là điều không tưởng. Sinh viên thì nhà làm gì có điện thoại mà gọi bằng gettone qua điện thoại công cộng, chi phí một cuộc gọi đường dài có khi bằng sinh hoạt cả tháng!

Gettone là đồng xu nhỏ, có một rãnh ở giữa và bỏ lên một khe nằm trên máy điện thoại. Sau khi kết nối nó sẽ rớt vào máy, thời gian rớt được tính bằng khoảng cách từ nơi gọi đến nơi nhận. Gần chậm, xa mau. Khi gọi xa thì tiếng gettone rơi nhanh như nhịp tim người gọi. Khi thời lượng tương ứng với số tiền trả sắp hết máy rung chuông báo, nếu không nạp kịp gettone là cuộc gọi bị ngắt!

Thập niên 1970 tôi thường gọi Elena bằng cách này. Ngày nào ăn chiều xong chúng tôi cũng nói chuyện với nhau vài phút, nhưng cũng có khi cao hứng, nói với nhau cả nửa tiếng hay nhiều hơn. Vì là điện thoại công cộng nên có nhiều người khác đứng chờ bên ngoài. Có khi sốt ruột họ gõ cửa cabin hối thúc. Đứng bên trong, tôi xòe bàn tay trái đang nắm một mớ gettone. Nhìn thấy, họ lắc đầu, miệng làu bàu rồi bỏ đi tìm máy khác!

Những khi nói nhiều, tiếng gettone rơi làm mình chóng mặt mà ở đầu dây bên kia còn nghe tiếng mẹ Elena mắng: Nói gì mà lâu dữ vậy!

Vì gọi điện khó khăn và đắt đỏ như thế nên mỗi khi gọi bạn bè ở xa như Pháp, Đức, Thụy Sĩ... thì chúng tôi xem như mời bạn cà phê, nói lâu hơn là xem như mời bữa ăn trưa, *liên lục địa.*

Vào năm 1981, lần đầu tiên tôi hẹn hai em Xuân, Minh vừa mới định cư ở Sydney (Úc) đến nhà cô dượng Tàu Năm để chờ nghe điện thoại, giọng chúng tôi run lên vì hơn 10 năm anh em mới nghe được giọng nói của nhau. Người nghe, kẻ nói đều đã chuẩn bị sẵn nội dung, tranh thủ nói nhanh để nói được nhiều!

&

Những bức thư cất giữ trong chừng ấy năm làm tôi nhớ tới một thời đã qua và âm hưởng vẫn còn đọng tới bây giờ. Nó như những chiếc cầu cho tôi nối lại với cuộc đời chìm sâu trong kỷ niệm. Mỗi khi nhận được thư của ba tôi, có khi viết tay, có khi đánh máy, tôi thường đọc đi đọc lại nhiều lần, dù đó là những bức thư thật dài, có khi hơn 10 trang giấy. Ba tôi đánh máy rất nhanh, còn viết thì thư ông chỉ có tôi là đọc "ro ro" còn các em tôi thì vừa đọc vừa phải... đoán.

Sau khi buông thư tôi thường nằm dài suy nghĩ. Có khi tôi nghe như từ những bức thư đang thở ra hơi thở của ba tôi và trên sàn nhà đang thầm thì bước chân của ông, rõ ràng đến nỗi tôi suýt buột miệng gọi ông. Có khi tôi chăng nghe mà chỉ thấy những khuôn mặt xa xôi hiện về. Nhạt nhòa, nhưng vẫn thấy ba má và tất cả các anh em Hiếu, Nga, Nguyệt, Xuân, Minh và tôi đang ngồi chen chúc quanh bàn ăn ấm cúng. Có lúc tôi mơ chân trần bước đi trên cát biển Quy nhơn, thỉnh thoảng ra mé nước nghe sóng vỗ dưới chân. Tuổi thơ của tôi đã trôi như một dòng sông và những lúc lặng lẽ ấy chỉ còn lại những hoài niệm mà thời gian đã mang đi xa lắc. Đôi lúc tôi thấy tiếc nuối nhưng chỉ một thoáng thôi, vì nhiều nỗi lo toan khi nhìn đến thực tại nơi đất khách.

Những ngày sau 1975 thời gian rảnh rỗi không nhiều vì từ một chàng công tử vô tư tôi phải vừa làm vừa học. Áp lực kinh tế, học hành, tôi phải tranh thủ học trên xe bus lúc đông người mỗi khi đi đến chỗ làm hay lúc về nhà.

Trong những lúc mềm lòng, tôi rất cần một bàn tay để nắm. Nghe được một giọng nói thân thương, không cần họ làm gì để giúp mà chỉ cần biết có ai đó quan tâm đến mình.

Nhưng xung quanh nào có ai đâu! Không có sự chọn lựa nào khác là tự bước đi bằng đôi chân, nhận lấy trách nhiệm cho cuộc sống và tương lai của mình.

Hồi đó, trong suốt bao nhiêu năm... tôi mong chờ những bức thư như một bộ hành mơ nguồn nước trong sa mạc. Gửi thư đi, trung bình 3 tháng mới nhận được trả lời. Biết thế, nhưng viết xong thì ngày nào cũng chờ. Mỗi sáng ra khỏi nhà đều nhìn vào hộp thư, dù biết chắc là không có mà lòng vẫn hụt hẫng.

Những bức thư thường làm tôi bâng khuâng, rộn ràng, đầy ắp niềm vui song cũng man mác, bồi hồi.

Vì những điều kiện khách quan nên tôi không được sống gần ba mình. Thế nhưng trong thời gian ít ỏi đó những bài học của ông vẫn theo tôi suốt cuộc đời. Những lời dạy từ nhỏ vẫn ảnh hưởng rất lớn đến quá trình hình thành nhân cách cũng như quan niệm về cuộc sống.

Trong thư, ba dặn ra xứ người con sẽ phải hoà nhập vào văn hoá và xã hội mới nhưng đừng để bị làm mờ cái gốc của mình.

Tôi nằm lòng lời căn dặn đó. Sống nhiều năm ở trời Tây, mà khi về Việt Nam ít ai nhận ra tôi là "Việt Kiều" vì phong cách dân dã chân quê, như bùn đất quê hương vẫn còn bám từ bấy đến nay. Tuy đã từng ngắm tuyết ở trời Âu nhưng cũng đã từng tắm truồng trên dòng sông Côn; từng ở khách sạn 5 sao lộng lẫy ở nước ngoài nhưng cũng đã từng ăn bát cơm nóng nấu trong nồi đất vào ngày mưa ở Vĩnh Thạnh, nhìn gió núi lùa qua cửa sổ, thấy người thân ở quê ngoại rét run người với chiếc áo phong phanh... Bấy nhiêu năm, tuy sống xa nhà mà nề nếp, thói quen, tính cách của ngày xưa vẫn còn đậm nét. Tiếng Việt của tôi vẫn như xưa, thời gian đầu có chút bỡ ngỡ về vài từ mới nhưng chỉ nghe qua một lần là nhớ, và tuy sống ở nước ngoài 50 năm nhưng tôi chưa bao giờ "độn" thêm từ ngoại quốc nào trong giao tiếp, tôi nghĩ viết "chúc mừng năm mới" là đủ nghĩa chứ thấy không cần phải viết "happy new year" làm gì.

Có thể nói cái tâm là ba tôi đã dạy cho tôi. Sau 1975, ông biết tôi sẽ gặp khó khăn và những buồn phiền không thể tránh: "Đã làm người, thì con phải chấp nhận gánh vác. Đôi khi còn phải gánh cả những việc oan ức..." "Nhưng dù thế nào cũng không được thù hận và đánh mất niềm tin vào tính thiện lương của con người." "Nếu có điều kiện thì cứ giúp người, thà bị sai lầm còn hơn là ân hận."

Trong những bức thư ấy có điều tôi hiểu ngay nhưng cũng có những lời dạy, mà mãi nhiều năm sau, quá tuổi 60, nghiệm ra tôi mới hiểu. "Sống là phải làm tốt vai trò và bổn phận của mình trong xã hội, nhưng cố bỏ cái tôi để sống an nhiên và hạnh phúc với chính mình." "Tài năng gì cũng chỉ là bọt bèo. Đừng kiêu căng hay đuổi theo ảo ảnh; Danh tiếng, địa vị gì cũng đều phụ thuộc vào lời khen chê của kẻ khác. Đừng để tâm trí mình dao động vì những việc nằm ngoài tầm kiểm soát đó để không bị biến thành con rối của miệng đời."

... Rồi biến cố đau buồn. Vẫn còn trẻ và đẹp nhưng trái tim ông đã lặng lẽ ngừng đập. Ông chỉ sống vừa đủ lâu để thấy những thay đổi của đất nước và lòng người.

Nhưng ba tôi không mất. Ông chỉ nằm an nghỉ trong trái tim tôi mà thôi.

&

Những bức thư ấy là những nhịp cầu nối liền khoảng cách và kết nối tình thân. Xa bỗng hóa gần.

Ngày xưa... liên lạc với nhau rất khó! Nhưng hôm nay, với phương tiện sẵn sàng, mọi cuộc gọi đều tức thời và miễn phí nhưng con người lại ít kết nối với nhau! Ai cũng than rằng mình rất "bận." Là không có thời gian? Nhưng có thực là chúng ta bận đến nỗi đến không thể gửi một tin nhắn vài phút để hỏi thăm, để biết là mình đang nghĩ đến và chia sẻ với người thân?

Đúng là cuộc sống hôm nay tất bật, nhưng một cuộc gọi, một tin nhắn để biết rằng đang nghĩ đến nhau là luôn cần thiết.

Với một khoảng cách quá xa, có khi cách nhau nửa vòng trái đất, thì một tin nhắn có nghĩa là ta vẫn hiện diện khi... đang vắng mặt. Người ở xa cũng không đòi hỏi gì nhiều. Một cuộc gọi ngẫu nhiên, để một thoáng quên đi những bận bịu cơm áo thường ngày hay tạm quên đi những muộn phiền không đáng nhớ. Nghe giọng một người quen ở xa là một niềm an ủi. Biết rằng trên đời này còn có ai đó nhớ đến mình.

Gọi thăm thôi. Cần chi mục đích? Vì thực ra mục đích quý báu nhất là thăm hỏi mà không có mục đích nào.

Nhưng dường như mỗi cuộc gặp gỡ, mỗi cú điện thoại đều vì một điều gì. Không cần, không liên lạc!

Ngày nay, con người thực dụng nên cân đong đo đếm tình cảm bằng những điều kiện sinh tồn chăng? Đôi lúc vì dửng dưng mà ta làm nhạt nhòa những tình cảm đẹp, đánh mất những hạnh phúc giản đơn.

Với các lý do "gần như" hợp lý, nhiều người biện minh cho sự bận rộn vì nỗi lo cơm áo, mà thực tế là trên mạng xã hội hằng ngày họ vẫn đưa hình khoe con khoe cháu, tiệc tùng ăn uống hay hiện diện ở các địa điểm du lịch đấy thôi.

Hãy sử dụng tốt thời gian vì không ai biết mình sẽ còn bao lâu nữa.

Hơn hai năm bị mắc kẹt Covid-19 ở Ý, tôi đã nhận ra: có một số người nếu không chủ động tìm, họ chẳng bao giờ hỏi đến. Nhờ thời gian đó mà hiểu ai mới thật sự là người quan tâm đến mình.

May là suốt những ngày bị cách ly ở Milano vì Covid-19, tôi đã sống toàn tâm toàn ý với tình yêu văn chương. Đọc và viết rất nhiều. Tôi dành trọn ngày đêm để viết những quyển sách của mình, thi thoảng sửa lại một vài truyện ngắn hay dịch vài đoạn văn hay. Trên bàn làm việc luôn có một bình hoa nhỏ đa sắc mà Elena đã trang điểm cho không gian sáng tác. Phòng làm việc có một cửa sổ lớn nhìn ra ngoài, bầu trời có khi xám xịt, có lúc trong sáng tùy theo mùa. Những lúc nghĩ ngợi, tôi thường nhìn cây lê đơm hoa trắng muốt báo mùa xuân, rồi hoa rụng báo mùa hè, rồi lại lá lại vàng để báo thu sang, sau đó thì trút lá, cành trần trụi trong sương tuyết khi một mùa đông đang đến. Hoa lê trắng còn nở lần thứ hai để mùa xuân khác đến rồi sẽ sớm trôi qua vào mùa hè, mùa thu và mùa đông thứ hai. Thế giới, ký ức về Việt Nam như càng ngày càng xa.

Thế rồi, đùng một cái, ánh sáng như chói chang rực rỡ hơn từ cái thế giới sáng tạo chiếu vào cái không gian chật hẹp tù túng của những ngày bị cách ly, khi tiểu thuyết **Ước Hẹn Cuối Cùng** bước vào giai đoạn cuối. Nhìn khuôn mặt rạng rỡ của tôi, Elena liền hỏi: *Anh* *viết xong rồi hả?* Năm mươi năm qua, không cảm xúc nào của tôi mà không bị vợ mình phát hiện. Suốt hơn hai năm tôi đắm mình cho tiểu thuyết, miệt mài buồn vui hạnh phúc khổ đau cùng nhân vật. Câu chuyện trong tiểu thuyết vô vàn đắm say mà cũng đầy thăng trầm, sầu khổ. Nhưng câu trả lời của tôi là một tràng cười. Điều kỳ lạ là tiếng cười của mình làm tôi kinh ngạc. Cảm tưởng như 50 năm về trước tôi đã nghe chính giọng của mình trong một máy ghi âm trên băng cassette. Lúc đầu tôi hoàn toàn không nhận ra, tuy nó đúng là giọng của tôi, nhưng đó là cái giọng mà người khác nghe chứ không phải cái giọng mà bản thân tôi nghe được như máu thịt đến từ bên trong của con người mình.

Suốt hai năm qua tôi âm thầm và im lặng làm bạn cùng nhân vật, hòa mình với những đau thương, chết chóc nên tôi như đã quên đi thực tại. Cười như thế nào? Và bây giờ giống như lần đầu tiên tôi nghe tiếng mình cười.

Lệnh giãn cách lúc này đang nới lỏng và sắp chấm hết. Tôi sẽ được tự do bay về Việt Nam để gặp lại bạn bè và lo việc in ấn tác phẩm tâm huyết của mình. Thế nhưng khi dịch bản thảo ra tiếng Ý - L'ultima promessa - cho hai người bạn thân thì họ khuyên nên in trước bằng tiếng Ý vì bối cảnh tiểu thuyết ở Milano và những vấn đề liên quan đến văn hóa và luật pháp ở Ý...

Tôi sẽ làm gì với ánh sáng chói chang của những ngày "tự do" sắp tới? Tôi sẽ làm gì với những thói quen cũ, gặp gỡ bạn bè bị gián đoạn sau một thời gian dài? Một quyển sách sắp in không thể trả lại cho tôi những ngày bị cướp mất vì đại dịch. Nó như một đứa con sắp được sinh ra, cần phải chăm sóc, nuôi dưỡng, bảo vệ, giúp nó tránh những cạm bẫy, những phê phán, đố kỵ hay yêu thương chào đón... Tất cả những hệ quả mà mình đã mường tượng trong lúc hình thành câu chữ. Vâng, tôi biết khi sách ra đời, nó cũng không thể nào tránh được những hệ lụy như một con người, cái đề tài mà trước đây tôi đã từng trăn trở khi viết tiểu thuyết Trò Chuyện Với Thiên Thần.

Trương Văn Dân
Milano 10.2022

ĐOÀN PHƯƠNG
MỘT HỒN THƠ HÀO HOA
TRONG CA KHÚC "EM ƠI HÀ NỘI PHỐ"

Lần đầu tiên tôi được đọc "nguyên mẫu" cùng tên với ca khúc EM ƠI HÀ NỘI PHỐ của Phú Quang. Nếu bảo rằng nhạc chắp cánh cho thơ, thì ở đây phải nói rằng bản trường ca EM ƠI HÀ NỘI PHỐ của Phan Vũ vốn đã có chất nhạc rồi. Bài thơ lại được Phú Quang chắt lọc ca từ, phù phép vào những nốt nhạc cho nó bay lên, tạo nên một phiên bản đẳng cấp, sang trọng. Nhưng bấy lâu hầu như nhiều người rất yêu thích bài hát mà không hề biết linh hồn của nó - khúc trường ca đằm sâu, hào hoa, da diết của Phan Vũ.

Tôi phải thú nhận tôi lạc hậu lắm, mới biết Phan Vũ thôi, trong khi ông là tên tuổi lớn trong làng văn nghệ sĩ. Nhưng muộn còn hơn không! Xin chia sẻ với bạn bè bài viết này để tỏ lòng ngưỡng mộ một nhà thơ lão thành, một giọng thơ hiện đại và sang trọng.

Vâng, đọc bản trường ca sao mà tôi thấy yêu một Hà Nội ngàn năm thương nhớ dù tôi chưa đặt chân đến bao giờ! Hà Nội hiện lên thân quen với những địa danh nổi tiếng: Sông Hồng, Hồ Tây, Hồ Gươm, Tháp Rùa, ga Hàng Cỏ, làng hoa Ngọc Hà, chùa Quán Thánh...

Tôi hình dung Hà Nội thật thanh thoát, tao nhã với những mùi hương riêng biệt của những loài hoa rất lạ mà rất quen đối với tôi: mùi hoàng lan, mùi hoa sữa, hoa gạo, hoa soan... Như một bức tranh thơ, Phan Vũ vẽ nên một Hà Nội thơm thơm, cổ kính, còn ghi dấu nét son xưa của đất kinh kỳ:

"Ta còn em Cổ Ngư, tên thật cũ."
"Ta còn em một Hàng Đào
không bán đào.

Một Hàng Bạc
không còn thợ bạc.
Đường Trường Thi
không chõng, không lều
không ông Nghè bái tổ vinh quy..."

Hà Nội phố của Phan Vũ có nét gì đó trầm mặc, thâm nghiêm với những ngôi nhà cổ "cọt kẹt" nhịp cầu thang gỗ, chiếc đồng hồ quả lắc già nua đếm thời gian "đong đưa"; lại vừa an bình thánh thót tiếng chuông nhà thờ ngân nga lúc ban chiều, tiếng mõ lóc cóc đều đều từ ngôi chùa nhỏ "ẩn trong tận cùng hẻm phố"...

Có ai đó nói 24 khổ thơ là những hình ảnh, ý tưởng trùng lặp. Nhưng tôi không thấy thế. Vì chính nhà thơ bảo rằng:

"Mỗi góc phố một trang tình sử"

Nhà thơ đã "điêu khắc" bằng thơ một Hà Nội bốn mùa rõ rệt:
"Ta còn em rì rào hạt nhỏ,
Cơn mưa chợt đến trong chùm lá"

Cơn mưa "rì rào hạt nhỏ" chỉ có thể là mưa xuân (?). Mùa xuân còn được nhắc lại ở khổ thơ khác nhưng với một tâm tình khác, hàm chứa ý nghĩa khác chứ không hề trùng lặp. Mùa xuân ở khổ 3 là vẻ đẹp lãng mạn. Mùa xuân ở khổ 16 là sự hồi sinh và hi vọng.

Mùa hạ thì có nắng *vàng ngọn cỏ,"* "*Là đà, cành phượng vĩ."* Cuối hạ, phượng còn sót lại *'Bông hoa muộn in hình ngọn lửa..."*

Hẳn tác giả cực yêu mùa thu Hà Nội nên mới có những câu thơ tuyệt đẹp thế này:
"Ta còn em cô hàng hoa
Gánh mùa thu qua cổng chợ.
Những chùm hoa tím
Ngát
Mùa thu..."

Chao ôi, mùa thu mới dịu dàng, trong trẻo, thuần khiết làm sao!

Còn mùa đông Hà Nội được chấm phá từ *"Chiếc lá bàng đầu tiên nhuộm đỏ"* đến *"cây bàng mồ côi"* trút lá cuối mùa. Tác giả không dừng lại miêu tả những tín hiệu của thiên nhiên đất trời mà "mùa đông" còn mang ý nghĩa biểu tượng, riêng nhắc một chặng đường lịch sử bi tráng:

"Cây bàng mồ côi mùa đông,
Nóc phố mồ côi, mùa đông,
Mảnh trăng mồ côi, mùa đông.
Tháng Chạp năm ấy in hình bao mộ phố!"

Nhịp sống thường nhật của người Hà Nội được ghi lại qua những âm thanh náo động của phố:

"Lao xao cười nói, mời chào
Xe cộ nổi còi hối hả...".

Mỗi buổi họp chợ, mỗi chuyến tàu ra vào ga lại ồn ào, hối hả cuộc mưu sinh:

"Lanh canh! Lanh canh!
Một đời cơ nhỡ.
Trăm ngày ngược xuôi
Đầm đìa nước mắt.
Áo vã mồ hôi.
Bơ gạo mớ rau..."

Không rõ đó là khoảng thời gian nào, nhưng hình như nhà thơ miêu tả phố khuya. Phải rồi trong thơ có chàng nghệ sĩ thích lang thang phố phường để hít thở, lắng nghe những thanh âm và những đời của phố. Này là một đêm trăng khuyết, ở một góc phố:

"Em ơi! Hà Nội - phố...
Ta còn em vầng trăng nửa,
Người phu xe đợi khách bến đầu ô.
Tiếng rao đêm lạc giọng
Ơ hờ..."

Này dư âm não nùng của những "chuyến tàu khuya về muộn, vào ga":

"Hồi còi vọng
Như một tiếng than dài"

Tôi nghe nói số phận "Em ơi Hà Nội phố" của Phan Vũ lận đận gần nửa thế kỷ, có thể vì nỗi buồn mênh mang trong những khổ thơ này ư? Thật tiếc! Nhưng tại sao phải lẩn tránh những nỗi buồn, những cảnh đời có thực nhỉ? Thời đại nào, nơi đâu trên trái đất này mà không có những long đong phận người? Trong khi nỗi buồn nhân thế trong thơ Phan Vũ lại lay động lòng người, cho thấy mối đồng cảm sâu sắc với những mảnh đời cơ nhỡ!?

Người Hà Nội từng khiêm nhu tự hào: *Không thơm cũng thể hoa nhài/ Dẫu không thanh lịch cũng người Tràng An.* Huống chi Hà Nội xưa tuy có buồn nhưng vượt lên tất cả vẫn là nét phong lưu, lãng mạn, hào hoa! Đây là không gian tỏa ra "vùng sáng nhỏ" ánh đèn dầu (vì thời đó chưa có đèn điện?), vẳng lên câu hát, ánh mắt huê tình:

"Bà quán ê a chuyện nàng Kiều.
Rượu làng Vân lung linh men ngọt
Mắt cô nàng lúng liếng đong đưa..."

Người Hà Nội thường giữ cho mình bản sắc tao nhã, phong cách hào hoa! Hẳn đây là những nghệ sĩ chuyên nghiệp và nghiệp dư với thú chơi đàn sang trọng:

"Tiếng dương cầm
Trong khung nhà đổ
Lả tả trên thềm
Beethoven và sonate Ánh trăng
Nốt nhạc thiên tài lẫn trong mảnh vỡ..."
"Lão Mozart hàng xóm
Bảy nốt cù cưa."

Người Hà Nội trót yêu ai cũng chân thành, thanh lịch, dễ thương, dẫu có buồn:

"Trên hè phố
Gã Trương Chi ôm ghi-ta.
Ngước lên cửa sổ,
Có một ngày...
Trống không ô cửa.
Tiếng hát Trương Chi.
Ngợi số nhà..."

Thiếu nữ Hà Nội nổi tiếng kiêu sa:
"Đất nghìn năm còn mãi dáng kiêu sa.
Phường cũ lưu danh người đẹp lụa.
Bậc thềm nào in dấu hài hoa?"

Tôi biết tác giả không phải người Hà Nội nhưng ông đã quá gắn bó, yêu thương, thấu hiểu và ảnh hưởng sâu đậm phong cách người Hà Nội. Trong thơ có anh chàng lãng tử đội mũ lệch, kiên trì lời tỏ tình dang dở. Anh ấy không đi cửa chính mà *"Gác trọ đường vào bằng cửa sổ,"* có lẽ là những lần đi chơi về muộn? Anh lang thang phố, mải mê phố thế nào mà *"Bỗng nhận ra mình không nhớ nổi con đường"*! Không biết đó có phải là tác giả vào cái thời "trẻ trâu" đáng yêu không nhỉ!?

Thế đó, Hà Nội phố thấm đẫm trong mình dòng máu văn chương với những kho tàng đồ sộ để bé tập đọc quốc văn, để bà ru cháu bằng thi ca, để tác phẩm đẹp thành giai thoại, để "Lữ khách" đến với Hà Nội cũng "khẽ ngâm" thi ca của văn thi nhân tài hoa Kinh Bắc.

Hà Nội thanh lịch, hào hoa cũng lên đường chiến đấu khi đất nước cần. Cuộc tiễn đưa rất Hà Nội:
"Năm khởi chiến.
Thề ra đi
Không trở về khi giặc chưa yên!
Cô gái Hà Nội trong đám đông đưa tiễn
Gửi chàng trai một bó hoa,
Và một nụ hôn."

Có biết bao bà mẹ Hà Nội đã hiến dâng những đứa con của mình cho đất nước:
"Hiu quạnh
Một ngôi nhà
Oa oa tiếng khóc.
Ngày con ra đời.
Cơn bão rớt bẻ gãy cành đa.
Con vừa lớn...
Chinh chiến gần kề trước cửa."

Hà Nội cùng đất nước, còn ghim trong mình dấu tích chiến tranh, để nhắc nhở đừng quên bài học sử:

"Em ơi! Hà Nội - phố...
Ta còn em mảnh đại bác
Ghim trên thành cổ
Một thịnh, một suy.
Thời thế.
Lẽ hưng vong.
Người qua đó hững hờ bài học sử..."

Là bài học gì không rõ, nhưng đọng lại một nỗi buồn xa xăm, da diết. Tuy vậy, cảm xúc ấy không làm cho người ta ủy mị mà dường như càng yêu thêm Hà Nội!

Như cảm nhận ban đầu của tôi, bản trường ca không trùng lặp mà như một tập nhật ký của một thời tác giả gắn bó với Hà Nội. Chính tác giả cũng viết:

"Ta còn em một cuộc tình
Như một bài thơ.
Mỗi nỗi đau gặm mòn thêm phận số.
Nhật ký sang trang ghi thêm nỗi nhớ..."

Thật vậy, bản trường ca ghi lại những kỷ niệm khác nhau, những con đường, dãy phố khác nhau, những mối tình khác nhau... Tác giả không nhầm lẫn ý tưởng đâu, ta thấy có 2 khúc ông thêm tên đề mục bằng chữ in hoa như đánh dấu những cảm xúc thật đặc biệt: Khổ 15, RIÊNG VỀ MỘT CHUYẾN ĐI. Khổ 20, RIÊNG VỀ MỘT THÁNG CHẠP.

Lời thơ giản dị, mượt mà. Nhiều dòng thơ ngắn làm nhịp thơ chậm lại, âm thầm lan truyền cảm xúc sâu lắng. Điệp khúc *"Ta còn em"*, *"ta còn em"* lặp đi lặp lại ở đầu mỗi khổ thơ mà không hề nhàm chán. Hà Nội xưa đã thay đổi nhiều nhưng vẫn còn mãi nguyên vẹn trong lòng tác giả, theo ông đến hết cuộc đời. Có lẽ vì thế, khi bài thơ chưa được phổ biến rộng rãi, EM ƠI HÀ NỘI PHỐ vẫn được nhà thơ lặng thầm cất trong ngăn tủ và những lúc cảm hứng lại tỉ mẩn trau chuốt lại, đến mấy chục năm trời.

Tôi thấy trên Thi Viện có đăng bài chia sẻ của chính tác giả: *"Mấy câu thơ của tôi, một tâm tư mang tính cá nhân, là nỗi đau thầm lặng, nỗi buồn da diết riêng mang không có tính cộng đồng.*

Ngày ấy, có một nhà thơ lớn khi đọc bài thơ này đã thật lòng khuyên tôi không nên phổ biến vì có thể chuốc vạ vào thân. Tôi cũng mệt mỏi vì nhiều sự phiền hà văn chương của giai đoạn ấy nên cũng nghe lời bỏ xó". (Phan Vũ).

Quả là một tác phẩm có số mệnh kỳ lạ! Khởi viết từ 1972, đến gần 40 năm sau mới được phổ nhạc và xuất bản. Thật đáng tiếc, nhưng cũng còn may mắn cho EM ƠI - HÀ NỘI PHỐ! Và may mắn cho Văn Học Việt Nam! Bản trường ca được viết vào những năm chiến tranh ác liệt, vậy mà hầu như không có khói bom, hận thù. Tại sao bài thơ vẫn lay động lòng người, khiến ta thấy tâm hồn mềm mại, nhân hậu hơn? Tại sao khiến người Hà Nội và không phải người Hà Nội bỗng yêu hơn Hà Nội? Phải chăng, đây thực sự là lối viết của trái tim chứ không phải bằng tư duy cứng nhắc?

Vâng, trên đây chỉ là những cảm nhận của riêng tôi, như một nén hương thắp muộn, kính tiễn đưa những người nghệ sĩ tài hoa của thế kỷ. Xin cảm ơn nhà thơ Phan Vũ và nhạc sĩ Phú Quang đã để lại cho văn học nghệ thuật nước nhà một bản trường ca, một ca khúc tuyệt đẹp!

Đoàn Phương
SG 26- 05- 23

chưa quen đã mộng nằm chung
trên trang giấy viết lung tung hồ đồ
được mệnh danh là bài thơ
tình yêu giàu có ước mơ chân tình

vài hôm, phát hiện thình lình
cuộc tình vô vọng làm thinh rút dù
tình buồn như lá mùa thu
nổi nhau theo gió bay mù cõi thơ

MINH NGỌC
TÌNH GIÀ

Bà hàng xóm mon men qua, hỏi đon đả:

- Ủa, anh đâu rồi chị?

Bà phẩy tay tức tối:

- Vừa chập tối là ổng lỉnh đi mất. Nghe nói có cô nào mới tới hồi chiều. Tật không bỏ.

- Trẻ hả chị? Mà đẹp không?

- Ai biết! Tui có thèm đi coi đâu.

*

Bà biết tánh ông quá rõ. Hồi mới quen nhau ở trường đại học, bà phải vất vả đánh bạt bao nhiêu cô gái lăng xăng quanh ông. Ông cao ráo đẹp trai, hào hoa phong nhã, lại có tài đàn hát, tham gia ban kịch của trường. Khi ông lên sân khấu, các cô phía dưới mê mẩn há miệng ngắm ông không rời mắt. Ông bước xuống, các cô bu theo tặng hoa, ôm hôn, rủ đi ăn uống. Ông phân bua là *"Họ thích mình, mình không nỡ làm họ buồn, phải ráng chiều chứ cũng khổ lắm."* Chẳng biết ông khổ chỗ nào chứ nhìn mặt ông hân hoan sung sướng giữa các cô, bà ngứa mắt sôi gan. Nhờ có chút nhan sắc, thêm óc thông minh, tính tình khôn khéo, bà dần dần dẫn dắt ông ra tiệm nữ trang mua nhẫn kim cương rồi ra mắt cha mẹ hai bên, định ngày cưới. Cho đến lúc mặc áo cưới ren trắng lộng lẫy ngồi trên chiếc Rolls Royce kết hoa ra nhà thờ, bà vẫn còn nơm nớp lo ông trở cờ. Đứng cạnh ông, nắm chặt tay, bà hồi hộp chờ ông nói "I do" mới kín đáo thở phào nhẹ nhõm, đắc thẳng nhìn sang năm cô phù dâu mặc áo hồng bà chọn từ "harem" của ông, thấy các cô dở khóc dở cười mà hả dạ, bõ công cực khổ bốn năm trời chăn dắt anh chàng đào hoa.

Lấy vợ rồi, ông không còn bay nhảy như trước, nhưng vẫn chưa chừa tật trông sang núi người ta, cỏ nhà người ta. Ra khỏi nhà, ông luôn chỉnh tề sáng láng, tóc chải mượt, mặt mày tươi tỉnh, áo quần thẳng băng, giày bóng lộn. Ngay cả khi đi với bà, thấy đàn bà con gái là ông liếc ngó coi xấu đẹp cỡ nào, ăn mặc ra sao, khi được nhìn lại thì ông cười duyên rất phong tình. Bà cặp chặt tay ông kéo đi nhanh, có khi phải ngắt nhéo ông mới tỉnh lại. Bà quản lý ông chặt chẽ, đi tới nơi về tới chốn, tiền lương bỏ vào ngân khoản chung không lỗi cắc nào, ra vô bao nhiêu bà biết rõ. Sinh nhật bà hay kỷ niệm ngày cưới, ông muốn giữ lại tiền mua quà cho bà, bà bắt ông đưa đi cùng để chọn mua. Thỉnh thoảng, bà tạt qua sở làm của ông vào giờ ăn trưa làm như vô tình để dò xét xem có nhân viên nữ nào mới không, ngầm điều tra thân thế cô ta. Họp mặt bạn bè, bà để ý hết các gương mặt nữ, la cà hỏi thăm xem ai còn độc thân, ai đã ly dị. Ngột ngạt quá mức, có lần ông nổi giận gây gổ với bà rồi bỏ đi ở nhà ông bạn thân mấy hôm. Bà đau khổ khóc lóc, mấy bà bạn xúm lại khuyên "lạt mềm buộc chặt," nên chăn chồng như chăn chó, nắm đầu dây cho nó đi tung tăng, tưởng là tự do, nhưng xa quá là bị dây giữ lại. Nghiệm ra chân lý, bà sửa soạn trang điểm bén ngót, đến nhà ông bạn ngọt ngào năn nỉ hứa hẹn, trước ông còn giận dỗi, rồi cũng xiêu khi lòng tự ái được ve vuốt. Bà cười duyên, giơ cái iphone đời mới nhất tặng ông. Ông mừng rỡ trước món quà hằng ao ước, hớn hở theo bà về nhà, xí xóa chuyện cũ. Vì chưa hề dùng iphone, ông không ngờ rằng bà cho ông dùng chung account, có thể theo dõi tin nhắn và số điện thoại gọi đến gọi đi, mở định vị để biết ông đang ở đâu. Từ đó, bà yên tâm hơn, không phải chằng chẳng xét nét như trước, lâu lâu kiểm tra thấy chồng ngoan ngoãn cơm nhà quà vợ.

Bản tánh đa nghi, thấy chồng ngoan ngoãn quá lâu, bà âm thầm dò xét mãi không ra manh mối. Kỳ nghỉ Thanksgiving, thằng con trai lớn mới vào năm thứ nhất đại học về nhà một tuần. Trong lúc nó phụ bà nấu ăn, ông lái xe đi mua vài thứ. Ông đi rồi, bà sực nhớ cần mua thêm khoai tây, bèn gọi ông. Nghe tiếng điện thoại reo trên bàn phòng khách, thằng con ra xem rồi báo "Ba để quên điện thoại ở nhà mẹ ơi." Chợt nó thắc mắc:

- Điện thoại ba không bị hư hả mẹ?

Bà ngạc nhiên:

- Đâu có hư, ổng vẫn xài mỗi ngày mà.

Nó bật mí:

- Trước khi con dọn lên trường, ba nói điện thoại ba bị hư, ba không muốn mẹ biết, ba lấy điện thoại của con xài đỡ.

- Ủa, mẹ vẫn gọi con số đó mà?

- Ba mua cho con cái mới, chuyển số của con qua đó, ba lấy số khác, mỗi tháng ba trả tiền điện thoại cho cả hai số.

- Tiền đâu ổng có?

- Ba được tăng lương cả năm nay rồi.

- Ổng có dặn không cho mẹ biết phải không?

- Có, nhưng mà... con lỡ miệng. Mẹ đừng cho ba hay.

Bà nổi cơn lôi đình:

- Làm sao tao nhịn được? Cha con lừa dối tao, thật quá sức!

Nó năn nỉ:

- Mẹ bớt giận, Thanksgiving mà.

Bà quát:

- Thanksgiving thây kệ chớ. Chuyện tày đình như vầy, may mà mày khai ra.

Nó ỉ ôi:

- Mẹ đừng lo, ba chỉ muốn tự do chút xíu thôi mà. Tại mẹ theo dõi hết mấy tin nhắn giỡn chơi mấy ông bạn gởi cho ba kể chuyện tục với hình sexy, ba không muốn mẹ thấy.

- Làm sao ổng biết?

- Con nói.

Bà tức nghẹn:

- Hết biết! Cha con thông đồng nhau hại tui.

- Hại gì đâu mẹ. Ba bây giờ lớn tuổi rồi, vui chơi tới đó thôi chớ có cô nào thèm theo mà mẹ lo.

Bà hứ:

- Tóc có sợi nào bạc là ổng lo lăng xăng nhuộm, rụng một sợi cũng sợ cuống quít mua dầu gội đầu mọc tóc, kem chống nhăn da mặt của tao lén lấy thoa gần hết. Ổng còn xí xọn lắm mày ơi.

Nó ôm vai bà:

- Con nói thiệt, ba có lỡ mê cô nào, rồi cũng về với mẹ à, không có bền đâu. Mẹ đẹp nè, nấu ăn ngon nè, ba kiếm đâu ra.

Bà còn tức, nhưng cũng nguôi nguôi. Đúng là nhiều người khen bà trẻ đẹp so với tuổi, mắc gì ghen, ông phải ghen ngược mới đúng. Vậy mình cứ tiếp tục "lạt mềm buộc chặt."

Ông về, bà giả lả:

- Tui định nhờ ông mua khoai tây, mà ông để quên điện thoại ở nhà.

Ông giơ cái túi đi chợ lên:

- Sáng nay tui mở tủ lạnh thấy thiếu khoai tây nên mua rồi nè, mua thêm củ hành nữa.

Rồi ông hít hà:

- Thơm quá, mẹ mày nướng gà tây thì ngon số một.

Thằng con nháy mắt cười với mẹ. Bà cũng nguôi nỗi ấm ức trong lòng. Tối hôm đó, nghe ông ngáy đều, óc tò mò thôi thúc bà lục tìm cái điện thoại bí mật của ông để xem, nhưng lại sợ lỡ thấy gì thì nổi giận bất tử. Bà tự an ủi bằng lời của thằng con, chắc không có gì quá đáng, mà ổng có đi đâu rồi cũng đâm đầu về thôi, chẳng những có khoai tây còn thêm củ hành.

*

Bà đang nghĩ ngợi chuyện xưa, ông mò về. Thấy mặt ông, bà nguýt:

- Đi coi con nhỏ mới tới đó hả? Sao không ở đó luôn đi?

Ông cười ngỏn ngoẻn:

- Nó đẹp lắm bà, còn trẻ măng, là hoa hậu gì đó. Nghe nói bị bà vợ của ông đại gia qua tới đây đánh ghen.

- Cái thứ chẳng ăn trăn quấn, cũng đáng đời. Đẹp mà mất nết.

- Mỗi người một hoàn cảnh chớ bà, nói vậy tội chết.

Bà nổi giận:

- Ông nhớ bữa nay là ngày gì không? Kỷ niệm ngày cưới đó, con mang hoa tới kìa. Bỏ đi coi con hoa hậu làng chơi! Biết vậy hôm đám cưới tui giao ông cho mấy con phù dâu luôn, khỏi chịu đời ông mấy chục năm, tới bây giờ coi như ngàn thu.

- Tui cũng cầu! Bà quơ được ông chồng đẹp trai sáng giá như tui, mừng muốn chết còn làm cao.

- Đẹp dữ! Già chát! Đi luôn đi, coi tui có theo năn nỉ không.

- Vậy mà cũng ham bông hoa, quý dữ!

Dứt lời, ông gạt cái bình đồng cắm hoa ngã nghiêng một bên. Bà tức mình:

- Tui có quý đâu, bông hoa rồi cũng hư thúi như ông thôi.

Bà đẩy luôn cái bình hoa ngã rạp xuống, quay lại, ông đã biến mất. Bà bạn lại lò dò sang:

- Ổng đi nữa hả?

- Kệ, đi một lát cũng mò về, chỗ đâu mà ở.

Sáng hôm sau, nhân viên nghĩa trang đi dọn dẹp, thấy cái bình đồng trước mộ hai vợ chồng ngã nằm xuống đất, nước đổ lênh láng, chục bông hồng trắng vương vãi. Anh ngạc nhiên lẩm bẩm:

- Ủa, tối hôm qua đâu có gió?

Minh Ngọc
Tháng 9/2023

rượu, nhiều khi nốc không vô
nhiều khi chỉ kịp giả vờ say thôi
đến tình cùng mới khơi khơi
chưa đủ độ khổ cho lời thành tâm

thi ca cõi tạm nương thân
vài ngày chi đó rồi lòng lại vui
theo môi theo mắt của người
chợt gặp chợt thấy tuyệt vời thương yêu

TIỂU NGUYỆT
HẸN NHAU MÙA LÁ TRỔ

Thanh vãi xong mấy ký phân urê cho hai sào ruộng lúa đang đòng đòng chuẩn bị trổ, lại mương nước rửa cái thau, rồi đứng nhìn đám ruộng lúa xanh tươi, lòng đầy vui thích. Nàng thích nhất là được ngắm nhìn cánh đồng lúa xanh mát vào buổi sớm, tất cả như bừng sáng đón mừng tia nắng đầu ngày vàng tươi, ấm áp. Cánh đồng lúa rì rào reo vui cùng gió sớm, reo vui cùng nắng mai, làm lòng nàng nhẹ nhàng, thanh thản. Nàng hít thở ngọn gió trong lành và mơ ước. Ước mơ một mùa lúa trổ vàng bông bội thu, để lời thệ ước được thỏa nguyện, dù lời thệ nguyện ấy đã mấy mươi năm rồi vẫn chưa bao giờ nhạt nhòa trong ký ức. Mùa lúa này qua đi, mùa lúa sau kế đến, tiếp diễn như sự tuần hoàn ngày đêm, và sự chờ đợi của nàng như thêm niềm hy vọng về một mùa lúa chín trọn vẹn đôi lứa. Dù những người quen biết hay bà con xóm giềng, bạn bè ai cũng nói rằng, anh ấy đã không còn nữa, mà dù anh ấy có còn trên cõi đời này thì cũng đã đổi thay, không nhớ gì đến lời thề nguyện cùng nàng. Nhưng nàng tin anh ấy vẫn còn đâu đó và sẽ trở về, cùng nàng đón một mùa lúa trổ đầy hứa hẹn.

Hôm nay, đứng trước cánh đồng lúa đang đòng đòng chuẩn bị trổ, nàng mơ hồ nghe hương lúa thơm nồng, mơ hồ nghe bước chân ai trở về nhẹ nhàng, mong nhớ. Một mùa lúa nữa sắp trổ bông mà bóng người xưa vẫn biền biệt. Lời hứa hẹn năm nào đã trôi dần vào mù xa, dịu vợi, quanh nàng chỉ là hoài niệm nhớ thương. Lời người hẹn trước lúc lên đường ngày ấy "Hẹn nhau mùa lúa trổ, mình cưới nhau" có mông muội, mơ hồ, sao nàng nghe rất thật, như còn vang đâu đây giọng nói người xưa vọng về khiến nàng thổn thức. Một cơn gió nhẹ thoảng qua rì rào sóng lúa, như vừa chạm vào vùng trời kỷ niệm thân thương, nhẹ nhàng, thấm đẫm nhớ nhung, trông gần gũi mà xa xôi vời vợi. Thanh nhắm mắt hít sâu nén xúc động vào trong sâu kín tâm hồn, rồi thở ra nhẹ nhàng như sợ cảm xúc vỡ òa, tan biến; rồi ngước nhìn những áng mây trôi bồng bềnh trên bầu trời xanh cao, thoáng hiện đủ hình dáng, như để cố tìm hình bóng người xưa ẩn khuất sau những bóng mây giữa bầu trời mênh mông ấy. Những bông lúa trổ lách tách lao xao trong nàng, lao xao trong nắng gió mông mênh của đất trời hòa quyện. *"Anh ơi! Sao anh không trở về? Anh đã quên lời hẹn ước hay anh đã ngủ quên đâu đó không chịu thức dậy để về bên em? Anh giận em ư? Sao anh không nói gì vậy?"*. Bao nhiêu buồn thương, ấm ức bỗng tràn ngập trong nàng và nàng như thấy lại những tháng ngày lo âu, thắc thỏm, chờ đợi, đợi chờ như trước mắt.

Ngày ấy, nàng thường lo lắng, hồi hộp dõi theo các trận chiến ác liệt diễn ra báo tin từ đài vô tuyến và luôn cầu nguyện cho anh được bình an, mạnh khỏe trong muôn vàn bất trắc đang xảy ra. Nàng càng hồi hộp, lo lắng, hoảng hốt khi nghe tin đồn rằng Tổng Thống Nguyễn Văn Thiệu đã có lệnh rút quân bỏ Tây Nguyên. Không tin được điều này, nàng nghĩ, tại sao lại bỏ Tây Nguyên, đó cũng là một phần máu thịt của Miền Nam cơ mà? Cho đến khi nhìn thấy những người vừa thoát chết trở về từ con đường Bảy tập trung ở các trường học, nỗi hoang mang, hoảng hốt trong nàng càng lớn hơn. Và nàng hy vọng sẽ gặp anh trong đoàn người trở về kia, bởi đơn vị anh đóng ở Pleiku, nơi mà làn sóng di tản bắt đầu cho cuộc tháo chạy, cả quân và dân, dù không ai trong số họ biết mình chạy đi đâu và sống chết như thế nào. Ngày nào nàng cũng đến những khu tập trung ấy để kiếm tìm, thăm hỏi về anh, nhưng bóng anh vẫn biền biệt, mù tăm. Rồi sự chờ đợi ấy ngày càng mong manh, hiu hắt, nhạt nhòa khi đất nước đã thống nhất, chính quyền mới đã tiếp quản rồi mà bóng anh vẫn biệt tăm. Anh đã nằm lại đâu đó trên quê hương này mà nàng chẳng hay biết? Ai cũng nói rằng anh đã chết, nhưng nàng tin anh vẫn còn đâu đấy và sẽ trở về dù bao lâu đi nữa như lời anh đã hứa.

Thanh nhớ anh. Nhớ lời thề nguyện của hai đứa trước lúc anh lên đường nhập ngũ. Anh nhìn nàng âu yếm:

- Anh sẽ về em ạ! Hẹn em mùa lúa trổ chúng ta sẽ cưới nhau.

Thanh nũng nịu:

- Anh nói vậy là sao? Sao lại hẹn mùa lúa trổ? Lời hẹn của anh không rõ ràng, em hổng chịu.

Anh nâng khuôn mặt nàng, nhìn sâu vào đôi mắt ứa lệ hứa hẹn:

- Em ạ! Đất nước còn chiến tranh, anh làm sao biết được bao giờ được thanh bình, an ổn. Em có biết hương lúa trổ thơm nồng, thắm tình người, tình đất, thắm tình của đôi ta không? Hẹn nhau mùa lúa trổ, nghe lãng mạn và thơ mộng, em có nghĩ như anh không? Lỡ mùa lúa này ta còn có mùa sau, luôn là mơ ước và hy vọng. Tình ta đẹp như vậy đó!

Không chờ Thanh trả lời, anh cúi xuống hôn nàng thật lâu, nụ hôn như lời hứa hẹn chân thành và nàng tin như vậy.

Mấy mươi năm qua nàng vẫn luôn nhớ hình ảnh anh lúc chia tay ấy. Nàng chờ đợi mùa lúa trổ và mùa lúa này qua, mùa lúa sau tới ba mươi mấy năm rồi, mùa lúa trổ trong nàng vẫn nguyên vẹn một màu xanh thì, dù có chút hiu hắt. Thời gian đã bào mòn tất cả, nhan sắc, niềm tin và sự đợi chờ, hy vọng. Tóc trên đầu nàng bắt đầu lốm đốm sợi bạc. Sức khỏe nàng ngày một hao mòn, bắt đầu đau nhức, rệu rã khắp người. Nàng tự hỏi mình, chẳng lẽ một ngày nào đó mình sẽ ra đi như vầy sao? Nàng không cam tâm. Cuộc đời buồn như vậy ư? Nàng nghĩ, dù mình là một nhà giáo, cống hiến cả tuổi thanh xuân cho sự nghiệp giáo dục, rồi cuối cùng cũng phải tuân theo định luật "sinh, lão, bệnh, tử" như bao người? Tình yêu đối với nàng là sự đợi chờ, thương nhớ. Bỗng nhiên nàng muốn làm một việc gì đó để lại cho chính cuộc đời dẫy đầy khổ đau này. Và nàng trải bày tâm sự cũng như ước mơ vào trang viết. Nàng bắt đầu viết. Viết không mệt mỏi. Nàng muốn trải lòng với sự tận tụy, hiến dâng, muốn cuộc sống này được an vui, hạnh phúc bằng tất cả sự chân thành, tâm nguyện. Mới đầu nàng có chút khó khăn vì đã lâu lắm nàng không ngồi vào bàn để viết, dù đó là đam mê của nàng thời còn đi học. Sau đó, như được khai thông huyết mạch, những cảm xúc cũng như con chữ, dạt dào tuôn chảy; và trong nàng như bừng lên một sức sống mới, mãnh liệt, căng tràn.

Tác phẩm của Thanh đều đặn được xuất bản, nàng hy vọng được chia sẻ những ước mơ, hoài bão cùng với mọi tầng lớp xã hội, nhất là với những người nghèo khổ. Nàng muốn nói giùm cho những phận người bất hạnh, nghèo khổ những ước mơ và cảm thông một cách chân thành nhất. Và rồi tác phẩm của nàng, được đăng trong nhiều tạp chí, trên những trang website trong và ngoài nước, được nhiều bạn đọc đón nhận, làm nàng thêm tin tưởng và vui mừng. Nàng hứa với lòng mình, sẽ cố gắng hơn nữa để không phụ lòng tin của tất cả.

Có một bạn đọc ở phương xa, gởi email xin mua tất cả những tác phẩm của nàng đã xuất bản. Thanh vui vô cùng khi có người muốn đọc toàn bộ tác phẩm của mình, đấy cũng là niềm khích lệ, động viên cho nàng khi chọn con đường đến với văn chương. Và nàng nghĩ, những trang viết của nàng là những bông lúa trổ, ngạt ngào mồ hôi và nước mắt, chan chứa tình nàng dành cho anh, dạt dào tình quê hương, đất nước, con người.

Bạn đọc đặt mua sách của nàng thật đặc biệt, nhận sách nàng gởi, anh đọc thật kỹ, đồng cảm và yêu thích. Anh gọi điện chia sẻ cùng nàng rằng, tình cờ anh đọc truyện của nàng đăng trên trang cá nhân facebook, anh thấy thích vì văn nàng trong sáng, gần gũi, dễ cảm thông, anh như thấy mình trong đó, nên muốn đọc toàn bộ tác phẩm của nàng. Sau đó, thỉnh thoảng anh gọi điện thăm nàng, chia sẻ cùng nàng về quan niệm sống cũng như suy nghĩ của mình về văn học hiện nay. Anh nói về "Tự Lực Văn Đoàn" nàng cũng có thể góp lời cùng anh, nào "Anh Phải Sống", "Đoạn Tuyệt" hay "Hồn Bướm Mơ Tiên," "Đôi Bạn" và nhiều nhiều nữa. Nàng chia sẻ cùng anh rằng, nàng rất thích hình ảnh cô Loan choàng chiếc khăn voan bay bay trong gió trên đê Yên Phụ, trông đẹp và lãng mạn. Anh không ngờ, nàng đồng cảm cùng anh hình ảnh ấy, luôn sống động trong anh những năm còn giảng dạy, và anh ước được một lần đi trên đê Yên Phụ để cảm nhận được tình cảm của cô Loan cũng như tác giả Nhất Linh. Anh càng cảm mến nàng hơn, khi tình cờ nàng nhắc đến tác phẩm "Giờ Thứ 25" của Constantin Virgil Gheorghiu, nàng nói rằng nàng rất thích cuốn sách này, nó lôi cuốn nàng đến độ bỏ ăn để đọc cho hết; thích nhất là những đơn thỉnh nguyện đã từng làm nàng say mê. Đôi khi anh chuyện trò cùng nàng quên cả thời gian về những tác phẩm anh yêu thích. Anh rất vui vì có người để anh chia sẻ, những kiến thức về văn học tưởng đã ngủ quên, bỗng sống dậy từ khi anh gặp được nàng. Nàng có thể nói cùng anh về "Những Người Khốn Khổ" của Victor Hugo hay thằng Gù trong "Nhà Thờ Đức Bà Paris"; nàng Scarlett trong "Cuốn Theo Chiều Gió" của nhà văn nữ người Mỹ Margaret Mitchell, "Đất Vỡ Hoang" của Mikhail Sholokhov, "Cánh Đồng Bất Tận" của Nguyễn Ngọc Tư, hay "Sông Côn Mùa Lũ" của Nguyễn Mộng Giác v.v... Tình cảm anh dành cho nàng ngày một sâu đậm, anh thấy nhớ nhung và xao xuyến, luôn nhớ nghĩ đến nàng. Rồi anh ao ước được thăm nàng, đi bên nàng, được đối diện cùng nàng để bàn luận về văn học, về những tác phẩm mà anh yêu thích.

Và anh đã đến thị xã nơi nàng sống và làm việc vào một sáng đầy hơi thu, trời trong xanh, gió mát. Thanh hứa sẽ đón anh ở ga xe lửa, rồi đưa anh đi thăm một vài nơi nổi tiếng ở thị xã này. Anh vui vì sẽ được gặp con người thật của Thanh nơi vùng đất mà anh yêu thích, gắn kết, dù chỉ là trong trang viết. Anh có chút hồi hộp khi tàu vào sân ga và dừng lại. Anh xuống tàu, nhìn bao quát cả sân ga, tìm kiếm một hình ảnh quen thuộc mà anh đã từng đọc, dù nơi đây anh chưa từng đặt chân đến bao giờ. Kia rồi hàng bạch đàn phía ngoài sân ga với ánh nắng vàng nhạt đã từng đón chào anh Tư trở về khi mãn hạn tù. Đây rồi chiếc ghế đá mà cô Thùy ngồi đợi con tàu đưa con trai mỗi chiều cuối tuần về thăm nhà. Và anh đã lại ngồi trên chiếc ghế đá ấy chờ nàng đến. Anh hình dung ra nàng, một người phụ nữ có dáng mảnh mai, gương mặt gợn buồn, ánh nhìn xa xăm, sâu lắng và nụ cười thân thiện, dễ mến. Anh thầm mơ ước, giữa những gì anh suy nghĩ và thực tế là một, để anh càng yêu mến nàng hơn.

Tân nhìn thấy một người phụ nữ vội vội, vàng vàng từ ngoài đi vào phòng đợi, tay cầm điện thoại đang gọi, và điện thoại trong túi anh rung chuông. Anh biết chắc đó là Thanh, đưa tay vẫy nàng và trả lời điện thoại. Gương mặt nàng bừng sáng khi nhìn thấy anh cầm máy trả lời, vội đi về phía anh. Anh đứng dậy đón chào nàng, nở nụ cười tươi và vô cùng hạnh phúc, vì con người đang đứng trước mặt anh đúng như những gì anh hình dung trước đây. Có một cái gì đó thật gần gũi làm anh xao xuyến, rung động, rồi anh nghĩ, con người này đã bắn trúng trái tim anh rồi.

Như đã hứa, nàng đưa anh đi thăm một vài thắng cảnh quê mình, anh cứ trầm trồ khen ngợi quê nàng đẹp quá và anh nói với nàng muốn lưu giữ hình ảnh này, dù nàng chẳng biết ý của anh ẩn sâu. Nàng đón và đưa anh tham quan nơi này chốn nọ là vì anh là một bạn đọc đặc biệt, nhiều ưu ái với trang văn của nàng vậy thôi. Phần Tân, anh cảm thấy luống cuống, hồi hộp, một cảm giác chưa bao giờ có từ khi người vợ thân yêu của anh chạy theo một bóng hình khác. Anh đau khổ, rồi hận người vợ mà mình hết mực thương yêu, nỡ lòng bỏ anh để chạy theo một người đàn ông khác, chỉ vì anh ta là giám đốc của một trung tâm dạy nghề. Đã là vợ chồng mà còn so sánh, trộm nghĩ về một người khác, rồi đòi ly hôn; thì anh cũng có tiếc chi một người vợ hời hợt như vậy. Trước đây, anh cũng là một giáo sư, giảng dạy ở một trường trung học danh tiếng, nhưng sau khi thống nhất đất nước, chính quyền mới tiếp quản, một số thầy cô giáo phải thôi dạy, trong đó có anh, dù anh không biết mình đã mắc lỗi gì. Bao nhiêu năm qua, anh vất vả vì cuộc mưu sinh, tất cả đã lùi về quá khứ, cả tình yêu và sự nghiệp. Anh thu mình như một con ốc bể, chỉ nghe tiếng sóng rạt rào ru mình trong nỗi cô đơn, trống vắng. Đàn bà đối với anh là sự dối lừa, thay đổi, nhỏ nhen, vụn vặt; nên anh xa lánh, không tiếp xúc với một ai, cho đến khi anh đọc những tác phẩm của nàng. Anh nhận thấy văn của nàng hiền lành, dân dã, trong sáng và không hiểu sao anh lại say mê đọc văn nàng, rồi say mê nàng, dù anh chưa một lần gặp mặt. Những tưởng tất cả đã ngủ yên, không ngờ trong anh lao xao một niềm thương nhớ vô bờ. Rồi khi gặp nàng, anh thấy tình yêu bỗng thức dậy mãnh liệt, sau bao năm hóa đá; rồi anh ao ước được cùng nàng đón mùa lúa trổ, được cùng nàng đi hết cuộc đời này. Anh cảm thấy giữa anh và nàng khoảng cách chỉ là một sợi tóc, mong manh nhưng khó mà phá vỡ; bởi nàng luôn chờ đợi mùa lúa trổ với một mối tình vô vọng. Nhưng anh tin, anh có thể phá bỏ khoảng cách ấy để đến với nàng, trong vai người đàn ông mà nàng chờ đợi bấy lâu.

Thanh nhìn người đàn ông trước mặt, tóc đã bạc, da sạm màu nhưng không giấu được nét thông minh, đĩnh đạc và cái nhìn ấm áp. Thấy anh cứ trộm nhìn mình, nàng có vẻ ngượng ngùng. Và nàng càng ngượng ngùng hơn khi nhớ lại, lúc chuẩn bị đến ga đón anh; không hiểu sao nàng lại phớt chút má hồng, tô chút son, vì chẳng bao giờ nàng làm vậy từ lâu lắm rồi. Đứng trước tấm gương nàng thấy mình già lắm, tuổi xuân đã lùi xa, da mặt không còn mơn mởn, hồng hào như thuở nào; thay vào là lớp da chết, sạm màu, màu của thời gian, chờ đợi. Nàng chạnh buồn, một nỗi buồn mênh mông, tiếc nuối, khiến nàng ngơ ngác, chơi vơi. Thanh nhìn thấy chung quanh mình là những làn sóng cuộn trào tiến về phía trước đầy sức sống; hy vọng điều đó sẽ truyền tải chút nghị lực cho nàng thêm sức mạnh bước về phía trước, để nàng có thể được đón một mùa lúa trổ thật trọn vẹn. Rồi Thanh nghĩ, mình còn có thể chờ đón một mùa lúa trổ nào nữa không, khi mà vòng tay mình không còn đủ sức để nâng niu một bông lúa? Nàng chợt khóc, sao cuộc đời mình lại hẩm hiu, buồn bã như vậy? Nàng có đủ tình yêu thương, sự kiên nhẫn, chung thủy kia mà! Và những bông lúa trổ nhòe nhoẹt trong nàng cùng những ngậm ngùi, thương nhớ.

Tân đưa tay chùi những giọt nước mắt nàng vừa chảy trên má và ao ước được uống những giọt nước mắt ấy vào lòng, hòa tan cùng máu vào tận trái tim anh. Anh nghe giọt nước mắt nàng nóng hổi, mặn mà và yêu thương cháy bỏng. Anh thầm thì:

- Cho phép anh được cùng em đón mùa lúa trổ, em nhé! Em xứng đáng được yêu thương, hạnh phúc, đừng vì cái bóng của quá khứ mà chôn vùi tất cả. Hạnh phúc đơn giản lắm, chỉ cần ngồi xuống là sẽ thấy, em ạ!

Thanh chợt thấy đầu mình đau nhức, rệu rã, và trước mặt là một màu đen tăm tối. Nàng bỗng chơi vơi, giãy giụa trong vũng tối ấy và nhoài người muốn thoát ra khỏi bằng tất cả sức mạnh. Vũng tối ấy bỗng nhạt dần hóa thành những sắc màu xanh đỏ vàng tím hòa trộn vào nhau, với những bông lúa trổ mượt mà, dịu dàng lao xao trong chiếc đầu nhỏ bé của nàng. Thanh bỗng thấy người xưa ẩn hiện mỉm cười cùng nàng, rồi anh ấy chợt hóa thành Tân đang lau nước mắt cho nàng. Thanh bỗng khóc lớn hơn, những giọt nước mắt tuôn lã chã như bị tắt nghẽn bấy lâu, nay được dịp khơi dòng. Nàng thấy lòng mình ấm áp, rung động, dòng suối yêu thương đang rạo rực chảy vào tim. Những bông lúa trĩu nặng, ươm vàng đang xuyến xao trong nàng. Có lẽ nào, trái tim mình còn rung động? Nàng tự hỏi và cũng tự trả lời rằng, cũng là một mùa lúa trổ, ươm vàng yêu thương như lời hẹn ước.

Tân ôm chặt nàng, hôn lên đôi mắt nàng, uống những giọt nước mắt nàng đầy hạnh phúc. Anh thì thào: "Anh yêu em! Yêu vô cùng Thanh ơi!"

Một mùa lúa trổ lại về. Anh cầm tay nàng cùng nhau đón mùa lúa mới trong vô vàng hạnh phúc!

Tiểu Nguyệt
Bên dòng sông Tắc
Những ngày đầu tháng 9.2023

cứ quanh quẩn chỉ bấy nhiêu
gặp - yêu - bất lực ... luyện chiêu thất tình
ta xưa nhờ vậy thông minh
càng thêm lém linh tập mình làm thơ

thơ thẩn có lợi chi nào ?
may được em ngúyt bất ngờ nhiều hơn
cái háy của em có hồn
đọng lâu chua xót bào mòn tim gan

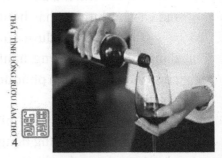

THIẾU KHANH
Nói "Sau Công Nguyên" Là Nói Sai

Thuật ngữ *"sau Công Nguyên"* không chỉ thường xuất hiện trên Facebook mà ngay cả trên các chương trình phát thanh, truyền hình quốc gia, và kể cả trong nhiều sách báo trong nước, không ít tác giả vẫn nói/viết "sau Công Nguyên" một cách "hồn nhiên." Nhưng đó là một cách nói sai. Và cách nói sai này đang xuất hiện khắp nơi.

Có lẽ không lâu sau khi phát minh chữ viết, người cổ đại thấy mình có nhu cầu ghi chép các sự kiện quan trọng hoặc các biến cố lớn xảy ra trong đời sống. Từ đó *sử biên niên* (annals) ra đời, ghi chép các sự kiện hoặc biến cố lịch sử xảy ra trong từng đời vua của mỗi triều đại. Trung Quốc là một trong những quốc gia trên thế giới xuất hiện sử biên niên sớm nhất. Ví dụ: đời nhà Hán, Trung Quốc, Tề Vương Hàn Tín, bị vu oan làm phản và bị bắt đưa về triều rồi bị giáng xuống làm Hoài Âm hầu vào năm thứ 2 đời Hán Cao Tổ; sau đó danh tướng này bị Lữ Hậu (vợ vua Hán Cao Tổ Lưu Bang) giết tại cung Vị Ương vào năm thứ 6 đời vua Hán Cao Tổ.

Thông tin như thế của sử biên niên không cho người đọc biết Hán Cao Tổ Lưu Bang và Hàn Tín ở vào giai đoạn nào và Hàn Tín chết vào lúc nào trong dòng lịch sử nhân loại. Đó là chưa tính đến "yếu tố niên hiệu" khiến sự tính toán thêm nhiều rối rắm.

Trung Quốc được biết là quốc gia đầu tiên sử dụng niên hiệu. Dường như Niên Hiệu chỉ bắt đầu xuất hiện từ đời Hán Vũ Đế, ông vua thứ bảy của triều Tây Hán. Lên ngôi Hoàng Đế năm 140 trước Công Nguyên (TCN), Hán Vũ Đế Lưu Triệt đặt tên cho năm lên ngôi của mình (tức Niên Hiệu) là "Kiến Nguyên nguyên niên" (Năm Kiến Nguyên thứ nhất). Từ đó mở ra một truyền thống cho Hoàng Đế của các triều đại sau của Trung Quốc khi lên ngôi đều đặt niên hiệu.

Ở Việt Nam, niên hiệu triều vua xuất hiện đầu tiên trong lịch sử là từ Lý Nam Đế (Lý Bôn). Ông xưng Nam Việt Đế, đặt tên nước là Vạn Xuân, lấy niên hiệu Thiên Đức. (Năm Thiên Đức thứ nhất ứng với năm dương lịch 544). Niên hiệu Thiên Đức chỉ tồn tại trong 4 năm, đến năm 548 – năm Lý Nam Đế mất. Mãi hơn 400 năm sau, đến năm 970, khi Đinh Bộ Lĩnh dẹp xong 12 sứ quân lên ngôi (Tiên) hoàng đế, đặt tên nước là Đại Cồ Việt, lấy niên hiệu mới là Thái Bình. Từ đây về sau, tất cả các vua của các triều đại Việt Nam mỗi khi lên ngôi cũng đều đặt niên hiệu mới.

Trong thời gian trị vì, mỗi ông vua không nhất thiết chỉ có một niên hiệu. (Tại Việt Nam, hai vua đầu nhà Tây Sơn -- Thái Đức, Quang Trung -- và tất cả các vua triều Nguyễn, mỗi ông từ khi lên ngôi cho đến khi qua đời chỉ có một niên hiệu). Vua Hán Vũ Đế Trung Quốc, lên ngôi năm 140 TCN, qua đời năm 87 TCN, trị vì 53 năm, đã đặt đến 11 niên hiệu: Kiến Nguyên, Nguyên Quang, Nguyên Sóc, Nguyên Thú, Nguyên Đỉnh, Nguyên Phong, Thái Sơ, Nguyên Hán, Thái Thủy, Chính Hòa, và Hậu Nguyên. Ở Việt Nam, vua Lý Nhân Tông ở ngôi lâu hơn (55 năm), nhưng có ít niên hiệu hơn: Thánh Ninh, Anh Võ Chiêu Thắng, Quảng Hựu, Hội Phong, Long Phù Nguyên Hòa, Hội Tường Đại Khánh, Thiên Phù Duệ Võ, và Thiên Phù Khánh Thọ.

Sử chép: Năm Nguyên Đỉnh thứ 6, Hán Vũ Đế sai Lộ Bác Đức đánh và chiếm nước Nam Việt của Triệu Đà.

Về sau, muốn biết Triệu Đà mất nước vào năm nào, người ta chỉ có thể dựa vào niên hiệu của vua Hán Vũ Đế lúc xảy ra chuyện đó để làm mốc tính toán. Người ta phải biết Nguyên Đỉnh là niên hiệu thứ mấy của Hán Vũ Đế, và thời gian của mỗi niên hiệu trước đó là bao nhiêu năm, cộng tất cả lại, rồi cộng thêm 6 năm của niên hiệu Nguyên Đỉnh. Rất vất vả mà thông tin cũng chẳng có thêm điều gì mới.

Trong nhiều thế kỷ về sau, khi sự giao thương, giao dịch mở ra giữa nhiều quốc gia, người ta sẽ cảm thấy lúng túng không biết một sự việc hay biến cố xảy ra trong nước đó vào thời kỳ đó là tương đương khoảng thời gian nào của nước mình, và ngược lại. Nhất là tại nhiều quốc gia từ Á sang Âu có nhiều thứ lịch cùng lưu hành, mà số ngày trong tháng và số tháng trong năm trong các loại lịch đó không giống nhau. (Cách Mạng Tháng Mười Liên Xô thành công vào ngày 25 tháng 10 năm 1917, theo lịch Julius (Julian calendar, theo tên Julius Caesar thời Cộng Hòa La Mã) mà nước Nga đang dùng. Trong lúc đó phần lớn thế giới dùng lịch Gregory (Gregorian calendar, theo tên Giáo Hoàng Gregory XIII). Thành ra Cách Mạng Tháng 10 Liên Xô tính ra nhằm vào ngày 7 tháng 11 năm 1917). Muốn xác định một thời điểm chung nào đó cho một biến cố trên dòng thời gian xuyên suốt của nhân loại thật không đơn giản.

Vào thế kỷ VI (khoảng năm 544) một tu sĩ Thiên Chúa Giáo tên Dionysius Exiguus người xứ Scythia, một đế quốc hùng mạnh và giàu có ở nơi mà bây giờ là bán đảo Crimea của Ukraine, phát minh ra Công Nguyên và áp dụng vào các loại lịch *Julius* và *Gregory*. Dionysius Exiguus coi ngày chúa Jesus ra đời là thời điểm bắt đầu của kỷ nguyên gọi là *Anno Domini,* viết tắt là AD. Đó là hai tiếng Latinh có nghĩa là Kỷ Nguyên của Chúa, gọi theo tiếng Anh là *Christian Era*, Kỷ nguyên Ki-tô, viết tắt là CE. Theo đó, từ ngày trước Chúa Jesus ra đời trở về trước được gọi là *ante Christum natum* cũng là tiếng Latinh và nói theo tiếng Anh là *"before Christ was born"* nghĩa là "Trước Chúa giáng sinh," nhưng thường được viết hay nói ngắn là *before Christ*, trước Chúa Ki-tô, viết tắt là BC).

Các khái niệm này dần dần phổ biến khắp cả thế giới theo cùng với lịch *Gregory*. Vậy là nhờ cách phân mốc kỷ nguyên này người ta dễ dàng ghi nhận, so sánh hay đối chiếu thời điểm xảy ra mọi sự việc trên đời. Chẳng hạn, nhờ phát minh này, các sử gia của ta tính ra được thời đại Hùng Vương bắt đầu từ năm 2879 trước Công Nguyên (TCN), và chị em Hai Bà Trưng khởi binh chống nhà Hán giành lại độc lập cho đất nước từ niên hiệu Kiến Võ thứ 13 đến Kiến Võ thứ 16 của vua Hán Quang Vũ, tính theo lịch Gregory là từ năm 40 đến năm 43 Công Nguyên (CN). Các dân tộc khác lần lượt đổi sang dùng lịch Gregory cùng với các khái niệm kỷ nguyên này cho đến nay.

Nhưng nhiều người không muốn chấp nhận các khái niệm có tính tôn giáo này ("Kỷ Nguyên Ki-tô" và "Trước Chúa Ki-tô"), nhất là các nhà khoa học trong các tác phẩm khoa học của họ. Người ta muốn thay chúng bằng những thuật ngữ "thông tục" (vulgar) có tính phi tôn giáo. (Thậm chí có người đề nghị từ *Vulgar Era* – Kỷ Nguyên thông tục). Đến đầu thế kỷ 18, đã có người dè dặt đưa ra thuật ngữ "*Common Era,*", nghĩa là "Kỷ Nguyên chung", cũng viết tắt là CE, thay cho từ *Anno Domini* hay *Christian Era*. Do đó, khái niệm "Trước Chúa (giáng sinh)" cũng được đổi thành "*Trước Kỷ nguyên chung,*" *before Common Era*, viết tắt là BCE. Các khái niệm mới này dần dần trở nên phổ biến, và đến đầu thế kỷ 20, trong bộ từ điển Bách khoa *Catholic Encyclopedia* (1909) của Giáo hội Thiên Chúa Giáo Hoa Kỳ đã ghi nhận "những thuật ngữ *Christian Era*, *Vulgar Era*, và *Common Era* đều được công chúng hiểu rõ."

Sở dĩ người Việt chúng ta quen gọi "*Công Nguyên*" và "*Trước Công Nguyên*" là vì trước kia giới trí thức Việt tiếp xúc với văn hóa Tây phương qua sách báo chữ Hán, mà người Trung Quốc gọi cái "*Common Era*" này theo cách của họ là "*Công Lịch Kỷ Nguyên,*" từ đó gọi tắt thành *Công Nguyên*. "*Trước Công Lịch Kỷ Nguyên*" cũng thành "*Trước Công Nguyên*." Tuy nhiên cho đến nay, trong các văn bản tiếng Anh dường như hầu hết các tác giả người Việt đều viết tắt từ "*Công Nguyên*" là AD thay cho CE, và "*Trước Công Nguyên*" được viết là BC thay cho BCE. Có lẽ do theo thói quen từ lớp học giả đi trước.

Mọi chuyện trên đời có trước ắt phải có sau, nhưng cái "*sau Công Nguyên*" là chưa có, hoặc sẽ không bao giờ có. *Công Lịch Kỷ Nguyên* hay *Công Nguyên* là kỷ nguyên hiện tại được tính từ năm Chúa Ki-tô ra đời. Thời điểm Chúa Jesus ra đời là cái mốc khởi đầu của Công Nguyên, chớ chính nó không phải là Công Nguyên. Sau mốc thời gian Chúa ra đời không phải là sau Công Nguyên. Cái "Công Nguyên" này còn kéo dài mãi mãi, không bao giờ chấm dứt. Hoặc Công Nguyên chỉ chấm dứt khi thế giới xảy ra một biến cố thật lớn lao mà cả nhân loại muốn coi đó là điểm khởi đầu của một kỷ nguyên khác – một kỷ nguyên mới ra đời, sẽ chấm dứt Công Nguyên hiện nay.

Thế nên nói một sự kiện nào đó xảy ra trong khoảng thời gian vài ngàn năm nay, kể từ sau Chúa Jesus giáng sinh là "sau Công Nguyên" là vô nghĩa.

Ví dụ thế này sẽ dễ thấy rõ sự vô nghĩa đó: chúng ta đang sống trong thế kỷ 21. Thế kỷ 21 còn kéo dài hơn bảy thập niên nữa mới hết để sang thế kỷ 22. Nếu chúng ta nói "Ông Donald John Trump, một tỷ phú Mỹ, đã đắc cử chức vụ Tổng Thống thứ 45 của Hoa Kỳ vào năm 2016 *sau thế kỷ 21*," là chúng ta nói sai.

Nói sai như thế vô duyên quá phải không?

Nhưng nói "sau Công Nguyên" thì cũng giống vậy.

*

Sau đây là mục từ "CÔNG NGUYÊN" kèm các câu ví dụ minh họa có nội dung chứa những từ / khái niệm đó, được trích từ bản thảo Từ Điển Phiên Dịch Việt Anh của Thiếu Khanh:

CÔNG NGUYÊN, -**Common Era** (CE),

-Công Nguyên là một trong những ký hiệu về năm được sử dụng cho lịch Gregory (và tiền thân của nó, lịch Julius), kỷ nguyên lịch được sử dụng rộng rãi nhất trên thế giới. -*Common Era (CE) is one of the year notations used for the Gregorian calendar (and its predecessor, the Julian calendar), the world's most widely used calendar era.*

-Thuật ngữ "Công Nguyên" có thể được tìm thấy trong tiếng Anh sớm nhất là vào năm 1708, và được các học giả tôn giáo Do Thái sử dụng rộng rãi hơn vào giữa thế kỷ 19. -*The term "Common Era" can be found in English as early as 1708, and became more widely used in the mid-19th century by Jewish religious scholars.*

-**AD/A.D.** (anno Domini)

-Cuộc khởi nghĩa của hai bà Trưng diễn ra vào năm 40 - 43 Công Nguyên. -*The sisters Trưngs' uprising took place in 40 – 43 AD.*

-Hoàng đế La Mã Claudius I sống từ năm 10 trước Công Nguyên đến năm 54 Công Nguyên. -*The Roman emperor Claudius I lived from 10 B.C. to 54 A.D.*

*

*năm (. ...) thuộc công nguyên, -the year of grace (...)

-Vào ngày 5 tháng Giêng âm lịch hàng năm, lễ giỗ Đống Đa được tổ chức tưng bừng tại thủ đô Hà Nội để tưởng nhớ ngày Hoàng Đế Quang Trung đánh bại hơn 200,000 quân Thanh xâm lược vào năm 1789 thuộc Công Nguyên. -*On the fifth of the first lunar month every year, Đống Đa anniversary is jubilantly celebrated in Capital Hanội to commemorate the day Quang Trung Emperor made mincemeat of enemy armies of more than 200,000 of Qing aggressors **in the year of grace** 1789.*

-Hợp Chúng Quốc Hoa Kỳ ra đời vào năm 1776 thuộc Công Nguyên. -*The United States of America came into being **in the year of grace** 1776.*

*trước Công Nguyên, -<u>BC/B.C</u>. (before Christ)

-Caesar bị ám sát vào năm 44 trước Công Nguyên. -*Caesar was assassinated in 44 **B.C.***

-Đại kim tự tháp có niên đại từ khoảng năm 2600 trước Công Nguyên. -*The Great Pyramid dates from around 2600 **BC**.*

-<u>**BCE**</u> (before Common Era).

-Thành Rome được xây dựng vào năm 753 trước Công Nguyên. -*Rome was founded in 753 **BCE**.*

-Người ta thấy các di tích của người Celt có niên đại sớm nhất là từ năm 1200 trước Công Nguyên. -*Celtic remains were found dating from as early as 1200 **BCE**.*

Thiếu Khanh

(20/08/23)

nỗi buồn không quá nhẹ nhàng
nên hương rượu đủ ngang ngang cổ đầy
thất tình khó viết thơ hay
nhưng giúp ta được loay hoay thơ hoài

khi lang thang lúc nằm dài
ám ảnh thục nữ trang đài nặng hơn
sợi tình như cái bù-lon
siết ta chết cứng giữa con chữ vần
(Thơ Thơm Từ Gốc Rễ Tình)

LƯƠNG THIỀU VĂN
Cảm Nhận "Đóa Hồng Trong Tình Yêu Thời Áo Trắng" Thơ Đoàn Vị Thượng

Nhà thơ Đoàn Vị Thượng (1959-2021) tên thật là Trần Quang Đoàn, quê quán Thừa Thiên-Huế, có một thời đi dạy học khoảng 10 năm, sau chuyển sang làm báo. Có thơ đăng báo rất sớm từ khi còn học cấp 2. Các tác phẩm chính của anh đã xuất bản: Ngôi Trường, Hoa Phượng và Tôi (thơ), Thơ Đoàn Vị Thượng-Phan Thị Nguyệt Hồng-Lê Minh Quốc, Chuyện Tình Chim Hót (truyện dài), Môi Thơm (truyện dài), Tóc Em Còn Thả Mùa Đi Học (truyện dài), Thơ Đoàn Vị Thượng. Sau khi anh mất (2021), người thân và bạn bè đã tập hợp những bài thơ anh viết sau này in thành tập thơ "Thơ Tình & Những Bài Áo Trắng" cho anh như một kỷ niệm đối với người đã đi xa.

Nhắc đến Đoàn Vị Thượng, người ta thường gọi đùa anh là nhà thơ của Áo Trắng, có lẽ vì thơ anh viết cho thời áo trắng khá nhiều và có nhiều bài thơ ghi lại dấu ấn sâu đậm trong lòng người yêu thơ như bài Bụi Phấn. Trong một lần trả lời một bạn trẻ trên tập san Áo Trắng câu hỏi: *"Tại sao thơ và truyện của anh hay viết về tuổi mới lớn trong khi lứa tuổi đó của anh đã qua từ lâu rồi. Phải chăng anh còn nuối tiếc quãng đời ấy?"*, anh đã tâm sự một cách thật lòng: *"Không làm gì hơn là phải tự gạn lọc chính mình, mà điều quan trọng là phải sống cho thật lòng. Kỷ niệm của một thời áo trắng luôn sống động trong tôi, nó giúp tôi "tạo tác" đề tài và cảm xúc mỗi khi "ngó lại."*

Cô giáo Nguyễn Thị Tịnh Thy đang dạy Đại Học Sư Phạm Huế nhớ lại lần đầu tiên biết đến thơ Đoàn Vị Thượng một cách tình cờ nhưng đầy ấn tượng trong những năm còn đi học: "... trong một buổi chiều trong vườn nhà một người bạn ở thành nội Huế, chúng tôi được nghe một người bạn là sinh viên Văn Khoa đọc bài thơ *Xin Lỗi Em* và bài *Bỗng Nhớ Lại*. Lúc đó, tất cả chúng tôi cảm thấy ngỡ ngàng, choáng ngộp vì lần đầu tiên nghe được những bài thơ day dứt, tha thiết, tình cảm và cao hơn hết đó là một tâm hồn thơ.

Từ đó, chúng tôi bắt đầu tìm đến với thơ Đoàn Vị Thượng (ĐVT). Hầu như trong các sổ chép tay của bạn bè tôi đều có thơ của ĐVT..."

(Tôi Đến Với Tri Âm – Nguyễn Thị Tịnh Thy)

Nhắc lại như thế để biết thơ anh từ lâu đã có một chỗ đứng nào đó trong lòng lứa tuổi thanh niên yêu thơ như thế nào. Riêng tôi biết đến thơ anh rất trễ vì có một thời gian rất dài tôi không tham gia viết lách, thậm chí khi về Sài Gòn định cư, sống cùng một thành phố với anh, nhưng cũng không có dịp gặp gỡ, bù khú cà phê cà pháo cùng anh khi tôi trở lại con đường văn chương, nhưng thơ anh đôi khi tôi có đọc đâu đó vì anh sau này sáng tác thơ cũng ít đi và khá thờ ơ đến việc giới thiệu thơ của mình trên báo chí. Tập thơ "Thơ Tình & Những Bài Áo Trắng" tôi muốn giới thiệu ở đây có lẽ là tập thơ cuối cùng của anh được xuất bản do bào huynh Từ Nguyên Thạch và các bạn thân của anh in cho sau ngày anh mất.

Tập thơ in rất trang nhã, dày khoảng 170 trang và khoảng 90 bài thơ chia làm 2 phần: Phần 1: Thơ tình, phần 2: Những bài áo trắng. Thật ra sự phân định như thế chỉ làm cho người đọc cảm nhận có chút gì đó phân biệt chứ giới hạn của nó theo tôi thật mong manh và nói rõ hơn tất cả đều là những bài thơ tình mà thôi.

Có nhiều nhà thơ nhận định: Thơ anh rất đỗi hồn nhiên, mặc dù đa số thơ anh viết đều sử dụng thơ truyền thống nhất là thơ lục bát, nhưng ai đọc thơ Đoàn Vị Thượng đều cảm nhận được sự sáo mòn không lập lại trong đó. Chẳng hạn khi viết về mối tình thời áo trắng anh đã có góc nhìn, suy nghĩ rất mới khi đặt mình vào vị trí của một người quan sát. Tôi thích nhất mấy câu thơ sau của anh trong bài

Trước Cổng Trường Con Gái:
Cô gái ấy đi ra... mười năm không thấy lại
Chỉ các em cứ lũ lượt tan trường
Phong thư cũ niêm mối tình thơ dại
Tay tôi cầm muốn gỡ ngại tơ vương.

Nên cứ mỗi buổi chiều tan lớp học
Khi các em đang rối rít hẹn hò
Mắt lơ đễnh thoáng ngạc nhiên bất gặp
Có một người đãng trí đứng buồn xo.
(trang 116)

Phải chăng tình yêu trong thơ Đoàn Vị Thượng là những đóa hoa hồng dành tặng cho một ai đó thoáng đi qua trong cuộc đời anh:
Tình yêu có làm tôi đớn đau cũng là điều hạnh phúc
Như mũi ngửi hoa hồng – tay chảy máu vì gai
Lúc ấy máu của tôi sạch nhất
Còn hương kia thơm suốt những năm dài.
(Hoa Hồng Tình Yêu – trang 15)

"Hương thơm suốt những năm dài ấy" sẽ theo ai, về phương trời nào không ai biết được, nhưng ít nhất cũng có những cô gái tên

Nguyên (Những ví dụ về Nguyên, Trước dự định lấy chồng của Nguyên) hay Diệu (Diệu) hoặc Vi Lan (Thơ gởi Vi Lan)... Thơ tình viết sao ví von, dễ thương mà lạ lẫm đến thế:

... Thơ anh không phải vi-la
Để em lộng lẫy vào ra mỗi ngày
Thơ anh là một vòng tay
Sẵn sàng mở đón em đầy trong anh.

Lê Thị Vi Lan nghe không
Đợi ngày gió lớn anh... bồng em đi.
(Thơ gởi Vi Lan – trang 39)

Trước khi làm báo, Đoàn Vị Thượng có một thời gian dài dạy học nên thơ tình thấp thoáng những tà áo dài khi đến lớp của các cô giáo là điều tất nhiên, giống như một với một là hai vậy thôi. Nhẹ nhàng, tha thiết, có chút ngập ngừng như ngọn gió vờn nhẹ qua bờ vai, có chút trong veo như giọt sương buổi sớm, có chút lãng đãng như khói sóng hoàng hôn nhưng cũng rất xốn xang, thổn thức trái tim các cô lắm đấy:

Đưa cô giáo mới đến trường
Lòng vui theo ngọn nắng hường ngẩn ngơ.
Phải con đường sáng nay chờ
Âm vang tiếng guốc điểm giờ sang thu.
.....
Đưa cô giáo mới đến trường
Người đưa cũng chẳng bình thường nữa đâu.
Đưa người hay cũng đưa nhau
Ngôi trường – tháng Chín thành câu hẹn hò.
(Đưa Cô Giáo Mới Đến Trường – trang 22)

Hay ở một bài thơ khác trong một tâm thức khác:

Một ngày cô giáo về
Cỏ sân trường xanh hơn

Níu chân ta ngồi lại

Liếc ai qua tủi hờn

Hành lang cao hơn cỏ

Ta làm sao tỏ bày

Che giùm ta tội lỗi

Hỡi hai hàng lá cây

Ta nghe mùi khuynh diệp

Hăng mối tình đầu tay

(Một Ngày Cô Giáo Về - trang 141)

Thơ áo trắng của Đoàn Vị Thượng như tiếng đàn muôn điệu, khi lên bổng lúc xuống trầm, tuy không phải làm cho người yêu thơ lúc nào cũng cảm nhận tiếng đàn ấy hay ở chỗ nào, hình dáng nó ra sao thì hãy xem nó như ... một chút hương thoảng qua thời học trò đi vậy:

Tóc em dài tuổi mười lăm

Giấu riêng trong cặp chiếc khăn học trò

Hương ngọc lan trắng thơm tho

Đừng ai theo bước hỏi dò: hoa đâu?

(Còn Một Chút Hương Bay – trang 100)

Đôi lúc cũng rộn ràng ngây thơ như những bước chân sáo:

Cho anh theo với

Sáng nay tựu trường

Áo dài đừng vội

Lấm bùn ai thương?

(Với Em, Mùa Tựu Trường – trang 106)

Đôi lúc thơ anh có một chút gì đó của thơ Nguyễn Tất Nhiên, có chút đắng cay hờn dỗi đi qua bể dâu đời người:

Anh đi dò lại mười năm trước

Dù vắng quanh đây bóng bạn bè

Khi bị những oán thù vây rượt

Anh nhờ áo trắng dịu dàng che

(Đi Theo Áo Trắng – trang 110)

Và thêm một chút hoài niệm khôn nguôi (Hoa Vàng Bờ Giậu Cũ), ngỡ mây là áo trắng người xưa (Em Đi Bỏ Lại Mây Trời), bâng khuâng bên trường cũ (Về Trường Cũ), nhớ một thuở theo người (Theo Em), thôi thì gởi lại tuổi thanh xuân một chút gì một thời để nhớ:

Thanh xuân ơi, tôi biết tuổi thanh xuân
Sẵn sàng đi qua không bao giờ trở lại
Tôi chẳng giấu lòng mình muốn tải
Rất nhiều điều đi với tuổi thanh xuân.
(Thơ Gởi Tuổi Thanh Xuân – trang 156)

Đoàn Vị Thượng có nhiều bạn văn, họ đọc thơ, cảm nhận thơ anh ở những góc độ khác nhau, chẳng hạn nhà thơ Lê Xuân đã có lời bình khá thú vị về bài thơ *"Trước Cổng Trường Con Gái"* của Đoàn Vị Thượng: *"Tuổi học trò với bao kỷ niệm đẹp về tình thầy nghĩa bạn, về mái trường và hàng cây yêu dấu. Nhưng có lẽ không có kỷ niệm nào đẹp và ngọt ngào bằng sự rung động đầu đời của con tim ở tuổi đầy mộng mơ. Tình yêu ở lứa tuổi học trò có khi chỉ là tình cảm về bạn khác giới, muốn nói mà không dám cất lời, phải mượn những phong thư nói hộ. Nhà thơ sống lại với kỷ niệm xưa. Cũng cổng trường này, cô gái ấy đi ra. Anh vẫn giữ mãi một phong thư mười năm chưa kịp gởi. Tác giả chỉ viện cớ thất lạc số nhà thôi, vì không có địa chỉ của người mình yêu, cũng là cái cớ để tự an ủi lòng. Có lẽ đó là một tình yêu đơn phương? Nó vừa khấp khởi lo âu, vừa hồi hộp chờ đợi mà không dám tâm sự, giãi bày, ngập ngừng kiểu "Cởi ra khó cởi, trao lời khó trao" (Xuân Diệu). Cô gái ấy đã đi ra từ cổng trường này mười năm không trở lại. Còn tác giả thì cứ hy vọng, cứ cầu mong "Nào các em hãy nhận dùm tôi với." Cảnh vẫn còn đó, người xưa đâu thấy. Đây là tứ thơ từ đông, tây, kim, cổ nhiều người đã viết. Nhưng Đoàn Vị Thượng đã vượt lên cách diễn đạt ước lệ ấy bằng một câu thơ đẹp, rất dân tộc mà hiện đại:*

Phong thư cũ niêm mối tình thơ dại
Tay tôi cầm muốn gỡ ngại tơ vương."

Còn với nhà thơ Vũ Xuân Hương, người cùng làm việc với anh một thời gian dài ở tạp chí Tài Hoa Trẻ, thì có cái nhìn ngắn gọn nhưng vô cùng sắc lẻm: *"Những câu thơ của Đoàn Vị Thượng chắc hạt, chân tình, hồn hậu – thứ ngày càng hiếm trong thơ phú ngày nay."* Đoàn Đại Trí trong bài viết *Khi Bụi Phấn Đã Bay Về Trời,* anh có nhận xét: *"Với nhiều độc giả, thơ Đoàn Vị Thượng mang một nét khá riêng là nhẹ nhàng, lặng lẽ nhưng cũng ẩn ức những thăng trầm của cuộc đời. Những câu thơ dường như cố ẩn mình đi, xa lánh những bon chen phố thị."*

Còn nhà văn Nguyễn Nhật Ánh có sự so sánh đối nghịch mà tôi cho rằng khá rõ nét: *"... Bùi Chí Vinh giọng Nam Bộ ngang tàng hào sảng, Đoàn Vị Thượng giọng Quảng Ngãi mộc mạc, chân chất, âm sắc hơi nhừa nhựa nghe rất duyên. Tôi nghĩ, phải yêu thơ cực kỳ mới có thể hứng thú và nhập tâm những bài thơ... không phải của mình đến vậy. Điều đó nói lên thái độ trân trọng với thơ và phải có tấm lòng liên tài đặc biệt, điều hiếm có với giới sáng tác vốn bị đóng khung trong thành kiến "văn mình vợ người."*

Với cuộc lữ, Đoàn Vị Thượng đã đi một bước dài. Nhà thơ đã đạt tới cảnh giới hồn nhiên như cỏ cây. Bây giờ chắc Thượng không còn băn khoăn làm thế nào để mang nỗi buồn ra khỏi bản thân mình. Bởi khi con người đã đốn ngộ, tâm đã tịnh, không muộn phiền nào có thể quấy nhiễu được nữa."

Nhà thơ Lê Thiếu Nhơn nhìn Đoàn Vị Thượng ở một góc độ chiều kích thời gian trong thơ Đoàn Vị Thượng: *"Thời thanh xuân, nhà thơ Đoàn Vị Thượng từng hồ hởi: "Với những hy vọng của tôi, tôi không giữ trong lòng/ Tôi ao ước được chia đều tất cả/ Và cũng muốn được nhận nhiều hơn thế/ Tôi tắm mình trong bầu bạn anh em".* Và anh đã có khoảng một thập niên dạt dào vần điệu. Với thái độ gượng nhẹ những xung khắc và những bất hòa xung quanh, nên thơ Đoàn Vị Thượng không mạnh về ngổn ngang thế sự, về triết lý nhân sinh, về sạt lở đạo đức. Thơ Đoàn Vị Thượng chọn cách "đi theo áo trắng" để đứng gần những tình cảm trong trẻo: *"Anh đi dò lại mười năm trước/ Dù vắng quanh đây bóng bạn bè/ Khi bị những oán thù vây rượt/ Anh nhờ áo trắng dịu dàng che."*

Nói như nhà văn Nguyễn Nhật Ánh, thơ Đoàn Vị Thượng đã đạt tới cảnh giới hồn nhiên như cây cỏ. Anh yêu thơ, có một đời sống thơ trong trẻo, một đời sống chết vì thơ: *"Trong các văn hữu cùng thế hệ với tôi, Bùi Chí Vinh và Đoàn Vị Thượng là hai người thuộc thơ nhiều nhất. Không chỉ thơ mình, cả hai còn thuộc nhiều bài thơ hay của các thi sĩ khác. Mỗi lần ngồi lai rai và đàm đạo thi ca với Vinh và Thượng, thật thú vị khi nghe cả hai cao hứng "phun châu nhả ngọc."* Chúng ta hãy để hồn thơ ấy hòa vào phù sa đất cát làm phân bón cho cây cỏ hồn nhiên xanh tươi bốn mùa. Hãy để những hạt phấn kia bay về trời và cuộc viễn du kia ít ra cũng mở một chân trời mới cho bao kẻ yêu thơ Đoàn Vị Thượng:

*Trong giấc mơ tôi, những viên phấn hằng đêm vạch sáng
những hành trình*
Bảng xanh trước các em là chân trời rộng mở
Thì bụi phấn ơi, cứ tan mình trong gió
Nơi trăm miền sẽ còn có dấu tay tôi.
(Bụi Phấn)

Lương Thiếu Văn
Sài gòn, bên bờ Kênh Tẻ- tháng 9-2023

Tham khảo:

- Phong thư cũ niêm mối tình thơ dại của Lê Xuân
- Nhà thơ Đoàn Vị Thượng: Soi vào từng con mắt láy đen của Lê Thiếu Nhơn
- Tôi đến với tri âm của Nguyễn Thị Tịnh Thy
- Nhà thơ Đoàn Vị Thượng: Khi bụi phấn đã bay về trời của Đoàn Đại Trí
- Đoàn Vị Thượng & Cây cỏ hồn nhiên của Nguyễn Nhật Ánh

KIỀU GIANG
ĐÔI BÀN CHÂN

Năm tôi lên tư, mỗi lần mẹ tôi ra ruộng cấy, bà thường đem gửi tôi cho cô Xuân, chỉ cách nhà tôi cái giậu dâm bụt. Ở miền Trung, tháng Mười, trời rét và chịu những cơn mưa đông tầm tã, có khi kéo dài đến cả mươi ngày, nên cô Xuân chẳng dám thả tôi ra nửa bước vì cô sợ tôi bị trượt chân, ướt lạnh.

Cô làm nghề kéo sợi dệt vải bông. Cô rất khéo tay, hình như cô làm được tất cả các khâu từ bông vải, kéo sợi... cho đến khi dệt xong một cây vải. Mỗi lần cô quay chỉ, cô bắt tôi phải ngồi chết dúm trong lòng cô, lưng áp sát vào cái bụng bầu, mắt tôi đăm đăm nhìn cuộn chỉ quay tít. Thỉnh thoảng tôi thấy hình như có một cái chân vô hình thật bé đạp nhẹ vào lưng tôi. Tôi ngước mắt lên nhìn cô Xuân, cô hiểu ý, giải thích: "Em ở trong bụng cô, nó đạp con đấy." Tôi cảm thấy rất tù túng khó chịu nhưng không dám đòi đi chơi vì sợ cô mách mẹ đánh đòn.

Ba tháng sau ngày cô Xuân sinh đứa con gái đầu lòng, mẹ tôi mới cho tôi qua nhà cô Xuân chơi. Mẹ tôi bảo "Con còn bé mà vào buồng đàn bà đẻ, mai sau đầu óc mụ ra, học không được." Tôi chẳng hiểu vì sao, nhưng không dám trái lời mẹ. Nhưng một thời gian không lâu sau đó, tôi không còn vô dụng như hồi cô Xuân chưa sinh em bé. Không hiểu sao, khi không có tôi thì cô Xuân đặt chiếc nôi gần khung cửi để tiện ru con, mỗi khi bé trở giấc, nhưng vừa thấy tôi sang thì cô lại đẩy nôi ra xa, đặt một chiếc ghế bên cạnh và bắt tôi ngồi đưa nôi ru em, chắc là cô muốn cho tôi có việc làm, không phải ngồi ủ rũ dán mắt lên khung dệt của cô. Nhưng tôi cũng chỉ biết đưa tay lắc lay cái vành nôi chứ chưa hề biết hát một câu nào. Hai tay cô Xuân vẫn thoăn thoắt đưa thoi, thỉnh thoảng liếc nhìn tôi mỉm cười, rồi bảo tôi hát theo cô: "*Con ơi ăn ngủ cho ngoan... Mai kia khôn lớn lo toan việc đời.*"

Tôi bập bẹ hát theo, ban đầu tôi thấy rất khó khăn, nhưng rồi tôi cũng thuộc. Cứ thuộc hết câu này cô lại dạy cho tôi câu khác: "*Con chim đa đa... nó đậu nhánh đa đa... Chồng gần không lấy... mà đi lấy chồng xa... Mai sau cha yếu... mẹ già... Chén cơm... đôi đũa... tách nước trà... ai dâng...*" Câu hát này dài quá, rất khó thuộc, nhưng cô động viên: "Con giỏi lắm, cố lên rồi sẽ thuộc thôi mà, tối về hát cho mẹ nghe, mẹ sẽ khen và yêu con nhiều lắm đấy." Sau này lớn lên tôi mới biết bài hát ấy chứa đầy tâm sự của cô, một người con Huế, vì hoàn cảnh mà phải đi lấy chồng xa.

Nhờ cô Xuân và cái nôi mây nhỏ xíu, mà tôi đã thuộc được nhiều câu dân ca sâu lắng nghĩa tình, và Sương, con bé nằm nôi, thường chìm sâu trong giấc ngủ, lại thấm đẫm những lời ru ngô nghê nguệch ngoạc của một cậu bé lên năm. Những khi Sương thức giấc, mở mắt, nhìn tôi nhoẻn miệng cười, đôi môi mọng đỏ như thiên thần, nên tôi bỗng thấy thích thú khi được cô Xuân gọi bảo đưa nôi cho bé Sương và tôi muốn được nhìn bé huơ tay trườn chân, đòi tôi bế. Nhưng đến lúc đó thì dù tôi muốn bế, cô Xuân lại không cho.

Thời gian trôi qua như một giấc mộng, Sương bây giờ đã là cô bé lên mười, biết phụ mẹ kéo sợi dệt vải, nước da hây hây hồng, mái tóc đen mượt, gợi cho tôi về những cô gái trong các tạp chí mà cậu Hai tôi mua từ tỉnh về cho tôi lấy giấy bao vở. Khi đến lớp, nhìn những cô gái trong tranh, tôi lại nhớ đến Sương, một nỗi nhớ thoáng qua nhưng tha thiết dịu dàng. Bé Sương còn có biệt danh là Bi Chai, do tôi đặt, vì đôi mắt em sâu tròn, con ngươi xanh biếc long lanh như hòn bi bằng chai mà mẹ đi chợ mua cho tôi đánh bi với bọn trẻ con trong xóm. Không hiểu sao, cô Xuân và cả Sương đều thích cái biệt danh ấy. Còn tôi thì cô gọi là Huy Đen, vì ngoài giờ đến trường cách nhà hàng mấy cây số đi bộ, tôi còn phải phụ những việc nhẹ trong công việc đồng áng của Ba Mẹ, nên nước da tôi nâu đen, Sương thường gọi tắt tên tôi là anh Đen, rồi có khi lại phá lên cười và chạy về nhà trốn mất.

Tôi thường được cô Xuân nhờ chỉ cho Sương học toán. Mỗi khi ngồi bên Sương, nghe cái mùi thơm của xà bông "Cô Ba" từ mái tóc thoảng ra cùng với mùi da thịt của Sương, làm cho tim tôi đập mạnh, lòng tôi rạo rực khó tả, và tôi lại muốn giữ cái mùi hương ấy ở lại trong lồng ngực mình. Tôi không thể nào rời mắt khỏi đôi bàn tay búp măng ngà ngọc của Sương đang cố nắn nót từng chữ viết bằng cây bút ngòi lá tre cán gỗ. Đôi bàn tay ấy như thách thức đôi bàn tay chai sần thô kệch của tôi, trong đầu tôi cứ xuất hiện sự so sánh giữa một bên là tấm thân ngà ngọc của nàng, còn bên kia là cái bộ tướng đen đíu thô cứng, vai u thịt bắp của tôi. Có lẽ vì quá yêu thương nên tôi đã thần tượng hóa nàng rồi chăng?

Thế rồi một biến cố ngây ngô xảy ra cho đời tôi và Sương, giúp tôi hiểu được thế nào là nét đẹp của đôi bàn chân nàng. Hôm ấy một buổi sáng mùa đông, trời không mưa, Sương đòi theo tôi ra đồng xem gặt lúa, bất chợt em vô tình trượt chân xuống ruộng, rồi bỗng em la hoảng: "Đau quá! Đau quá!" Sương cúi xuống ôm bàn chân rên rỉ. Tôi vội chạy đến, một tay đỡ Sương, còn tay kia nâng bàn chân em lên xem, tôi hết hồn, một con đỉa trâu đang bám chặt vào cổ chân Sương. Tôi nhanh tay bóc con đỉa khỏi bàn chân em, máu ra ròng ròng. Tôi hoảng quá, không nói một lời nào, bế xốc Sương chạy một mạch về nhà. Sau khi rửa sạch vết thương bằng nước giếng ở góc sân, tôi tự nhai trầu với vôi đắp lên vết thương, mà không dám cho cô Xuân biết, sợ cô quở trách. Sương ngồi trên ghế, hai chân buông thõng. Tôi đưa tay đỡ bàn chân, ngước mắt nhìn em. Đôi mắt bồ câu thăm thẳm in vào hồn tôi. Tôi cúi xuống nắn nót đôi bàn chân. Sương im lặng. Đến giờ phút này tôi mới đủ bình tĩnh để nhận ra rằng, đôi bàn chân nhỏ nhắn u thon, với những ngón chân khít vào nhau, trắng muốt đã gắn chặt vào hồn tôi. Những ngày sau đó, Sương thường đưa tay níu song cửa sổ nhìn sang nhà tôi, còn tôi thì giả vờ ra sau nhà xách nước để được thấy em. Cũng may vết đỉa không sâu, vết thương cũng nhanh lành. Từ đấy hình bóng Sương cứ đi theo tôi bất cứ lúc nào, cả trong giấc ngủ. Có đêm tôi mơ thấy nàng bị đỉa bám, khóc thét lên, ôm chặt lấy tôi, mùi hương da thịt nàng còn đọng mãi trong ngực tôi.

Mối tình thầm kín, thơ ngây, dân dã ấy như đã in sâu trong tâm hồn măng non của tôi. Nhưng rồi cũng đến lúc tôi phải giã từ Sương, cô bé tuổi 13, tâm hồn trong trắng như sữa của hạt gạo tháng mười, gương mặt hiền lành như vầng trăng rằm vừa lên khỏi đường chân trời ở đằng đông trong một đêm thu nơi đồng quê tĩnh lặng, để ra tỉnh học bậc Tú Tài. Không biết nàng là Lọ Lem hay Bạch Tuyết trong cổ tích tôi. Tôi là một gã khờ chơi vơi trong vòng vây của hình bóng ấy.

Hôm tôi đi, Sương đưa tôi một quãng đường làng, em chớp mắt nhìn tôi rồi cúi mặt, tôi nắm tay Sương lặng lẽ, chẳng thốt được lời nào. Cuối cùng tôi buông tay nàng rồi quay đi. Được khoảng mấy mươi bước, tôi nhìn lại thì thấy Sương quay đầu chạy nhanh về nhà. Có lẽ em đã khóc! Tôi cúi đầu, nặng nề bước về hướng đường cái quan, nơi có chuyến xe cuối cùng về tỉnh trong ngày.

Gần một năm trọ học ở thị xã, tháng nào tôi cũng viết thư cho Sương. Nàng hồi âm cho tôi bằng những cánh thư màu xanh, tình yêu bé bỏng thơ ngây của nàng như in trên nét chữ học trò viết bằng bút lá tre mực tím. Tôi âu yếm cẩn thận cất những cánh thư ấy ở tận đáy rương sách của cậu học trò tuổi mười bảy đang mơ.

Hè năm nay, tôi về quê thăm nhà, Sương cùng mấy đứa em tôi ra đón ở tận đầu làng. Đôi mắt "bi chai" long lanh, môi cười hớn hở nhưng có vẻ rụt rè, hai tay bá vào cổ của hai đứa em. Tôi rất ngạc nhiên khi thấy Sương thay đổi quá nhiều. Nàng lớn như thổi, vóc dáng của một thiếu nữ chứ không còn như một cô bé mười ba, mái tóc đen huyền chảy xuống ngang vai, óng ánh trên chiếc áo lụa hoa, màu xanh ngọc. Tôi ngượng ngập lí nhí: "Mẹ em có khỏe không?" Nàng vẫn cúi đầu, nói nhỏ: "Dạ khỏe, mẹ vẫn thường nhắc đến anh." Còn tôi, trong chỗ sâu thẳm của tâm hồn mình, không thể nào quên cô, quên cái bàn chân bé bỏng trong bụng cô đạp vào lưng tôi, khi tôi ngồi trong lòng cô, một buổi sáng mùa đông, mười bốn năm trước, cô ngồi kéo sợi.

Ngay cái đêm mới về lại quê, tôi rủ Sương ra cánh đồng trơ gốc rạ tháng năm, hai chúng tôi ngồi xuống bờ ruộng phủ một lớp cỏ khô. Trăng mười sáu vằng vặc tỏa xuống không gian tĩnh lặng êm đềm của một miền quê hiền hòa chịu thương chịu khó, soi rõ nét thanh tú trên khuôn mặt thoáng vẻ u buồn của Sương. Từng làn gió nhẹ thoảng qua làm cho hương tóc của Sương chập chờn trong khứu giác nhạy cảm của tôi. Tự nhiên tôi cảm thấy như mình đang tan biến vào tình yêu thanh khiết, thánh thiện của nàng. Ngồi im lặng thật lâu tôi mới dám mở đầu câu chuyện:

-Anh thấy lúc này nước da em sạm nắng?

Sương liếc nhìn tôi, giọng tha thiết phân trần:

-Đã một năm nay mẹ em không còn dệt vải nữa. Bây giờ vải sợi dệt tay không còn bán được, thỉnh thoảng em phải ra đồng giúp Ba mẹ.

Tôi an ủi:

-Trông em bây giờ như một thiếu nữ trưởng thành, da có ngâm một chút cho thêm rắn chắc. Có điều anh sợ là không biết em có đủ thời gian để học hành?

Nàng như hờn trách:

-Từ khi anh đi, em thành dốt toán. Còn văn thì cứ miệt mài vào những cánh thư chảy theo dòng thương nhớ. Vào lớp em cứ thẫn thờ cùng những lá thư anh gửi, có những đêm em lịm dần vào nỗi nhớ mênh mông... Không biết rồi anh có bắt đền được cho em không?

Tôi như choáng ngợp trong những lời yêu thương của Sương. Tôi không ngờ tình yêu nàng dành cho tôi, đã bao lâu nay, được âm thầm giấu kín trong tận sâu thẳm trái tim nàng. Thời gian như ngừng lại, không gian tan vào cõi không mơ hồ diệu vợi. Xa xa, thăm thẳm tiếng gà khuya giật mình cùng ánh trăng vô tình trải xuống cánh đồng quê đang yên ngủ. Tôi ngồi sát vào bên Sương, ngại ngùng:

-Anh xin cảm ơn trái tim thầm lặng của em, cảm ơn Thượng Đế đã đưa xuống trần gian một thiên thần bé bỏng cho anh. Thiên thần ấy sẽ ngự trị tâm hồn và cuộc đời anh mãi mãi.

Nàng ngây thơ đáp lời tôi:

-Nhưng anh đã bỏ rơi thiên thần ấy lại chốn quê nghèo này để đi tìm một tương lai cho đời anh. Em cứ thấp thỏm đợi chờ và hồi hộp lo âu. Và em có linh tính hình như có một thế lực vô hình nào đang rình rập cướp mất tình ta.

Ba mẹ tôi bắt tôi phải học hành thành công để rộng đường tương lai cho tôi. Từ ngày bước chân lên tỉnh học, tôi thấy càng yêu cái quê hương nghèo khó của tôi, có lẽ vì nơi ấy có nàng. Tôi đâu có ngờ từ đây, đời tôi lại gắn với đời nàng. Mai này nếu tôi phải giã từ bờ tre gốc rạ của quê hương để ra tỉnh sống, tôi không thể chỉ mang theo hình bóng của nàng mà phải mang theo cả cuộc đời nàng. Tôi tưởng tượng một ngày được sống bên nàng, nâng niu chăm sóc cho nàng, tự nhiên tôi thấy tình yêu thật là cao quý và thiêng liêng biết chừng nào! Tôi đưa tay nắm bàn tay ngọc ngà của Sương, giọng run run thì thầm:

- Vâng, bây giờ anh hiểu rằng em là trái tim của anh, tình yêu của em là khí trời cho anh hít thở từng phút từng giây. Từ nay đời anh không thể thiếu em được. Nhưng anh cần phải học để chuẩn bị tương lai cho cuộc đời hai chúng mình. Xin em hãy chờ anh.

-Em sẽ mãi mãi chờ anh, chờ cho đến già đến chết. Em sẽ là mãi mãi của anh.

Nhưng rồi nàng lại ngập ngừng:

-Nhưng cuộc đời con gái... em sợ lắm, đôi khi em nghĩ nó không còn là của riêng em!

Năm ấy, theo yêu cầu của ba mẹ, tôi phải vào Sài Gòn để học đại học, nếu không sẽ phải đi lính, còn Sương, sau khi tốt nghiệp trung học, đành phải gác bút ở nhà giúp đỡ ba mẹ nàng. Thế rồi cũng đến ngày chiến tranh bao trùm lên từng tất đất, từng cọng rơm ngọn cỏ của quê hương tôi, mọi người phải đùm túm về thành phố. Ba mẹ tôi vào Nha Trang, còn gia đình Sương chạy lên nương náu với người bác ruột ở Pleiku. Tất cả sự chia ly bắt đầu từ đấy. Tôi chỉ được ba mẹ cho biết như thế, còn địa chỉ của gia đình Sương thì những người trong xóm cũng không ai biết. Mẹ tôi dỗ dành tôi: "Khi ra đi người ta còn không kịp chào nhau một tiếng, huống hồ địa chỉ của nhau, biết được nơi phải đến cũng là may mắn lắm rồi. Mai kia lần lữa mẹ sẽ tìm cho con."

Mấy năm sau, vì thấy tôi quá đau đớn, mẹ tôi cũng cố tìm, nhưng cũng chỉ nghe phong phanh là Sương đã lấy chồng. Chồng nàng là một sĩ quan Không Quân, đơn vị đóng ở Pleiku. Tháng Giêng năm 1974, vì giao thông đường bộ đã hoàn toàn bị cắt đứt, tôi mua vé bay ra Pleiku để tìm nàng, may ra còn được nhìn lại nàng, nhìn lại đôi bàn chân định mệnh của nàng lần cuối cùng. Suốt cả tuần, tôi đã lội hết các hang cùng ngõ hẻm, nhưng chỉ nhận được những cái lắc đầu. Nhiều đêm trắng, tôi lang thang trên những con phố trơn lầy đất đỏ, trời giá rét với những cơn mưa phùn cuối đông còn sót lại, xa xa vọng tiếng đại bác đì đùng, hình như tôi đã đi qua hầu hết các quán "cà-phê không ngủ", nhưng hình bóng nàng vẫn mờ xa nơi chân trời vô định. Niềm hy vọng dần dần lịm tắt trong lòng tôi.

Sau biến cố năm 1975, tôi nghe hình như Sương đã theo chồng di tản ra nước ngoài. Còn tôi ở lại đây, ôm nỗi buồn của một trí thức mới học xong hôm qua mà hôm nay đã lỗi thời, trong một đất nước hoang tàn sau hơn hai mươi năm chiến tranh, lòng người ly tán... hoài nghi mọi thứ giá trị, chân và giả lẫn lộn trên đời này, vết thương của xã hội đang tiếp tục rỉ máu, chưa biết bao giờ sẽ lành. Nỗi cô đơn và sự trống rỗng đang xâm chiếm cõi lòng tôi. Tôi muốn trốn khỏi thành phố để quên đi sự phi lý của cuộc đời. Bây giờ tôi không còn quyền tra hỏi mà phải biến mọi thứ thành đức tin, một thứ đức tin mù quáng, mà xã hội mới đã dạy cho tôi. Tôi muốn trở về với những tháng ngày quê mùa dân dã, những ngày tôi đã sống với Sương, với tình yêu đầu đời trong suốt và long lanh như giọt sương mai. Tôi đã đăng ký vào thanh niên xung phong.

Những ngày sống với bưng biền đỉa vắt, với cuốc rựa dao găm, làm cho tôi quên hết mọi thứ trên đời này. Duy chỉ có một thứ mà tôi không thể nào quên được, đó là những lời thỏ thẻ ngây thơ, tình yêu thanh khiết của nàng. Bao nhiêu năm qua, hình như Thượng Đế đã đùa cợt trên chiếc lưng trần của tôi, trên cuộc đời yếu đuối nhỏ nhoi bé bỏng và đôn hậu của nàng. Đôi bàn chân của nàng đã in lên đời tôi thành những dấu chấm. Chấm than, chấm hỏi, chấm treo và cuối cùng là chấm hết. Nhiều khi tôi hát nghêu ngao một mình trong bóng đêm: "Đôi bàn chân ấy dẫm tình anh... Bao năm ru mãi dấu không lành... Giữa đời gió cát em đâu ngờ... Anh vẫn yêu hoài dáng bàn chân..." Thượng Đế đã đặt vào tay một cô bé nhà quê một phép màu để cô có thể cướp đi linh hồn tôi.

Rồi một hôm tôi trở về thăm ngôi nhà chỉ còn trơ những bức tường, mà tôi đã lớn lên bên cạnh nàng. Những ngọn dừa, bụi chuối đã bị bom đạn xé nát, chỉ còn trơ lại cái giếng khơi mà tôi thường xách nước để rửa chân cho nàng, hình như vẫn âm thầm nguyên vẹn. Có lẽ nó muốn làm chứng cho mối tình đơn sơ mộc mạc nhưng sâu thẳm của tôi.

Ôi chiến tranh! Chiến tranh đã cướp đi bao nhiêu thứ của con người, trong đó có tình yêu của tôi. Nàng đã ra đi cùng với hàng triệu người khác. Một cuộc di dân hiếm thấy trên thế giới này. Họ đã vội vã bỏ lại sau lưng quê hương, bạn bè, người yêu..., mồ mả ông bà, để ra đi. Mà lý do cuộc phân ly vẫn còn là một chấm hỏi lớn của lịch sử. Người ta đã phải mất bao nhiêu thứ, còn tôi chỉ mất đôi bàn chân mà hình như tôi đã lỡ yêu thương từ trong bụng mẹ. Một bí ẩn đẫm chất thơ của cuộc đời này.

Kiều Giang

NGUYÊN CẨN
KẾ HOẠCH B

Khôi ngồi một mình trong văn phòng, uống nốt ly cà phê thứ ba trong ngày. Chàng không cảm thấy đói. Buổi chiều còn chút nắng vàng hấp hối sau rặng cây phía ngoài sân. Ngày mai thứ Bảy, nghỉ hai ngày cuối tuần không làm Khôi nguôi khuây nỗi buồn, dù đã uống rượu đêm qua một mình. Chưa bao giờ nỗi cô đơn lại dày vò Khôi như bây giờ. Sân trường vắng lặng. Mọi người đã ra về. Khôi xoay lại chậu hoa lan hướng ra phía cửa làm vu vơ cho qua thời gian. Khôi yêu hoa, nhất là lan Cattleya màu đỏ. Đây là loại lan được nhiều người yêu thích bởi những bông hoa có mùi thơm thoang thoảng và màu sắc rực rỡ. Thân cây lan Cattleya thường khá mập mạp, những bông hoa có kích thước to nằm quanh nhụy, mỗi bông hoa có tới 3 – 4 cánh hướng ra ngoài. Khôi muốn nhìn thấy ở đó quyền lực mạnh mẽ, vinh quang và nhiệt huyết chinh phục. Nhìn chung thì hoa lan luôn toát lên vẻ đẹp thanh tao, tinh tế và sang trọng, chính vì vậy mà rất được nhiều người yêu thích. Mẹ Khôi thường nói rằng hoa lan khi trang trí trên bàn làm việc thể hiện sự chỉn chu, cầu toàn, luôn hướng đến những điều tốt đẹp trong công việc, nguồn gốc của sự sinh sôi và phát triển. Bây giờ thì quyền lực hay sự thăng tiến trong công việc cũng đã không còn gợi lên trong Khôi cảm giác gì vì với chàng dường như mọi sự đã chấm dứt.

Khi đã quá tin yêu ai đó và trao gửi tất cả hy vọng, niềm tin, nhiệt huyết cho người đó và nhận lại sự phản bội hay phụ bạc, thì ai có trải qua sẽ hiểu cảm giác ấy cay đắng đến chừng nào! Khôi đến với Nguyên như một định mệnh từ ngày vào làm chung trong phòng hỗ trợ sinh viên. Khôi 36 tuổi và Nguyên 28 tuổi. Từ lúc đầu gặp nhau, những cái nhìn vừa chạm mặt đã khiến Khôi cảm thấy Nguyên có sức hút lạ kỳ với mình. Gương mặt điển trai, hơi thư sinh và luôn tạo cảm giác cần được che chở. Khác với Khôi, mạnh mẽ và cương nghị hơn. Không có tín hiệu nào nhanh và nhạy bằng những người đồng tính khi nhận ra nhau. Khôi hiểu Nguyên sinh ra dành cho mình và họ đã kết nối rất nhanh. Những ngày tươi đẹp và hoa mộng kéo dài sau đó khi họ như những chú hổ đói tìm thấy nhau. Nguyên dọn về chung phòng trọ với Khôi. Quê Nguyên ở Phan Thiết, còn Khôi ở Nha Trang. Cả hai đều là sinh viên giỏi giữ lại trường và cũng được phân công phụ trách công tác sinh viên. Khôi học Ngữ Văn còn Nguyên là dân Ngoại Ngữ. Họ chia sẻ rất nhiều quan niệm giống nhau về cuộc sống, từ quan điểm chính trị đến văn hóa giáo dục, dù Khôi như người anh từng trải hơn. Và Khôi không ngần ngại cho Nguyên mượn tất cả vốn liếng mà chàng tích lũy được, để Nguyên chơi chứng khoán dù Khôi chẳng ưa gì "món" này. Đến một ngày Nguyên nói với Khôi rằng đầu tư thua lỗ do tính toán sai và tình hình kinh tế chung. Nguyên nói Khôi đừng buồn. Nguyên cố gắng gỡ lại cho nhưng phải mất thời gian hơi lâu. Khôi nói chờ được vì chàng nói chuyện gì cũng phải có kế hoạch B.

Nếu không có buổi chiều ấy thì ...

Vâng nếu không có buổi chiều ấy khi phiên họp với sinh viên Khoa Ngữ Văn bị hủy vì thiếu thầy trưởng khoa, thì Khôi đã chẳng về phòng trọ sớm và bàng hoàng đến rụng rời khi thấy Nguyên trong vòng tay Matt, giảng viên người Úc của khoa Ngoại Ngữ. Thì ra Nguyên đã "gian díu" với Matt gần 6 tháng qua mà Khôi không biết. Nguyên thú nhận đã yêu Matt và xin Khôi tha thứ, hứa sẽ chuyển đi khi mướn được nhà. Sau ngày ấy, Nguyên về phòng rất khuya và nằm riêng trên sofa. Tình cờ Khôi mở Macbook của Nguyên thì thấy không biết bao nhiêu cuộc hò hẹn và chuyến đi đã diễn ra, mà Nguyên nói dối Khôi là mẹ đau phải về Phan Thiết. Họ lấy tiền Khôi đi du lịch khắp nơi. Matt cao ráo đẹp trai và khá bụi, tướng "manly" hơn Khôi, còn Nguyên thì luôn ẻo lả, nhõng nhẽo như một phụ nữ thứ thiệt. Khôi cũng nhiều lần mệt mỏi vì cái tính đỏng đảnh và điệu đà ấy nhưng chìu bạn, Khôi bỏ qua hết. Chàng hiểu khiếm khuyết trong thân thể và tâm hồn "đồng giới" như mình, rất dễ tổn thương. Chàng lại yêu triết học mà theo chàng, thiếu nó thì cuộc đời và văn chương sẽ nghèo nàn thiếu sức sống. Khôi mê Albert Camus hơn Sartre vì chàng thích "cái chủ nghĩa phi lý" của Camus hơn cái hiện sinh của Sartre. Khôi hiểu chủ nghĩa phi lý giữ một thái độ bi quan hơn với ý nghĩa sống: *"Người ta hoài nghi ý nghĩa sống và việc kiến tạo ý nghĩa sống, bởi vì bản thân cuộc sống là phi lý, con người không thể nào có thể hiểu hết, nắm bắt hết được thế giới, nên mọi ý nghĩa sống đều chỉ là một sự kiến tạo hữu hạn và mọi ý nghĩa sống sớm hay muộn đều biến mất."* Như thế, mọi ý nghĩa sống xét đến cùng đều vô nghĩa. Sartre có câu nói nổi tiếng: "Hiện sinh có trước bản chất." Sartre coi con người tồn tại trước đã, còn bản chất của con người thì chính do con người kiến tạo và đây là mục tiêu mà một người nếu coi mình theo chủ nghĩa hiện sinh phải thực hiện. Bản chất của mình là do mình kiến tạo và quyết định chứ không hề bị quyết định bởi một ai khác, một yếu tố nào khác và thực thể nào khác quyết định thay. Đối với chủ nghĩa phi lý, mục tiêu của nó chỉ đơn thuần là một người chấp nhận cái phi lý, coi cuộc sống hay vũ trụ đều là phi lý và thứ duy nhất chờ đợi chúng ta chính là cái chết và sự tuyệt diệt. Nhưng chính ở chỗ bi quan này mà Khôi cho tằng chủ nghĩa phi lý rất lạc quan: *"Chúng ta cứ sống đúng với những gì đang diễn ra bởi nếu không có ý nghĩa sống đồng nghĩa với việc không có áp lực, không có ràng buộc nào để ta phải tuân theo cả. Với chủ nghĩa phi lý, bản chất của chúng ta là đang sống và biết được chúng ta đang sống, còn sống thế nào hay kiểu gì thì tùy đam mê, ham muốn của một người vì vốn mọi thứ đã phi lý."*

Khôi yêu thích cái "tự do" mà chủ nghĩa phi lý đem lại. Mọi người sẽ nghĩ chủ nghĩa phi lý thừa nhận sự hư vô và mách bảo con người thích làm gì thì làm tùy theo đam mê, ham muốn của bản thân. Tuy nhiên, chủ nghĩa phi lý không thừa nhận sự tự do con người vốn sinh ra đã bị ràng buộc với thế giới, với cái chết của mình, với người khác, với xã hội... nhưng mọi sự ràng buộc đó đều vô nghĩa về mặt bản chất bởi mọi thứ đều phi lý. Như thế tự do đối với chủ nghĩa phi lý chỉ là một ảo tưởng, nhưng là một ảo tưởng cần thiết nó mở ra cho con người một lối đi trước hiện thực nghiệt ngã, lạnh lẽo và phi lý. Bởi mọi thứ vốn phi lý và vô nghĩa, nên trong lúc còn sống, hãy tìm cho mình điều gì, hãy làm những điều khiến cho mình có được một ảo tưởng rằng là mình đang tự do. Còn với chủ nghĩa hiện sinh, tự do gắn liền với tồn tại người, và Sartre tuyên bố: *"Con người buộc phải tự do."* Chủ nghĩa phi lý có cái nhìn thực tế hơn, rằng chúng ta cũng chẳng khác gì viên đá, cái cây hay ngôi sao trên trời, rồi có ngày sẽ chết hay bị tiêu diệt. Chúng ta chỉ khác với những thứ kia là chúng ta có một bộ não có thể ý thức và tự có thể nghĩ được sự tự do cho chúng ta, dù sự tự do này là ảo tưởng nhưng ít nhất đó là ảo tưởng cần thiết của mỗi người, để mong sao họ có thể tiếp tục sống một cách hạnh phúc trong một cuộc sống phi lý này.

Khôi yêu Nguyên bất chấp mọi dị nghị hay dư luận nếu có, dù hai người cố gắng giữ kín mối quan hệ. Nhưng hôm nay Khôi thấy không còn hạnh phúc nữa và chàng đang suy nghĩ một cách giải quyết cái phi lý đang bám víu cuộc sống của mình bằng cách rút ra khỏi cuộc đời, nghĩa là tự chấm dứt cuộc hiện sinh này, là tự hủy chính xác thân này khi nó không cần phải tồn tại nữa. Chàng nghĩ đến cái chết và toan tính thu xếp tự tử sao cho êm đẹp. Chàng ôm cây đàn lên trong văn phòng ngập tràn bóng tối vì chàng không buồn mở đèn và hát bài "Chủ Nhật Buồn."

"Chủ Nhật nào tôi im hơi
Vì đợi chờ không nguôi ngoai
Bước chân người, nhớ thương tôi
Đến với tôi thì muộn rồi.
Trước quan tài khói hương mờ
Bốc lên như vạn ngàn lời
Dẫu qua đời mắt tôi cười
Vẫn đăm đăm nhìn về người.
Hồn lìa rồi nhưng em ơi
Tình còn nồng đôi con ngươi
Nhắc cho ai biết cuối đời
Có một người yêu không thôi
Ơi hỡi ơi người." (*)

Chàng tự nhủ Chủ Nhật tuần này sẽ gọi cho mẹ lần cuối và đêm thứ Hai sẽ... Chàng không biết có nên viết thư tuyệt mệnh không. Chàng muốn xin lỗi mẹ vì đã bất hiếu khi ra đi trước mẹ, khi cuộc sống trở nên trống rỗng, không còn ý nghĩa gì với mình. Còn cái chết, cũng nhẹ nhàng thôi, không treo cổ vì gây kinh sợ cho chủ nhà trọ, chỉ uống thuốc ngủ thôi, 10 viên Leuxeumyl là đủ mà chàng có những 30 viên tích lũy từ những lần ghé nhà thuốc gần Viện Tim, vậy là êm đềm qua bên kia thế giới. Ngày thứ Hai, chàng phải thanh toán một số công nợ, cả của Nguyên, cho xong, cho bà nấu cơm tháng, chủ phòng trọ và các thứ linh tinh khác. Nguyên còn nợ ai không? Chàng muốn ra đi không còn nợ nần gì. Tay trắng khi vào đời và tay trắng khi ra đi, không để lại lời đàm tiếu. Chỉ lo cái lúc thảo thư viết sao cho mẹ mình đừng quá xúc động? Riêng chuyện từ giã cuộc đời này, chàng lại chẳng có kế hoạch B.

Trời mỗi lúc một tối Khôi bỗng nghe chuông điện thoại reo. Phong, cậu sinh viên thực tập cùng phòng gọi, giọng thất thanh: "Anh Khôi ơi? Có trường hợp khẩn cấp. Sinh viên tự tử trong Ký Túc Xá." Khôi cúp máy, lấy xe phóng về hướng Ký Túc Xá của trường. Đến nơi, thấy sinh viên nhốn nháo, chàng nói lớn: "Mấy em tránh bớt ra ngoài, ngộp quá làm sao cấp cứu?" Đám sinh viên tản bớt. Khôi gọi 115 và ra lệnh cho Phong "Em chuẩn bị mang đồ theo ở lại bệnh viện đêm nay."

Nữ sinh tự tử là Tường Vy, khoa Du Lịch. Một cô gái khá xinh xắn. Da trắng nhợt nằm thiêm thiếp khi y tá khiêng lên băng ca. Họ chuyển gấp vào Bệnh Viện Trưng Vương. Khôi chạy xe theo còn Phong cùng ngồi trong xe cứu thương.

Chờ mãi quá nửa đêm, Khôi mới hỏi thăm bệnh tình được thì biết cô gái này khá may mắn khi thứ thuốc cô uống là thuốc ngủ Việt Nam làm từ lá cây bình bát hay tâm sen gì đó, loại không mạnh lắm nên cứu được, đang súc ruột. Bà bác sĩ lầm bầm: "Con nuôi tới bây lớn mà thất tình hay sao đi tự tử, chán thiệt!" Khôi nghe như bà ấy đang mắng mình. Họ gọi Khôi vào làm tờ khai. Phong cho biết cô gái là sinh viên năm thứ 3 khoa Du Lịch tên Nguyễn Thị Tường Vy.

Ngày Chủ Nhật, theo kế hoạch Khôi sẽ viết thư tuyệt mệnh, nhưng lại phải gặp Tường Vy để viết bản tường trình cho Ban Quản Lý Ký Túc Xá và Phòng Hỗ Trợ Sinh Viên vào sáng thứ Hai họp giao ban, trong đó sẽ đề cập việc tự tử của cô.

Khôi gọi Tường Vy vào phòng khi chiều muộn. Nàng có vẻ còn mệt mỏi sau hai đêm vật vã với những xét nghiệm và việc súc ruột. Khép cửa lại, Khôi hỏi Vy về nguyên nhân nàng tự tử.

"Sao vậy em, sao lại tự kết liễu cuộc đời khi chỉ còn một năm nữa là làm tourist guide, tha hồ du lịch, khám phá đất nước và thế giới này?"

Vy cúi đầu, bẽn lẽn. Lát sau ngẩng đầu lên nàng nói: "Lẽ ra Thầy đừng cứu em." Khôi hỏi gặng: "Vì sao? Cơn cớ gì run rủi em dại dột vậy?" Vy bắt đầu kể: "Em mệt mỏi lắm nhưng để em kể vắn tắt thầy nghe. Em đã đi làm thêm ở một quán cà phê part-time, và em đã gặp Thuận, một doanh nhân thành đạt còn rất trẻ, khoảng ngoài 30. Thuận rất gallant và hào phóng, tiền cà phê bao giờ cũng đưa dư, ví dụ 50 nghìn thì trả luôn 200 nghìn gọi là "boa" cho em. Riết rồi Thuận kể cho em nghe về cuộc đời sóng gió của anh ấy. Mẹ bỏ phải ở với ông bà, cha mất sớm. Anh là chuyên gia môi giới địa ốc, bạc tỷ với anh ta là chuyện nhỏ. Thuận nói có nhiều đời bồ nhưng cô nào cũng muốn "chài" tiền nên anh anh ta sợ phụ nữ, trừ em, vì ở em anh ta thấy có sự ngây thơ mà hiếm có phụ nữ nào có trên đời này. Cứ thế chúng em tâm sự và em yêu Thuận từ bao giờ không rõ, cho đến một ngày anh ấy đưa em đi xem mấy căn nhà ở Bình Dương, trên đường về, lấy lý do uống bia hơi xỉn, anh ta rủ em vào khách sạn và em đã không chống lại sự cám dỗ và hấp dẫn từ Thuận, khi anh ta hứa sẽ lấy em làm vợ ngay sau đêm đó. Nhưng nhiều đêm sau dù vẫn trong vòng tay anh ấy, em hỏi về kế hoạch cưới xin thì Thuận nói hai tháng nữa khi xong dự án lớn, sẽ thưa ba má từ Bạc Liêu ra Quảng Nam, nơi gia đình em đang ở để nói chuyện cưới xin. Nhưng đến tháng này sau khi em thấy khó ở, dù trước đó em cũng ụa mửa và thèm chua nhưng em nghĩ do đau bao tử nên mua thuốc uống hoài không hết, đi bác sĩ mới biết mình có thai. Em mừng rỡ báo cho Thuận thì anh ta chúc mừng rồi sau đó thì khóa máy. Em liên hệ mãi không được. Em ghé địa chỉ mà có lần anh ta đưa em về thì họ nói anh ta chuyển nhà rồi. Anh ta cũng chỉ mướn mà thôi. Em buồn quá ghé bác sĩ xin phá thai nhưng họ nói hơn 22 tuần rồi không phá được. Trong cơn cùng quẫn, em quyết định tự tử vì ba má em ngoài đó biết thì chết. Thầy biết quê em phong tục còn khắt khe lắm. Em không còn mặt mũi nào trở về nhìn cha mẹ. Bây giờ thì em bế tắc thật rồi. Thầy cứu em nhưng cũng không giúp gì được đâu vì em tuyệt vọng rồi!" Nói xong, Vy bật khóc. Khôi nắm tay Vy trong vô thức và nói: "Em gắng sống. Thầy nhiều khi cũng chán đời lắm nhưng thầy biết cái thân này cha mẹ sinh ra mình hủy hoại nó sao đành." Anh nói mà lòng anh quặn thắt vì chính anh cũng đang lên kế hoạch tự sát. Tự dưng anh nhớ thơ Trần Dạ Từ:

Tôi dối lòng tôi bao nhiêu lần
Bao nhiêu lần trăng vẫn là trăng
Lòng nhớ lòng thương lòng sắp khóc
Đêm chưa tàn đâu đừng nói năng.

Mình đang dối lòng còn Vy đang thổ lộ hết tâm tình. Hồi lâu hai người im lặng. Nhìn vào mắt Vy, Khôi thấy sự tuyệt vọng quá lớn trong đôi mắt hồn nhiên và tinh anh ấy. Người như thế mà chết thì quá tội!

"Em có biết em tự tử là giết hai mạng không? Em làm gì cũng phải có kế hoạch B. Kế hoạch A thua thì mình chuyển qua B."

Vy nhếch mép cười, chua chát: "B, A gì thầy ơi! Thầy nghĩ hai mẹ con sống làm sao khi em chỉ là sinh viên tay trắng? Thôi thì cùng chết cho nhẹ nợ." Vy sụt sùi.

Bỗng dưng Khôi buột miệng: "Nếu có ai nhận lời làm chồng thì có cứu được em không?" Vy bật cười: "Có ai mà điên vậy đâu thầy? Thầy không nghe người ta nói "kẻ ăn ốc, người đổ vỏ" sao? Giờ này em còn không dám nhìn mặt bạn bè, còn nói chi đến gia đình." Vy thở dài, cúi xuống mân mê mép áo.

Trong lòng Khôi tự dưng dấy lên một niềm thương cảm rất lạ. Chàng nghĩ đời mình cũng đầy rẫy những phi lý, chi bằng làm một chuyện gì đó có ý nghĩa hơn. Chàng nói sau khi trầm ngâm một lát: "Thầy sẽ nhận lời lấy em được không?" Vy bàng hoàng, hai mắt tròn xoe: "Đừng thầy, thầy đừng dại dột vậy! Thầy còn cả tương lai ở trường này. Thầy lấy em thì đời thầy tàn luôn! Không được đâu!" Trong một lúc, Khôi quên mất ý định muốn chết của mình. Chàng nhớ câu chuyện ngụ ngôn của Luis Sepúlveda, một nhà văn Chi-Lê kể câu chuyện "Chú mèo dạy hải âu bay" mà có lần chàng đã đọc. Chuyện dường như hoang đường nhưng được giải quyết logic và khéo léo. Khi mèo Zorba nói với hải âu bé bỏng Lucky rằng: *"Chúng ta đã bảo vệ con từ khoảnh khắc con mổ lớp vỏ trứng ra đời. Chúng ta đã dành cho con sự chăm sóc mà không hề nghĩ đến việc biến con thành một con mèo. Chúng ta yêu con như yêu một con hải âu. Thật dễ dàng để yêu thương một kẻ giống mình, nhưng để yêu thương ai đó khác mình thực sự rất khó khăn, và con đã giúp chúng ta làm được điều đó. Con là chim hải âu và con phải sống cuộc đời của một con hải âu. Con phải bay."*

Khôi nói thật nhẹ nhàng, trầm tĩnh: "Như thầy nói từ đầu, em làm gì cũng phải có kế hoạch B. Thầy sẽ lấy em để em khỏi khó xử với gia đình rồi sau đó chúng ta sống chung hay bỏ nhau sau vài năm cũng được. Thầy sẽ trả lại danh dự cho em dù không thể mang hạnh phúc dài lâu cho em nhưng vượt qua cú sốc này đã. Mọi chuyện tính sau."

Khôi chỉ tính mình hoãn cái chết của mình lại để giúp Vy, rồi thời gian sau tính tiếp khi mình không thể làm chồng thì sẽ nói thật với Vy và chia tay trong bình yên khi mọi chuyện ổn định.

"Thầy từ bi quá vậy?" Vy hỏi.

Khôi gặng lại mỉm cười em biết từ bi là gì không?

"Là sao thầy?" Khôi từ tốn nói: "Thầy nghe có vị sư giảng rằng Từ là hiến tặng hạnh phúc, làm cho người khác hạnh phúc, Bi là khả năng lấy cái khổ ra khỏi người khác, hỷ là niềm vui cho mình và người, xả nghĩa là không phân biệt kỳ thị, nghĩa là thầy không nhân danh chuyện giúp em mà lên mặt coi em như kẻ thọ ơn. Tình yêu thương không xuất phát từ tâm vị kỷ, muốn chiếm đoạt mà thương sao để đối tượng thật sự được thừa hưởng mà ta vẫn không trở thành kẻ khổ lụy vì tình thương, có như thế ta mới không làm lu mờ nghĩa cao đẹp của tình hương. Bởi thương yêu mà người này trở thành lính gác của người kia thì cuộc sống ấy khác gì lưu đày tù tội. Lòng phải hiểu được lòng mới là tình yêu chân thật."

Khôi hiểu không quá khó để chấp nhận ai đó có cách nghĩ, cách sống hay phong cách khác mình. Điều quan trọng là chúng ta chịu mở lòng, chịu mở rộng suy nghĩ của bản thân để đón nhận những điều mới lạ hay không. Đôi khi đón nhận những điều khác biệt có thể giúp chúng ta khám phá khả năng của bản thân, học hỏi thêm nhiều điều hay thậm chí có thể yêu sự khác biệt ấy. Khôi thì thầm nói với Vy những cũng như nói với chính mình: "Vy à, cuộc sống muôn màu muôn dạng hãy dang tay đón nhận những điều mới mẻ từ cuộc sống, từ những người bạn thật sự để làm tâm hồn phong phú hơn và thầy cũng muốn là người bạn mới của em trên hành trình sắp đến, nói như Dalai Lama: *"Tất cả chúng ta đều chia sẻ một nhu cầu như nhau về tình yêu thương, trên cơ sở chúng ta thấy thật sự thiếu khôn ngoan nếu chỉ dựa vào những điểm khác biệt bên ngoài, bởi vì tất cả chúng ta đều giống nhau về bản chất."*

Vy nhoẻn miệng cười: "Thầy nói hay quá! Nghe như đại thiền sư nào nói." Khôi nắm tay Vy thật chặt và vuốt tóc nàng: "Em cứ bình tĩnh, cứ nhận lời thầy đi rồi sẽ giải quyết mọi chuyện sau."

Ngoài sân trời tối mịt. Sân trường vắng tanh. Bất chợt, Khôi quàng tay qua vai Vy, bóp nhẹ. Vy rùng mình, để yên, nép vào người chàng. Mùi hương bồ kết từ tóc Vy thoảng quyện mùi hoa dạ lý ngoài hiên. Chàng nghe một thoáng xao xuyến. Thật lạ! Chả lẽ mình bisexual?

Mưa rơi lất phất. Dắt xe cho Vy ra cổng, chàng nói: "Em mặc áo mưa vào. Đêm nay ngủ ngon nhen! Cứ alo cho thầy khi thấy buồn. Hãy gọi nhau là anh em nhé! Tối mai đi uống cà phê bàn chuyện chúng mình."

Mười viên thuốc Leuxemyl rơi ra từ bao giờ, nằm ngổn ngang cả dưới gầm bàn, bên chậu hoa lan. Trên đường ra cổng, Khôi mỉm cười ngỡ thấy mình đang hóa mèo dạy hải âu bay.

Nguyên Cẩn

Ghi chú:

(*) Bài hát "Chủ nhật buồn" (phiên bản gốc tiếng Hungary: Szomorú Vasárnap; tiếng Anh: Gloomy Sunday, tiếng Pháp: Sombre Dimanche, còn được biết đến là "Bài ca tự sát Hungary") là một bản nhạc nổi tiếng được sáng tác bởi nhạc sĩ dương cầm người Hungary tên Rezső Seress vào năm 1933 để diễn tả tâm trạng thất tình của mình. Nhưng Seress không ngờ rằng bài hát của ông bị "kết tội" là nguyên nhân làm cho hàng trăm người tự tử. Phạm Duy đã viết lời tiếng Việt cho bài hát này và cũng lấy tên "Chủ nhật buồn."

XUYÊN TRÀ
CƠN MÊ

đừng phung phí những giấc mơ
dù chẳng bao giờ có thật
đốm lửa nhân sinh vẫn còn hay đã mất
sao mãi bập bùng trong cõi mộng liêu trai

đợi bao giờ sẽ thấy ngày mai
nhớ tuổi nhớ tên biết mình còn sống
chốn thiên hạ giữa trời cao đất rộng
tiếc nhân tình bỏ lỡ một hồng nhan

ta một đời cuối bãi vẫn lang thang
(sinh bất phùng thời) chuyện chi cũng trật
ai diễm phúc không còn gì để mất
sẽ yên bình trôi dạt bến sinh ly

cứ đếm thầm mỗi bước chân đi
nghe tiếng gió thầm thì trên phiến đá
dỗ giấc mơ ru hồn trong cõi lạ
sẽ thấy tình như thật giữa cơn mê... ./.

Sep-23

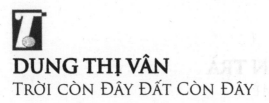

DUNG THỊ VÂN
TRỜI CÒN ĐÂY ĐẤT CÒN ĐÂY

Trời còn đây đất còn đây
Sao ta cứ mãi bên này ảo - thơm
Phượng tàn đã rụng chiều hôm
Ở đây khuyết một loài đom đóm về

Áo tình nhân trải sơn khê
Hạ xưa thêu một lối về tà buông
Gió mùa thổi lộng tứ phương
Chiều trông gió trải cuối đường biệt ly

Ta về hỏi nhỏ tà huy
Tình nhân từ độ xa đi bao giờ
Hỏi rồi chỉ ngọn hoang vơ
Ta đau từ thuở lá cờ vĩnh xưa

Dang tay hứng giọt nhỏ vừa
Giọt mưa khuya hắt như là hồn mơ
Bao nhiêu hạ giết mong chờ
Tình nhân huyết phượng ngây thơ hao gầy

Trời còn đây! đất còn đây!!! ./.

KIỀU HUỆ
XIN ĐỪNG GỌI TÔI:
"NGƯỜI ĐÀN BÀ CŨ"

Xin đừng gọi tôi: "Người đàn bà cũ"
Trong cuộc đời đã nếm đủ chua cay
Khi buồn vui thử thách những rủi may
Thân phận đàn bà mong manh lá cỏ

Tôi người phụ nữ tuy không còn trẻ
Dù thời gian sắc đẹp có tàn phai
Nhưng tâm hồn vẫn chẳng hề đổi thay
Vượt sóng gió bằng niềm tin mạnh mẽ

Mệnh danh phái đẹp mỗi thời một vẻ
Yêu bản thân lúc tuổi trẻ đến già
Nên chăm chút nâng niu như cành hoa
Để không bị nhạt nhòa nét quyến rũ

Xin đừng gọi tôi: "Người đàn bà cũ"
Tôi nhủ lòng sẽ rũ sạch tổn thương
Và quên đi nỗi bất hạnh đoạn trường
Sống bản lĩnh hồn nhiên giữ nhân cách

Biết làm mới mình không vượt nguyên tắc
Thời thanh xuân quá khứ đã lùi xa
Không buồn sầu tiếc nuối dĩ vãng qua
Tình thơ đẹp tôi... Người đàn bà mới ./.

CHU NGUYÊN THẢO
Niệm Khúc Mây Bay

Mây trôi về đâu
Thiên di cánh mỏng
Thu chưa kịp vàng
Chiếc lá xanh bay
Suối nhớ sông
Sông đang xuôi về biển
Sông nhớ suối
Suối đang ở trên nguồn
Chim nhớ cây
Cây hồ thu liễu rũ
Ta nhớ người
Người khuất dấu biệt tăm
Ta nhớ em
Chân cao tóc xõa
Nụ cười buồn
Mắt biếc hồng hoang
Ta nhớ sông quê
Thuyền khua sóng vỗ
Lời vọng trưa hè
Giã biệt hoàng lan
Ta nhớ mênh mang
Rong rêu bè bạn
Chiều xuống nắng vàng
Niệm khúc mây bay
Ta nhớ hoang vu
Hoang vu thành kỷ niệm
Ta nhớ cuộc tình
... tình đã hóa thiên thu ./.

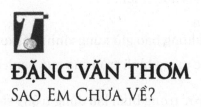

ĐẶNG VĂN THƠM
SAO EM CHƯA VỀ?

Sao em chưa về em ơi
Vườn thu lá vàng mấy độ
Mà em xa lắc phương trời
Có gì trong anh bão tố?

Cơn mưa chiều nay qua vội
Sao dài nỗi nhớ tình ta
Đèn khuya hắt hiu ái ngại
Thu ơi có biết chăng là?

Tim anh một thời mắc cạn
Một thời giọt máu khô theo
Nụ hôn cháy lòng năm tháng
Anh về trông bóng quạnh hiu

Ra đi đâu lời từ biệt
Biển chờ trăng vỡ mênh mang
Xa xăm biết người còn nhớ
Ngàn sao trong mắt long lanh ./.

ĐÀO MINH TUẤN
TRỞ LẠI A SẦU

Nắng cháy
Gió Lào
Ký ức tràn về
Thung lũng A Sầu mãi buồn hanh hao
Nỗi buồn xuyên qua cuộc chiến.

Cô gái trinh nguyên
Đã nằm xuống để không bao giờ xúng xính tuổi xuân thì.

Trái bom bi quái ác mang hình tròn của quả banh đánh đũa tuổi thơ
Bốn mươi năm trước trong buổi lao động trồng sắn kiếm cái ăn cho tuổi học trò
Em nằm xuống sau tiếng nổ oan khiên.

Chiến tranh và hòa bình
Thù hận và bao dung
Ngây thơ và lọc lõi
Duy ý chí làm một thế hệ ngô nghê.

Nắng hạ A Sao
Chiều nay trở lại
Em như làn mây trắng bay mãi cuộc thơ ngây
Mặc kệ cuộc đời ru nhau bằng những điều huyễn hoặc
Có gì đâu!
Trọn một vòng sinh tử.

A Lưới xanh hơn
Thênh thang nắng về
Tôi lại tìm em
Người con gái trinh nguyên đã vùi trong bụi đất
Gió cứ đi
Em cứ mãi thong dong
Tuổi học trò em vẹn cuộc rong chơi.

Những giọt nắng Trường Sơn
Phải chăng ánh mắt em ngày ly biệt
Tôi chùng chân
Nhớ mãi những cánh rừng... ./.

LÊ HỮU MINH TOÁN
Thiên Đường Ohsawa

Ta từ kiếp ngựa hoang
Ôm xa hoa phù phiếm
Hạnh phúc và thiên đàng
Nửa phần đời tìm kiếm.

Mạch sống và kim tiền
Yêu thương và dối gạt
Tranh chấp - Ôi! Muộn phiền
Nát nhừ đêm địa ngục.

Quay hoài trong cơn lốc
Suy tư già cằn cỗi
Mặt trời xám mây mù
Tương lai mờ giăng lối.

Ngựa mỏi vó chồn chân
Khát thèm giấc ngủ muộn
Căn bệnh đến dập dồn
Cơn chết chìm vô vọng.

Trong cùng cực đau thương
Soi đời mình vị kỷ
Ta tìm thấy thiên đường
Theo "Vô Song Nguyên Lý."

Vẫy tay chào bệnh tật
Vẫy tay chào xa hoa
Xin vẫy chào tất cả
Vui sống OHSAWA… ./.

HỒ CHÍ BỬU
QUÁN RƯỢU ĐÊM

Tặng SaChiLệ

1.
Hai thằng – ta là khách – ngươi chủ quán
Đêm cạn dần và rượu đã mềm môi
Ngươi im lặng – hình như ta chẳng nói
Nói gì đây – ánh mắt đã thay lời.

Con ngựa chiến hết thời nằm nhai cỏ
Chiến trường xưa gió lộng áo khinh cừu
Ngươi đấm ngực – tiếng cười rung theo gió
Ta tưởng chừng vang dội đến thiên thu.

Và im lặng – hình như là bất động
Gió mùa lên lành lạnh đến run người
Ta kéo áo – biết rằng mình đang sống
Mà cuộc đời giống như một trò chơi.

Nến đã tắt – ta siết tay từ giã
Theo ta về có một mảnh trăng côi
Đi rất chậm – chẳng có gì vội vã
Khi cuộc đời chỉ là một cuộc chơi.

2.
Còn ly cuối – ta với ngươi chia lửa
Chuyện giang hồ đừng nhắc nữa mà chi
Tàn cuộc chơi ta quay về quy ẩn
Chuyện nước non thôi nhắc để làm gì...?

Biết rồi – chiến hữu bây giờ mỗi hướng
Người ở phương này, kẻ khác tha hương
Ta với ngươi giờ nghĩ ra quá sướng
Thằng bán bánh tiêu, thằng bán trà đường.

Ta hiện dịch – chắc bây giờ lên tướng
Trừ bị như ngươi đại tá đụng kèo
Bốn mươi lăm năm ngồi đây tưởng tượng
Xỉn xỉn vô rồi nằm ngủ chèo queo.

Nói chơi thôi – khóc làm chi đại tá?
Giày dép còn có số má mày ơi.
Còn ly cuối – mình chia nhau – quá đã
Tao dỗ mày... mà nước mắt tao rơi... ./.

LÂM BĂNG PHƯƠNG
NẾU MỘT NGÀY

Nếu một ngày... thấy lòng thôi day dứt
Là đêm về giấc ngủ được bình an
Nếu một ngày... biết thêm chút nồng nàn
Thì nụ hôn ngọt mềm môi lãng mạn.

Nếu một ngày... tơ trời thôi lấp lánh
Triệu đóa hồng còn khoe dáng kiêu sa?
Nếu một ngày... gió chẳng thích vờn hoa
Thì ong bướm hết thiết tha hương cũ.

Nếu một ngày... anh đi qua đầu ngõ
Có ngại ngùng sỏi đá nhỏ vướng chân
Nếu một ngày... áo nhuộm bụi phong trần
Thì chẳng để bận lòng người ở lại.

Nếu một ngày... khói lam chiều lay lắt
Ngày rời đi nắng tắt ngủ chân đồi
Nếu một ngày... cánh chim trời đã mỏi
Thơ rớt buồn... chữ trôi cõi hư vô ./.

HUỲNH MINH LỆ
KHÔNG BÁN ĐƯỢC

những gì không bán được, ông?
đó là mồ mả tổ tông nhiều đời.
là hồn sông núi đầy vơi
là cây cọc nhọn cắm sâu trong bùn
là lời ở hội Diên Hồng
biến thành sóng dữ trên sông Bạch Đằng.

mái đình đã giữ ngàn năm
mùa đông gió bấc bao lần thổi qua ./.

17.07.2023

LÊ MINH HIỀN
ĐIỆU BUỒN PHƯƠNG TÂY

Chiều mưa về thương em tình hôm qua
mầm hoa buồn lên nguồn hoàng hoang ngàn
chiều mưa về trông ai cồn cào lòng
vòng ôm em tương tư eo thon ngoan.
linh hồn anh trăm năm bên cầu mơ
trăng hoang mang mong chờ chi hằng nga
tình yêu như chùm nho xanh còn chua
chôn vào tim cho ngày xưa bình yên.
em chân dài mông thơm bờ vai trần
anh tà huy khuya rồi làm hay quên
anh còn đây như rừng khô hồ trơ
mong mưa em cho cồn lầy xanh um.
vì tình yêu vàng đều lên ngon sao
rơi vào hồn cho tình đà hư hao.
chiều phương tây mưa về bên hiên buồn
mong ngày về bên em chiều phương nam.
đây ngô đồng hồn anh còn ngu ngơ
đây chim hoàng tình mình còn xanh mơ.
dầu trăm năm hay ngàn năm người ta
đâu bao giờ quên người thương hôm qua ./.

(4:31 chiều)
Stanton, Little Saigon, California, Aug. 20th, 2023

NGUYỄN NHÃ TIÊN
ĐI TRONG MÂY TRẮNG XỨ ĐOÀI

Con đường xanh ngát bóng núi về Mai Châu tỉnh Hòa Bình bây giờ, khi dừng chân bên tấm bia ghi tạc chiến tích của đoàn quân Tây Tiến năm xưa, bất cứ ai cũng đều có thể cảm khái ngâm nga vọng vang cùng gió núi bài thơ của thi sĩ Quang Dũng: *"Anh bạn dãi dầu không bước nữa/ Gục lên súng mũ bỏ quên đời/ Chiều chiều oai linh thác gầm thét/ Đêm đêm Mường Hịch cọp trêu người/ Nhớ ơi Tây Tiến cơm lên khói/ Mai Châu mùa em thơm nếp xôi/... Rải rác biên cương mồ viễn xứ/ Chiến trường đi chẳng tiếc đời xanh/ Áo bào thay chiếu anh về đất/ Sông Mã gầm lên khúc đồng hành!"* Đấy là những câu thơ được trích từ bài thơ "Tây Tiến" của thi sĩ Quang Dũng, đã được khắc vào mặt sau tấm bia chiến tích.

Lịch sử thơ ca qua các cuộc chiến tranh vệ quốc của dân tộc, xưa nay chưa từng có bài thơ nào được vinh danh như thế bao giờ. Độc đáo hơn nữa, có thể nói đây là trường hợp độc nhất vô nhị trong lịch sử văn học Việt Nam, ấy là bài thơ "Tây Tiến" còn tỏa sáng trong ngày sinh nhật của mình. Kỷ niệm 60 năm ngày bài thơ Tây Tiến được sinh khai ra đời, những cựu binh Trung Đoàn 52 Tây Tiến - đồng đội của thi sĩ Quang Dũng năm xưa, bây giờ ai cũng đã bạc phơ mái tóc, ngồi quây quần lại với nhau bồi hồi bồi hồi ngâm nga tưởng vọng lại một thời đẹp lấp lánh những huyền thoại: *"Doanh trại bừng lên hội đuốc hoa/ Kìa em xiêm áo tự bao giờ/ Khèn lên man điệu nàng e ấp/ Nhạc về Viên Chăn xây hồn thơ."*

Thông thường chỉ thấy con người ta làm sinh nhật cho mình, hoặc là kỷ niệm sinh nhật một đơn vị, một cơ quan, một tổ chức cho đến cả một đất nước, nhưng sinh nhật một bài thơ thì đúng là chỉ thấy xuất hiện ở những cựu binh Tây Tiến. Cũng chẳng phải là cuộc vui bất ngờ tụ năm, tụ ba trong đêm nào đó bên ánh lửa bập bùng, để rồi theo cái kiểu ngẫu hứng sáo đàn văn nghệ mà nhảy múa ca hát, ngâm nga cho thỏa nỗi niềm thương nhớ dâng trào, mà đúng là đã có một cuộc hội tưng bừng kỷ niệm ngày bài thơ "Tây Tiến" tròn sáu mươi tuổi được tổ chức trong một hội trường lớn tại một trường đại học ở Hà Nội đường bệ hẳn hoi.

Sức sống một bài thơ mãnh liệt và lộng lẫy đến nhường ấy, có thể nói, đấy không chỉ là một biểu tượng đẹp hào hùng của đoàn quân Tây Tiến, mà còn là di sản văn hóa, di sản văn học trong mảng đề tài viết về các cuộc trường chinh hùng vĩ của dân tộc.

Những câu chuyện đẹp một cách huyền thoại như vậy tôi đã được nghe chị Bùi Phương Thảo - con gái út của nhà thơ Quang Dũng, trong những lần gặp nhau, Bùi Phương Thảo đã kể lại. Cho đến một ngày tôi nhận được tập sách "Tây Tiến một thời và mãi mãi", cũng do chính chị Bùi Phương Thảo mang từ Hà Nội vào tặng. Sách dày ngót gần năm trăm trang in, gồm những ghi chép, hồi ức và hình ảnh của các cựu binh Tây Tiến. Gần như một nửa dung lượng của sách là những bài viết về nhà thơ Quang Dũng và bình giá bài thơ "Tây Tiến."

Có một chuyện văn chương thú vị như thế này được đặt ra trong nội dung của sách. Vâng, câu chuyện mang chủ đề: "Hỏi chuyện thơ trước giao thừa thế kỷ" do nhà phê bình văn học Ngô Vĩnh Bình thực hiện. Chủ đề cũng do chính nhà phê bình văn học Ngô Vĩnh Bình đưa ra, nguyên văn như sau: "Nếu chỉ được chọn 5 bài thơ hay nhất về các cuộc chiến tranh đã qua để mang theo bước vào thế kỷ mới (tức là từ thế kỷ 20 sang thế kỷ 21), thì anh sẽ chọn những bài thơ nào? Của ai?" Và nhà phê bình văn học Ngô Vĩnh Bình đã mang câu hỏi đó đi gõ cửa các nhà thơ, nhà phê bình văn học tầm cỡ đầy đủ uy tín theo cách chọn lựa của ông. Trong 8 cái địa chỉ Ngô Vĩnh Bình tin cậy chọn lựa ra, thì kết quả có đến 6 người cùng chọn bài thơ "Tây Tiến." Còn lại hai người, một người nêu vì lý do thời gian chưa đủ để chọn ra bài nào, có nghĩa là bỏ phiếu trắng, một người còn lại thì chọn ra những bài thơ khác (Tây Tiến một thời và mãi mãi - Tr362). Sở dĩ tôi trích hơi dông dài bài viết trên là vì cũng muốn chứng minh sức sống một bài thơ, mà nói như người ta thường nói là "đãi cát tìm vàng". Và thực sự giá trị bài thơ Tây Tiến đã vượt lên tất cả, một hiện thực chẳng khác gì cái đẹp lung linh huyền thoại. Thẩm giá thơ ấy khẳng định vị thế của nó có đầy đủ sức vóc vượt qua mọi ghềnh thác dâu bể thời gian.

Cũng như nhiều đơn vị đoàn quân xung trận khác được thành lập vào những tháng năm kháng chiến chống Pháp năm xưa (kể từ sau ngày Toàn Quốc Kháng Chiến 19-12-1946), Trung Đoàn Tây Tiến được khai sinh ra đời tại Mai Châu tỉnh Hòa Bình. Đa số cán bộ, chiến sĩ trong đơn vị là những thanh niên, công chức, học sinh người Hà Nội. Nhà thơ Quang Dũng có mặt trong đoàn quân ấy, và bài thơ "Tây Tiến" được ông viết tại làng Phù Lưu Chanh vào cuối năm 1948.

Có ai ngờ, sự ra đời của bài thơ giống như một thứ định mệnh đã gieo xuống cuộc đời thi sĩ Quang Dũng bao hệ lụy. Một mặt nó vừa làm nên tên tuổi nhà thơ Quang Dũng đẹp rực rỡ trên văn đàn, mặt khác là bao tai họa cũng chừng như muốn đốn ngã nhà thơ từ những thứ lý do ám muội, kiểu như mặc chiếc áo nàng "Kiều thơm" vừa lung linh đẹp vừa ẩn chứa những thứ bất trắc khôn lường. Nói như một giáo sư văn học: "... hình như (bài thơ) làm hại ông suốt một thời gian dài, cho đến năm ông nằm liệt trên giường bệnh, trước lúc ông qua đời... nó mới được đưa vào tập *Mây Đầu Ô*, có nghĩa là phải đến lúc này, *Tây Tiến* mới được nguyên vẹn trở về với người đã sinh ra nó để nhận lại vị trí của đứa con đầu lòng hào hoa và tráng kiện, không chỉ của ông mà còn là của cả nền thơ thời chinh chiến khói lửa, ở vị trí mở đầu, ít có bài thơ nào thay thế được" (Sđd. Tr312). Vâng, đứa con đầu lòng hào hoa và tráng kiện đó không chỉ trở về với người đã sinh thành ra nó, mà còn trở về tỏa sáng trong những trang sách văn học cho các em ngày ngày đến trường lớp, trở về trong những đêm thơ gặp mặt nhau của những chiến binh Tây Tiến kiêu bạc một thời: *Sông Mã xa rồi Tây Tiến ơi!/ Nhớ về rừng núi nhớ chơi vơi/ Sài Khao sương lấp đoàn quân mỏi/ Mường Lát hoa về trong đêm hơi...!*

Tôi lại chợt liên tưởng đến bao nhiêu tuổi tên phiên hiệu đơn vị cùng thời với Tây Tiến, suốt một thời lên ghềnh xuống thác xông pha trận mạc gian nan chiến đấu trên khắp các chiến trường. Những năm tháng dẳng dặc gian lao bệnh tật đói no và vào sinh ra tử từng ngày ấy, bất cứ nơi đâu trái tim thanh xuân cũng cháy lên "Chiến trường đi chẳng tiếc đời xanh." Từ Tây Bắc núi cao vực thẳm đến xuyên suốt Trường Sơn, từ đồng chua nước mặn đất cày lên sỏi đá đến bưng biền sình lầy Nam Bộ, nơi nào chẳng gian khổ hy sinh, chẳng "một tấc giang sơn một dòng máu đỏ." Chỉ riêng vùng núi non Tây Bắc thời đó, cùng hành quân ra trận với Tây Tiến "Ngàn thước lên cao ngàn thước xuống" còn biết bao phiên hiệu đơn vị, những sông Đà, sông Lô, Sơn La, Bình Ca...

Thế nhưng đất nước, hay là vuông vắn lại chỉ một quê hương xứ Đoài mây trắng chập chùng phiêu bồng lãng mạn kia, đất đai kết tụ tinh anh thế nào lại chỉ sinh ra mỗi ngọn thi sơn Quang Dũng. Và rồi cũng chỉ mỗi anh vệ quốc – thi sĩ Quang Dũng hào hoa ấy góp mặt vào đoàn quân Tây Tiến. Có lẽ vì vậy bài thơ "Tây Tiến" không chỉ khuôn lại là một biểu tượng đẹp huyền thoại của đoàn quân Tây Tiến, mà còn là sông suối sử thi chất ngất âm hưởng hào hùng và bi tráng chảy vang dội và trường cửu giữa tâm hồn dân tộc. Và, những bi kịch từ bóng tối rập rình đâu đó luôn là thứ bất trắc trên đường trường, mà dường như các thi sĩ tài hoa xưa nay thường phải nếm trải như một rủi may của số phận. Không biết đó có phải là trò chơi khăm, trò trêu ngươi của con tạo "Chữ tài liền với chữ tai một vần" hay không, chỉ có điều sau bao sóng gió vùi dập nhận chìm, vậy rồi "Tây Tiến" cùng với người sáng tác ra nó, lại lấp lánh hào sảng hơn, kiêu bạc hơn trên cái vị thế mà như sách vừa trích ở trên: Rằng đấy là "Đứa con đầu lòng hào hoa và tráng kiện... của cả nền thơ kháng chiến" (sdd).

Hơn hai mươi năm rồi thi sĩ Quang Dũng đã về với cái thế giới "người muôn năm cũ," những đồng đội cựu binh Tây Tiến của thi sĩ, cứ đến ngày kỷ niệm hằng năm lại gặp nhau, và mỗi lần lại càng thêm thưa thớt. Thời gian vẫn cũ mòn cùng với cái việc trôi chảy lở bồi của nó. Nhưng dẫu cho những mái tóc bạc ấy có thêm phần vắng vẻ đi, thì những mái tóc xanh mỗi ngày lại lớn lên cùng với sự nuôi nấng màu mỡ của bao lớp tầng vỉa phù sa văn hóa của người xưa gởi lại đắp bồi.

"Thương nhớ ơ hờ, thương nhớ ai?/ Sông xa từng lớp lớp mưa dài!" Ai đó - những người bạn của tôi, thường mỗi khi có dịp lang thang giữa quê hương Quang Dũng, chừng như niềm cảm xúc lên tiếng đã vượt ra ngoài một "Tây tiến," mà mênh mang hơn, thăm thẳm vời vợi xao xuyến hơn. Tôi cũng đã nhiều lần ngâm tràn nỗi nhớ se sắt như thế mỗi khi có dịp hành hương giữa xứ Đoài mây trắng.

Mây trắng thì ở đâu mà không mây trắng, nhưng ở xứ Đoài dường như là thứ mây trắng có linh hồn. Bởi thường mỗi khi đi dưới bầu trời thênh thênh xanh um bóng núi Ba Vì ấy, là từ mây trắng dặt dìu gọi tên, hay từ đâu huyền nhiệm vô thức, trí nhớ tôi lại cứ vỡ tràn ra: "Sông Mã xa rồi Tây Tiến ơi!"

Nguyễn Nhã Tiên

LÊ HỨA HUYỀN TRÂN
ÁNH TRĂNG CỦA TÔI

Lúc nhỏ, mỗi khi đến Trung Thu, em và tôi thường hay lấy những cái lon sữa mà người ta bỏ đi, nhờ ba khoét giùm những lỗ. Sau đó, khéo léo để một cây thạp lạp vào, lại cẩn thận móc vào một cành cây thế là được cái lồng đèn. Xóm tôi là một xóm lao động nghèo, nhưng chúng tôi là những đứa trẻ luôn hài lòng với những gì mình đang có, nên dù là một chiếc lồng đèn tự tạo cũng làm chúng tôi vui suốt đêm ngày. Lũ trẻ chúng tôi luôn háo hức những ngày Trung Thu, lúc ấy từ bận chiều chúng tôi sẽ ngồi chờ chú khu vực trưởng tới từng nhà, hỏi từng gia đình nào có con nhỏ, ghi tên lại và cho cái hẹn đến tối sẽ tới nhà văn hoá xếp hàng lĩnh quà bánh.

Món quà khi ấy chỉ là một chiếc bánh trung thu nhỏ bán đầy ngoài chợ, vài chiếc kẹo thêm một ly nước ngọt be bé nhưng lại làm chúng tôi thích mê. Trễ hơn nữa chúng tôi sẽ đi theo những đoàn lân, nghe nhịp trống đập liên hồi, người và người nối đuôi nhau như trẩy hội. Khi thấm mệt và khi nghe tiếng trống lân chỉ còn là những khoảng ồn ào ở tít đằng xa khi xe lân qua xóm khác, tôi và em tôi thường sẽ cùng những chiếc đèn lồng tự tạo ra ngoài ruộng chơi với bầy đom đóm. Chúng tôi thường sẽ tìm những góc tối, vì chỉ ở trong bóng tối thì những ánh sáng mới hắt ra rõ ràng hơn. Có khi lồng đèn của chúng tôi là những chiếc chai thuỷ tinh để đầy đom đóm. Có khi là những lon sữa bỏ thạp lạp vào, lại có khi là những chiếc lồng đèn giấy

Em nhỏ hơn tôi một tuổi nhưng từ bé nó đã tỏ ra trưởng thành và chín chắn hơn tôi. Trong khi tôi còn thích mê với những chiếc kẹo dừa thì nó đã biết dành phần bánh trung thu cho ba đi làm đến nửa đêm mới về, và vài chiếc kẹo trong bịch bánh ít ỏi của mình cho mẹ đương dọn gánh hàng ngoài chợ. Tôi còn nhớ Trung Thu năm tôi vào lớp Tám, khi ba dành dụm tiền mua được cho hai đứa một chiếc đèn Trung Thu. Đó là một chiếc đèn chạy pin, bật lên ánh sáng nhấp nháy và tiếng nhạc vui tai hình con sư tử. Dĩ nhiên đó là món quà mà mọi đứa trẻ đều thích mê, cả hai chúng tôi đều háo hức nhưng chỉ có một cái nên hai đứa đều giành. Lúc đó ba mới nhỏ nhẹ nói với tôi:

-Của hai chị em, nhưng em bé hơn nên con để em cầm một lúc, nhường nhịn em đi con. Rồi lát em đưa con ngay mà.

Thế nhưng, tôi lại dỗi vì cho rằng ba thiên vị, mà không chịu hiểu tôi là chị nhưng lại đánh mất đi sự nhường nhịn và yêu thương em của mình. Lúc đó, em nói với ba:

-Thôi ba để chị chơi trước, con không thích chơi đèn lắm đâu – Rồi nó quay sang tôi – Chị lại lấy này.

Tôi ngày ấy không nghĩ gì vội cầm lấy, mà mãi sau này tôi mới biết vì em muốn nhường cho tôi. Nó cũng rất thích chiếc đèn lồng ấy, bằng chứng là đến độ vài ngày sau thì nó vẫn cầm đi súng sính mãi không thôi, lại còn hát reo vui ra chiều thích lắm...

Những năm cấp ba, gia đình chúng tôi gặp nhiều biến cố, mẹ bệnh nặng nằm liệt giường, gánh nặng đè lên vai ba. Mỗi bữa ăn là những bữa đói bữa no, ngay cả một ngày trung thu cũng là xa xỉ. Trong căn nhà cấp bốn khi ấy chỉ là những tiếng ho đêm của mẹ, bóng dáng cao to của ba tôi đi làm về đầy mệt mỏi và tiếng đấm lưng cho ba đều đều của bé em. Có năm, mẹ được cô trong xóm cho một chiếc bánh trung thu khá ngon: đó là một chiếc bánh nom khá đắt tiền với đầy đủ trứng muối, thịt nguội và đủ nhân mà tôi không biết rõ. Đối với gia đình tôi khi ấy, đó là một thứ xa xỉ phẩm, là một món ăn ngon nhìn đã thấy thèm. Đêm trăng tròn năm ấy, ba cắt miếng bánh ra làm bốn, trong khi tôi ngấu nghiến phần ăn của mình đã không để ý, phần bánh ba không ăn để dành cho mẹ, mẹ lại lén giấu phần mẹ hôm sau bỏ vào cà mèn cho ba đi làm... Và bé em cứ ép ba mẹ ăn phần của nó vì nó ngấy những bánh trung thu người ta cho đầy thịt mỡ...

Khi bắt đầu thấm thía hoàn cảnh của gia đình, tôi và em mỗi người đều đưa ra những sự lựa chọn khác nhau để cố gắng. Trong khi tôi quyết tâm để dành học bổng vào đại học, chọn con đường học để mong có ngay đổi đời thì em tôi quyết định nghỉ học để bắt đầu bươn chải với đời sớm hơn. Dĩ nhiên ngày ấy quyết định của nó không được ba mẹ tôi chấp nhận và dường như chỉ có tôi khi ấy là biết rất rõ lựa chọn của em mình nhưng với những lý do nó đưa ra, tôi chỉ có thể im lặng. Tôi còn nhớ rất rõ khi ấy là Trung Thu, cả hai chúng tôi đều đã cầm trên tay tờ giấy trúng tuyển chỉ chờ ngày nhập học. Vì tôi học muộn một năm nên bằng lớp em tôi.

Em quyết định không học đại học.

Học rồi có công việc tốt chứ không học rồi sau này ai nhận vào làm. Đâu phải ai cũng thành công bằng con đường đại học. Nhưng hơn nữa, em đã tính rồi. Nếu em học thì trường ấy học phí khá đắt đỏ, sinh hoạt trên phố lại tốn kém, một tháng còn chưa chắc được kinh tế nhà mình chứ đừng nói đến một năm.

Rồi như chợt sợ tôi có cùng suy nghĩ nó vội trấn an ngay: Hơn nữa, từ nhỏ em đã không có giỏi bằng chị, học đâu có vô, đi học chi cho uổng.

Rồi nó cười hi hi.

– Bù lại, em có thể thay ba má "nuôi" chị ăn học, rồi sau này chị trả em tất là được.

Không phải vì tôi ích kỷ muốn được tiếp tục việc học của mình mà vì tôi biết rõ hoàn cảnh gia đình của tôi khi ấy đúng là chỉ được chọn một và cả việc một khi em tôi đã đưa ra quyết định thì rất khó để thay đổi. Tôi vẫn còn nhớ đêm Trung Thu năm ấy, ánh trăng rơi ướt áo tôi.

Em tôi đi làm, còn tôi đi học đại học. Nó nói là làm, nó đi làm để "nuôi" tôi thật, dù tôi cũng tranh thủ đi làm thêm như phụ quán nhưng số tiền chính vẫn là nó thay ba má gánh cho tôi. Những đêm hai chị em ngồi trong phòng trọ, nó thường thủ thỉ: "Em chỉ mong sao chị học thật tốt rồi có được công việc tốt đãi em bữa bánh Trung Thu no nê." Trung Thu trên phố của chị em chúng tôi là những ngày chỉ nhìn thấy ánh sáng hắt lại của trăng rằm bởi những tòa nhà chọc trời che khuất.

Sau khi tốt nghiệp, vì học bổng và các được thầy cô chuyên khoa giới thiệu, tôi được nhận vào một công ty lớn và bắt đầu cải thiện dần cuộc sống. Qua nhiều năm, tôi bắt đầu đón được ba mẹ lên ở cùng và tôi cũng vẫn nhớ cái Trung Thu đầu tiên khi cả gia đình tôi quây quần trong căn nhà mới trên phố. Dẫu không thể thấy ánh trăng to như ở quê, dẫu tiếng trống lân chỉ là những điều trong hồi ức vang vọng đâu đó, nhưng tôi đã mua được một hộp bánh trung thu đắt tiền về để đãi ba mẹ, và cả em. Lúc cắt bánh ra, em vẫn luôn nói những điều tự hào về tôi:

-Ba má thấy không, con biết là sẽ có ngày chị sẽ mua cho nhà mình hộp bánh thiệt to như ngày nhỏ con vẫn hay đòi.

Tôi chỉ biết im lặng, em tôi lúc nào cũng thế, trong khi chính nó mới là ánh trăng động lực soi sáng đời tôi.

Lê Hứa Huyền Trân

không của cải vật chất
cũng trống rỗng tinh thần
chết rồi đời sạch bách
không bài vị, mộ phần

ta một đời lười biếng
vẫn dài thời thong dong
từ nhỏ cho đến lớn
mấy năm lính long đong

cận kề chết vẫn sướng
có đàn em đỡ đần
cơm nước đào hầm hố
mang luôn đồ cá nhân

súng ống chỉ ngắn ngắn
nhỉnh hơn cái lừng khừng
thích đi nên dẫu lội
tới đâu cũng vui chân

ta hơn cha, không có
sào mẫu vườn ruộng nào
ngoại trừ hương thôn dã
vụng đụng vào ca dao

lạc quan mong chín chục
đời ta vẫn như vầy
dẫu viết đi chép lại
cũng chỉ bấy nhiêu đây

NGUYỄN THỤY
HANG NGƯỜI

1.

Không biết đây là lần thứ mấy thằng cu Vàng (tên khai sinh là Trần Văn Việt Hòa) bị mẹ đánh đòn vì cái tội trổ mái nhà, leo lên nóc đứng cho cao hơn mặt đường phía trước. Bởi khi đứng trước cửa nhà, dù có cố nhón gót cách mấy nó vẫn còn thấp hơn mặt đường cỡ một cái đầu! Thật ra, khoảng chênh lệch đó cũng do trước đây nền nhà nó vốn đã thấp nhất xóm, còn chiều cao của bản thân nó thì lọt dưới chuẩn của Tổ Chức Y Tế Thế Giới! Mỗi lần nâng đường thì người người, nhà nhà lại nâng nền đội mái lên theo, chỉ có nhà nó là vẫn bình chân như vại ở cuối xóm.

Sau khi trải qua mấy đợt nâng đường nhà nó đã lọt thỏm dưới vệ đường, quanh năm nghe tiếng nước cống chảy róc rách và mùi ống cống xộc vào từng ngõ ngách của gian nhà chật hẹp. Mỗi khi mưa lớn hoặc triều cường chỉ ở mức cảnh báo cấp 1 thì nhà nó đã "vượt mức báo động cấp 3"! Những lúc đó, nước từ trên đường tràn xuống, từ dưới cống và các hố ga dâng lên, hòa thành thứ nước đục lờ hôi hám ứ đọng trong nhà nửa ngày trời chưa chịu rút. Chị em nó thay phiên nhau ngồi trên ghế cầm cái thau nhựa nhỏ tát nước ra ngoài cửa, nhưng cứ tát ra bao nhiêu thì nước lại dâng lên bấy nhiêu bởi đường cống không kịp thoát, lại thêm rác thải, bùn sình tụ bạ lâu ngày gây ra tắc nghẽn.

Hiếu động và tinh nghịch như bất cứ thằng nhóc nào, nó chỉ cần đặt cái ghế nhỏ lên cái ghế lớn đã kê sẵn trên bàn, "phóng" lên đầu tủ, bước qua mấy cái nẹp gỗ đóng vách rồi lên sát mái nhà. Tiếp theo, một tay neo người, một tay vẹt tấm "tôn" lợp rỉ sét đã bị bẻ quặt một góc lên trên, chui lên mái, bò lên nóc nhà như làm xiếc! Đó là một trong những chỗ hứng nước mưa của bà ngoại nó và cũng là cổng trời của nó. Hành trình đó lặp lại thường xuyên, mòn nhẫn như đường đi của loài kiến, một con kiến vàng con, nhỏ nhoi trong quầng sáng chói lòa mà nó đã đi tìm.

Cổng trời của cu Vàng, chú bé con đang tuổi học lớp Sáu, là nơi nối liền giữa không gian màu khói trong nhà và bầu trời trong sáng trên cao. Mặc dù tầm mắt có bị giới hạn bởi bức tường cao chót vót của nhà bên cạnh và những cao ốc gần đó nhưng nó vẫn cảm nhận một không gian khác vô cùng quyến rũ đã trở thành nhu cầu bức thiết mỗi ngày đối với nó. Ở đó nó không còn phải chịu đựng cái cảm giác tù túng, ngột ngạt, được tự do hít thở bầu không khí trong lành, nhìn ngắm mọi thứ từ trên cao. Và hơn hết, nó có thể vượt lên khỏi cái lề đường dựng đứng trước cửa và con dốc bất đắc dĩ đổ xuống từ thềm nhà bên cạnh. Những thứ đó đã vô tình biến nhà nó thành một cái hang hay một cái gì đó tương tự.

Sau khi giắt cây roi bằng nhánh trứng cá lên vách, cô Tần dặn thằng con út:

-Lần này là lần chót, nghe chưa! Còn tái phạm là má nhốt mày ở trên nóc nhà luôn! Nhớ nhắc chị nấu cháo sớm cho ngoại ăn để còn uống thuốc.

Muộn chồng nên đã gần năm mươi mà ba đứa con của cô Tần chỉ mới ở tuổi chua chanh chát khế. Đứa con gái đầu lòng sắp mười lăm tuổi, thằng trai kế mười ba, cả hai đứa đã nghỉ học, chỉ thằng Vàng là còn đi học vì được học bổng của trường đến hết cấp hai. Trong lần bị tai nạn lao động, chồng cô đã không qua khỏi, để lại cho cô bầy con nheo nhóc và món tiền bồi thường chỉ đủ để trả nợ.

Một thân một mình bươn chải nuôi con và phụng dưỡng mẹ già, cô Tần cứ quần quật như cái máy không lúc nào ngưng nghỉ. Đã có lúc cô muốn buông xuôi tất cả, nhưng khi nghe mấy đứa con nói chuyện, gọi nhau bằng những cái tên mộc mạc mà cha chúng đã đặt cho, như ba điều ước của đôi vợ chồng nghèo, cô nhớ đến chồng và mỉm cười trong nước mắt. Cô lại tất tả một mình trên con đường mà số kiếp đã định, hết lòng tận tụy, hy sinh vô điều kiện cho cái gia đình yếu thế, cam chịu của cô, vì đó là người sinh ra cô và những người cô đã sinh ra.

Hàng ngày chưa đến 3 giờ sáng cô đã thức dậy, nhẹ nhàng quơ lấy cái áo khoác cũ mềm và cái nón vải đã phai đến độ không thể nhớ chính xác nó đã từng là màu gì! Cô rón rén mở cửa rồi khép lại, đến bên vòi nước ngoài hiên rửa mặt, súc miệng, bươn bả leo lên con dốc để ra đường. Cô phải ra chợ sớm để xếp hàng thuê xe kéo rồi sau đó kéo hàng, khiêng vác từ các xe tải về kho bãi cho đến sáng.

Trước đây cô làm xuyên đêm nhưng do lâu ngày các khớp xương trở nên rệu rã không thể tiếp tục được nữa, cô chuyển sang kéo hàng cho mấy sạp, quầy và cửa tiệm tạp hóa trong chợ, chủ yếu trong khoảng nửa đêm về sáng. Hàng nhẹ, đường gần hơn, tiền công cũng ít hơn nhưng có còn hơn không! Sau khi trừ tiền thuê xe kéo, mỗi ngày cô cũng kiếm được một ít để "đầu tư" cho nồi cháo lòng mà cô sẽ bán dạo trên khắp đường phố, ngõ hẻm, ở những quán cóc, gốc cây của cánh xe ôm hay ngoài hàng rào bệnh viện...

Sáng về nhà, chỉ nghỉ ngơi một lát là cô bắt tay vào cùng với con Tiền sơ chế các thứ đã mua. Khi nấu xong nồi cháo bắc lên xe đẩy là đã sắp tới giờ người ta ăn trưa, đến lượt thằng Bạc phụ má đẩy xe lên dốc rồi đi theo bưng cháo, rửa tô... Cuộc mưu sinh đường phố của hai mẹ con dài ngắn, nắng mưa bất kể, có khi xế chiều đã bán hết, có khi ế ẩm đến tối, thậm chí đến khuya. Thương má, thương em, Tiền cứ xin đi bán với má nhưng cô Tần không muốn con gái lớn phải dầu dãi ngoài đường. Cả thằng Bạc cũng sớm biết nghĩ nên giành đi bán với má để chị ở nhà, nó nói như nó là anh cả của con Tiền:

-Ngoài đường đủ hạng người, chị khờ quá ra ngoài mất công lo!

Ở nhà chăm sóc bà ngoại, dọn dẹp nhà cửa, lo cơm nước, giặt giũ cho cả nhà và vô số việc không tên khác, Tiền cũng đủ già hơn độ tuổi mười lăm của nó! Dù đã ra dáng thiếu nữ lắm rồi nhưng nó vẫn chưa hay mình đang sắp trở thành một ai đó, với tóc dài chấm vai, dáng gầy cao và đôi mắt tròn xoe của mẹ, nụ cười rạng rỡ của cha, còn vẻ nguyên sơ ẩn dấu bao điều bí mật kia là của riêng nó. Tiền vô tư, đơn giản, hồn nhiên với tất cả và không cảm thấy thiếu thốn thứ gì khi bên nó luôn là những người thân yêu nhất. Cả ngày nó chỉ trông thằng Vàng đi học về, đem truyện Đô-rê-mon mượn của bạn để xem ké rồi hai chị em bàn luận, cười ngặt nghẽo làm bà ngoại cũng cười theo.

Tiền ngủ với bà ngoại trên chiếc giường duy nhất trong nhà. Từ lâu nó đã quen với mùi dầu nóng trên người ngoại, quen cả tiếng ngáy, tiếng thở mệt nhọc và những câu nói mê của ngoại. Hầu như lần nào ngoại cũng gọi tên của má nó, rồi rì rầm, than thở điều gì đó mà may ra chỉ có má mới hiểu được đôi ba câu.

-Ngoại biểu má đừng đi... Không biết ngoại nghĩ má sẽ đi đâu nữa!

Lần khác:

- Tần à, mai dỡ chà... nghe...

Đó là hồi má còn nhỏ ở dưới quê, má phải phụ lo cơm nước cho cánh dỡ chà bắt cá ở khúc sông trước nhà ngoại.

Rồi bữa nọ ngoại khóc thút thít:

-Đắng, đắng lắm!

Chắc ngoại nằm mơ thấy má ép uống thuốc. Ngoại cứ bệnh rề rề, bệnh già, đau chỗ này, nhức chỗ kia, răng lung lay, tay chân tê lạnh... Những viên thuốc do "bác sĩ" phạc-ma-xi nghe má diễn tả rồi làm thinh chẩn bệnh bốc thuốc, chỉ đỡ một hai hôm rồi đâu lại hoàn đấy!

Ba cái võng giăng nối đầu thành hình tam giác giữa nhà, đó là chỗ ngủ của ba người còn lại. Nằm võng suốt nhìn lưng ai cũng cong cong, nhất là cô Tần. Cái dáng cao cao, gầy gầy đã truyền lại cho con Tiền, nên bây giờ cái lưng cô tha hồ cong! Cong như đoạn bắt đầu những khúc quanh của đời cô, những khúc quanh không chỉ làm cô điên đảo mà còn làm mấy đứa con nhỏ của cô cũng bị ngả nghiêng theo. Sự thắt ngặt, nghiệt ngã của những khúc quanh đó đã thành những mối dây xiết chặt cuộc đời cô vào những tảng đá, những vực sâu vô phương gỡ thoát.

Tiếng trở mình liên tục của ngoại trên chiếc giường cũ kỹ làm mọi người khó đi vào giấc ngủ sâu. Đã vậy đêm nay lại oi bức hơn hẳn mọi đêm, tiếng võng đưa cót két, tiếng quạt giấy phành phạch, mùi cống rãnh bốc lên... càng thêm bứt rứt. Cây bàng nhỏ bên vệ đường thường khi vẫn nghe xào xạc lá giờ cũng im lìm như không còn tồn tại.

-Má, bắt đầu ngày mai con không ngủ ở nhà nữa!

Giọng thằng Bạc nghe lạ lùng như của ai khác vì nó đang vỡ tiếng, mà cũng vì nó vừa đưa ra một quyết định bất ngờ và hoàn toàn không phù hợp với một thằng bé mới mười ba tuổi. Cái giọng bình tĩnh, thản nhiên như của người lớn làm cả nhà lặng đi trong cái lặng của đêm hè nặng nề tịch mịch.

Cả nhà đang lơ mơ ngủ bỗng tỉnh rụi. Cô Tần hoảng hồn ngồi bật dậy trên võng, cả cu Vàng cũng chới với, không ngờ chuyện thằng anh nói với nó bữa hổm, căn dặn nó giữ bí mật giờ lại tuyên bố công khai với cả nhà trong khi nó còn chưa biết phải xử trí thế nào.

-Mày biết mày mới nói gì không Bạc?

-Con không ngủ ở nhà nữa, ngộp lắm!

-Trời ơi! Ai xúi biểu rủ rê mày? Không ngủ ở nhà rồi ngủ ở đâu? Ai chứa mày hả con?

Giọng thằng Bạc vẫn tỉnh bơ:

-Thì ban ngày con vẫn đi bán cháo với má mà! Con chỉ đi ngủ chỗ khác thôi, sáng về.

-Nhưng tại sao phải như vậy? Chỗ khác là chỗ nào? Biết bao người không nhà cửa còn phải ngủ ở lề đường sạp chợ kia kìa!

Thằng Bạc không trả lời, chị hai Tiền chêm vô:

-Chắc là chỗ anh em ông Khanh đó má!

Thấy thằng Bạc làm thinh không cãi, cô Tần điếng hồn. Thằng Khanh nhà ở đầu đường mới vừa ra tù mấy tháng nay vì dính tới một vụ ma túy. Thằng Lữ vừa vô trại giáo dưỡng vì đâm thầy giáo bị thương, cha mẹ nó phải chạy chọt khắp nơi mới được bảo lãnh về nhà. Thằng Bạc mà giao du với anh em nhà đó thì coi như xong, không hiểu bọn chúng dụ dỗ nó bằng mồi gì mà dám đòi bỏ nhà đi ngủ bụi!

Dù cô Tần đã dùng hết cách để răn đe, dỗ dành, năn nỉ... suốt mấy ngày liền, nhưng thằng Bạc chỉ chậm lại một chút thôi. Vài hôm sau, những đêm chập chờn hụt hơi trong cái hang ẩm thấp, nồng nực mùi nước thải tù đọng đã không có nó nữa.

Đêm với cô Tần bỗng lại dài lê thê, nghe tiếng ho của bà ngoại, tiếng trở mình đập muỗi của con Tiền, nhìn sang thằng Vàng nằm co trên võng, dường như bao nhiêu nước mắt còn lại trong cuộc đời đã chắt hết ra, tràn lan trên hai gò má nhô cao. Không biết trong cái nhà này sẽ còn xảy ra điều gì nữa đây?! Một nỗi sợ hãi mơ hồ chợt dấy lên trong lòng, cô quyết tâm phải dùng biện pháp mạnh với thằng con lì lợm kia. Nhưng biện pháp gì thì nhất thời cô cũng chưa nghĩ ra!

Ban ngày thằng Bạc vẫn về đúng cái lúc cô Tần đẩy xe cháo lòng lên dốc, và đi bán với má đến hết hàng rồi lặn đâu mất. Những hôm bán ế, nhìn gương mặt buồn hiu và cái lưng cong của má vừa đẩy vừa ghìm xe cháo xuống con dốc để vào nhà, Bạc cũng phụ một tay mà lòng nó nặng trĩu. Nó không biết phải nói gì, làm gì, khi việc bỏ nhà đi đêm của nó đã làm má buồn nhiều đến thế. Nhưng nó đã quá chán cái cảnh đêm đêm nằm cong trên võng, quá sợ cái mùi như chuột chết phải hít thở mỗi ngày, và nhất là phải chấp nhận tất cả những thứ đó vây chặt lấy những người thân yêu nhất của nó.

Mẹ thằng Khanh nói với cô Tần:

-Nó ngủ nhà tôi chớ đâu, bà đừng có lo chi cho mệt!

Lo lắng đã đành, trong lòng còn thêm nỗi sợ muốn chết! Gánh nặng mưu sinh cuốn phăng từng ngày đến tối tăm mặt mũi, sợ mà không biết phải làm gì ngăn chặn cho điều sợ hãi đừng xảy ra thì nó xảy ra thật.

Chỉ khoảng một tháng sau thằng Bạc bị công an phường tóm gáy, bắt quả tang vận chuyển mấy tép heroin cho đám người đang nhảy nhót điên cuồng trong một ngôi biệt thự.

Cô Tần rụng rời tay chân nhìn thẳng con cúi gằm mặt leo lên xe để tới trại giáo dưỡng dành cho trẻ vị thành niên. Thằng Bạc không dám nhìn má lấy một lần, lòng cô đau như thể có ai cầm dao cắt nát ruột gan.

Cô Cam, cán bộ Hội phụ nữ phường nắm tay cô an ủi:

-Ở hoàn cảnh chị thì nên mừng mới phải! Vô đó cháu nó sẽ được học văn hóa, học nghề, sau này sẽ có công ăn việc làm tử tế, chị cứ yên tâm.

Cô Tần gạt nước mắt trở về nhà. Chưa bao giờ đường về nhà lại dài đến thế, thân xác mệt mỏi rã rời đến thế! Vừa đến đầu con dốc, vì mải nghĩ đến thằng Bạc, cô bước hụt chân té sấp mặt xuống đất. Cố nén đau, cô lồm cồm ngồi dậy ôm mặt bước khập khiễng vô nhà. Nhìn cái võng của thằng Bạc trống không với đôi dép tổ ong đứt quay gần hết xếp ngay ngắn dưới lưng võng, nước mắt cô lại tuôn rơi. Bà ngoại trở mình, khó nhọc ngồi dậy nhìn cô với đôi mắt lúc nào cũng như ngân ngấn nước của bà:

-Sao chảy máu mũi rồi? Lại đây má lau cho.

Lần đầu tiên sau hàng mấy chục năm trời, khi đã đến tuổi xế chiều, cô Tần gục đầu vào lòng mẹ khóc rưng rức. Bao khổ ải đắng cay, bao cô đơn buồn tủi suốt một đời những tưởng đã vùi sâu, chôn kín, đã chai sạn, đã thành đá để cô đủ dũng cảm và sức mạnh làm điểm tựa cho cả nhà, giờ đây trong đôi cánh tay run rẩy của mẹ già tất cả vụt trào dâng, tuôn đổ như thác nguồn nhấn chìm cô trong khổ đau và bất lực.

Người mẹ già nua đau ốm của cô còn biết làm gì hơn, lặng im ôm con gái mình vào lòng, ôm cả từng cơn nức nở của nó và ngửa mặt thầm khóc với cao xanh.

2.

Cô Tần đi thăm thằng Bạc đâu được vài lần thì bà ngoại mất.

Đêm đó cũng một đêm nóng bức hầm hập, con Tiền ôm gối ra nằm cái võng của thằng Bạc đong đưa mãi tới gần sáng mới ngủ thiếp đi. Chưa được bao lâu nó đã mở choàng mắt vì tiếng kêu thất thanh của cô Tần. Thằng cu Vàng cũng hết hồn loay ngoay như cua bò trên võng.

Người bà, người mẹ, từ lâu lặng lẽ như cái bóng bên con cháu, giờ đây đầu tóc, áo sống gọn gàng, tấm mền mỏng kéo lên ngang ngực, hai tay chắp trên bụng, nằm ngủ yên lành như chưa hề ốm đau bệnh tật, chưa hề chịu đựng những cơn đau tận trong xương. Bà ra đi thật nhẹ nhàng, như chiếc lá bàng khô rụng ngoài kia.

Căn nhà giờ đây càng vắng lặng hơn bao giờ hết. Cô Tần vẫn lao lung khuya sớm với công việc hàng ngày và xe cháo lòng cùng với con Tiền rong ruổi đến tối mịt mới về. Thằng cu Vàng ở nhà một mình, ngày nào cũng ăn cháo thay cơm, có khi cháo ế về khuya để đến sáng lót lòng đi học. Không sữa, không bánh, không quần áo mới, không được đi chơi, không có ai để nói chuyện... Vậy mà nó vẫn đứng nhất lớp, luôn vượt trội với các môn khoa học tự nhiên. Cu Vàng lại có năng khiếu đặc biệt về môn cờ vua và đã giành giải nhất trong cuộc thi cờ khối lớp Sáu do trường tổ chức.

Cô Tần hứa sẽ thưởng cho thằng con trai út một cái cặp mới nhưng nó nói cuối năm sẽ có phần thưởng có thể sẽ có cái cặp, nên bây giờ nó xin má dành tiền đó dắt hai chị em đi thăm anh Bạc, một lần thôi cũng được! Cô Tần nghẹn ngào gật đầu, thằng út Vàng mừng rỡ nhảy tưng tưng, còn con Tiền lặng thinh ngó ra ngoài con dốc ẩm ướt đang thả những chiếc lá bàng khô bay xuống trước cửa nhà.

Trong đầu Tiền đang còn chập chờn, lởn vởn một đôi mắt, một cái nhìn đầy ám ảnh. Hôm nay lúc dừng xe cháo trước ngôi nhà bốn tầng có trồng một giàn gấc đầy trái chín trong sân và nhiều chậu hoa rất đẹp, trong lúc má múc cháo vào cái gà-mên cho một bà có vẻ là người giúp việc, Tiền bất chợt bắt gặp ánh mắt lạ thường của người đàn ông phía sau khung cửa sổ đang đăm đăm nhìn nó. Trong khoảnh khắc, một cảm giác kỳ lạ chưa từng có hoàn toàn xâm chiếm Tiền. Nó nhìn sững vào gương mặt ấy, lùi bước đến sát bên cạnh má. Rồi gương mặt biến mất sau một nụ cười, tấm màn cửa màu trắng ngà buông xuống bất động như chưa từng được vén lên trước đó chừng một phút.

Hai chị em cu Vàng đã không còn cơ hội được má đưa đi thăm anh Bạc.

Đêm trước cùng với con Tiền đi bán về khuya vì cháo ế, cô Tần vốn mất ngủ triền miên lại buồn rầu nên càng khó ngủ. Cô dậy sớm hơn mọi khi, ngồi nhìn các con một hồi rồi rời nhà để ra chợ. Khi gắng sức bưng một thùng chứa đầy bình nước xả vải loại 2.800 ml, cô đã ngã quỵ trên thùng hàng và bất tỉnh. Vài người bốc vác quen biết lâu năm đã bỏ việc làm hôm đó để đưa cô vào bệnh viện cấp cứu.

Người phụ nữ bạc số ấy đã không tỉnh dậy lần nào, cứ thế âm thầm ra đi như vẫn thường ra đi mỗi khi trời rạng sáng.

Chị em con Tiền ngơ ngác, chưa kịp hiểu điều gì đang xảy ra với chúng khi má không còn trở về trong căn nhà hiu quạnh. Chúng như đang trôi trong một giấc mơ lạc loài hoang vắng. Khi bừng tỉnh để nhận biết thực tại và hiểu rằng từ nay má sẽ không còn bên cạnh, không còn gặp lại, không còn được má ôm vào lòng để hít sâu mùi má, mùi của lam lũ yêu thương, của sớm khuya chăm bẳm, má đã chết rồi... chúng mới kêu gào hoảng loạn như những con chim non vừa rơi ra khỏi tổ, rơi khỏi lòng mẹ bao dung...

Vậy là từ nay chỉ còn một mình Tiền trên những ngả đường với chiếc xe cháo lòng đã vơi bớt phân nửa, hương vị nồi cháo thì càng vơi đi nhiều hơn! Nó nhớ rất rõ những công đoạn má làm, nêm nếm y chang nhưng không hiểu sao vẫn nấu không ra cái vị ngon hàng mấy chục năm của má. Những khách quen hiểu rõ hoàn cảnh cũng nhiệt tình ủng hộ con nhỏ một thời gian nhưng rồi nồi cháo vẫn thường xuyên ế chỏng ế chơ, bếp lửa để ủ nóng cho nồi cháo âm ỉ đến mỏi mòn rồi cũng tắt ngấm. Cháo lòng lang thang của cô Tần đã mai một, thất truyền trong sớm tối!

Hội phụ nữ phường quá nhiều việc để làm nhưng cô Cam và các chị em vẫn ưu tiên trường hợp của gia đình cô Tần, bây giờ chỉ còn hai đứa nhỏ không người nuôi dưỡng. Mức trợ cấp xã hội cho trẻ mồ côi dưới 16 tuổi cùng lắm chỉ đảm bảo nhu cầu sống tối thiểu, còn những vấn đề bức thiết khác phải tìm cách giúp đỡ, hỗ trợ chúng thôi!

Cu Vàng đang được hưởng học bổng của trường lại là học sinh giỏi toàn diện nên chưa phải lo lắm về khoản học phí và dụng cụ học tập. Một gia đình Việt-Anh hiếm muộn hiện là giáo viên thỉnh giảng của Trung Tâm Ngoại Ngữ thuộc trường đang tiếp cận, tìm hiểu nguyện vọng của cậu bé, nếu thuận lợi sẽ xúc tiến thủ tục nhận con nuôi.

Còn Tiền, khổ cái là đã dang dở học hành từ hồi chưa xong lớp năm nên chỉ có thể theo học nghề lao động phổ thông. Nếu muốn nó có thể học bổ túc văn hóa song song với học nghề do cơ sở đào tạo của Trung Tâm xúc tiến việc làm kết hợp với Hội phụ nữ mở tại địa phương, học phí sẽ do Quỹ Bảo Trợ Trẻ Em VN giúp đỡ.

Lớp đào tạo nghề may gia công học ban ngày, lớp bổ túc văn hóa học ban đêm. Sau khi lo cơm nước cho em, Tiền cứ ngày bốn lượt đi về, nét vô tư hồn nhiên xưa kia đã dần biến mất, đôi mắt nó bỗng buồn thăm thẳm như của một người từng trải.

Một điều không ngờ là đường đến lớp lại đi ngang ngôi nhà có trồng giàn gấc hôm đó. Những trái gấc xanh pha ánh vàng xen lẫn trái chín màu đỏ cam rực rỡ làm Tiền cứ xuýt xoa, thầm nhớ món xôi gấc của bà ngoại mà mấy chị em nó rất thích. Tiền có vẻ đã quên bẵng chuyện người đàn ông sau khung cửa, hay ít nhất đã nhận ra sự vô lý của nỗi sợ hãi lúc đó!

Nhưng càng không thể ngờ, đôi mắt đáng sợ trong khung cửa đó một lần chợt nhìn thấy Tiền đi ngang qua và bắt đầu chờ đợi để nhìn thấy nó từng sáng, từng chiều. Hắn cũng đã nhiều lần giả như đi tập thể dục, theo sau Tiền cách một quãng ngắn rồi dừng lại ở phía bên kia đường, nhìn con bé đi xuống cái dốc nhỏ và mất hút trong đó.

Cho đến một buổi tối kia cũng vậy, hắn vẫn đi phía sau Tiền cách một quãng ngắn nhưng không có ý định dừng lại. Cô bé bước xuống con dốc ẩm ướt nước triều cường, mở cửa, bật đèn. Trong nhà nước đã dâng lên tới mắt cá chân, Tiền định tát bớt nước rồi mới đóng cửa. Nó biết có tát nước ra cũng vô ích thôi nhưng muốn làm để giết thời gian, để đỡ nhớ ngoại, nhớ má. Với lại hôm nay sau khi tan học cu Vàng có buổi thi đấu cờ vua trong trường, Tiền phải đợi em về để hâm nóng đồ ăn cho nó. Nhưng vừa để cái cặp xuống bàn, Tiền hoảng hốt quay lại vì nghe tiếng chân rột roạt hối hả khác thường trong nước.

Ngay lập tức, Tiền nhận ra gương mặt của người đàn ông sau khung cửa kia. Ánh mắt hiện giờ của hắn còn đáng sợ gấp ngàn lần hôm đó. Có lẽ cái cảm giác lạ kỳ chiếm lĩnh hồn xác Tiền hôm đó chính là một dự cảm bất an, điểm báo trước về một tai ương khôn lường mà nó phải đối mặt từ gã đàn ông. Tiền điếng người chôn chân trên nền gạch ngập nước, nó nói không ra hơi:

-Ông... ông vô nhà tôi làm gì? Đi ra đi, không tôi la lên đó!

Tên đàn ông không nói không rằng, vẫn với nụ cười của quỷ, hắn từ từ bước về phía con bé đang hoảng sợ đến hồn phi phách tán. Tiền cứ lùi dần về phía sau như đã lùi về phía má hôm đó. Khi gã bất ngờ lao tới, con bé thét lên:

-Má ơi! Cô bác ơi !Cứu con!

Gã ôm chặt người Tiền, bất kể nó vừa vùng vẫy la hét vừa cào cấu vào mặt vào cổ hắn:

-Vàng ơi! Vàng ơi! Cứu chị với Vàng ơi!!!

Nhưng không ai nghe tiếng kêu cứu thất thanh của Tiền vọng lên như từ dưới đáy hang. Giọng nó khản đặc, sức chống cự yếu dần trong khi gã kia càng lúc càng hung hãn. Hắn tát vào mặt Tiền liên tiếp mấy cái vì đã cào rách mí mắt hắn đến chảy máu lại còn cắn vào tay hắn khi hắn cố bịt miệng nó. Hắn xé toạc chiếc áo sơ mi trắng Tiền đang mặc, cả cái áo lót mỏng manh để lộ vùng ngực thanh tân của một bé gái vừa bước sang tuổi mười lăm. Tiền nhũn người, yếu ớt đưa tay che ngực. Hắn quật cô bé xuống nền nhà. Làn nước tù đọng dơ bẩn ngấm vào tóc tai thân thể cũng không làm Tiền ghê tởm bằng cái việc mà tên thú vật kia đang làm.

Cô bé ngất đi trong đau đớn, tủi hổ và căm giận tột cùng.

Sắp về đến nhà, thằng Vàng quay lại nhìn theo người đàn ông vừa đi ngang qua nó dưới ánh đèn đường. Trông ông ta như vừa từ địa ngục chui lên, lúc đi lúc chạy với một bên mắt đầy máu, quần áo ướt sũng. Bóng tối đi theo che phủ ông ta hay ông ta cố tình đi lẫn vào bóng tối dưới những tàn cây trên đường, chập chờn như một bóng ma!

Vào đến cửa nhìn thấy cảnh tượng bên trong, thằng Vàng buông cả sách vở rơi xuống nước, run lẩy bẩy chạy đến bên chị. Nó òa khóc vì tưởng chị đã chết. Tiền nằm thiêm thiếp dưới nền nhà, mực nước đục ngầu tanh tưởi mấp mé trên thân mình trắng xanh nhợt nhạt, một vạt tóc đen bết dính vắt ngang qua gương mặt. Nó nghe tiếng thằng Vàng khóc nên cố chống tay gượng ngồi dậy, níu lấy tấm áo rách phủ lên người...

Thân thể trong trắng và tâm hồn thuần khiết của một thiên thần đã bị vấy bẩn. Một trăm năm hay ngàn năm kết tinh từ ánh sáng của muôn vàn tinh tú, chất lọc từ vô số sắc hương kỳ vĩ trong vũ trụ, ký thác vào đó biết bao điều vi diệu để trái đất này xuất hiện một trinh nữ? Liệu sự trinh bạch bị tước đoạt bởi loài thú man rợ phải trả giá bằng bao nhiêu lần sinh mạng của chính nó mới có thể đòi lại công bằng?

3.

Phía trên căn nhà cũ ở cuối đường bây giờ là một nhà hàng sang trọng với bảng hiệu Lan Tần, ghép tên của ngoại và má. Việt Hòa đứng lặng dưới bóng cây bàng xưa giờ đã cao ngang những khung cửa sổ của tầng trên, những tán lá sum suê vươn tỏa dưới ánh đèn mờ ảo như những cánh tay của quá khứ đang muốn ôm choàng lấy anh.

Nhà hàng gồm hai tầng, tầng trên phục vụ rượu và các bữa ăn, tầng hầm dành cho cà-phê và các món giải khát. Những bàn ghế, quầy kệ, chai, ly... bóng loáng, sáng choang đập vào mắt làm Hòa chạnh nhớ gian nhà xưa ẩm thấp với không gian mờ đục lúc nào cũng như nhuốm màu khói.

Trong một thoáng, anh muốn mình trở về chính ngôi nhà ấy như thằng cu Vàng ngày xưa của má lúc tan trường, không phải một gã Việt kiều nào đó dù gã đó cũng đã phải trầy vi tróc vảy ở xứ người, để còn được nhìn thấy má, thấy ngoại và anh, chị của mình.

Cố nén niềm xúc động đang dâng trào, Hòa chậm rãi bước xuống những bậc thềm lót đá granite đỏ sậm xưa kia là con dốc nhỏ sình lầy mà mấy mẹ con lội lệt sệt trong những ngày triều cường hay mưa gió.

Trong tầng hầm, không khí vô cùng ấm cúng dưới những chùm đèn pha lê tỏa ánh sáng vàng óng như đang trong một cái hồ đầy rượu vang. Anh chọn chỗ ngồi gần cửa ra vào để quan sát trọn vẹn trong lòng ngôi nhà cũ đã thoát xác như một câu chuyện thần thoại. Sâu bên trong, chỗ gian bếp đìu hiu của má ngày xưa giờ là quầy bar lộng lẫy. Nơi đặt giường của ngoại là một bộ ghế sô-pha lớn đang được một gia đình ba thế hệ chọn lựa và đang order tíu tít. Chỗ để cái tủ nơi anh bước ra cổng trời xưa kia là lớp gạch đệm cùng màu với những bậc thềm ngoài cửa trước, đưa tới nơi bắt đầu của một cái cầu thang xoắn ốc ngoài trời nối với tầng trên và lên thẳng sân thượng.

Cô gái phục vụ đã mang cà-phê tới bàn của Hòa, nhưng ngay sau khi cô ta quay lưng thì anh đã đứng lên, đi về phía cầu thang và bước những bước chân cổ tích lên từng bậc thang đưa anh đến khoảng trời mơ ước cũ...

Trên sân thượng gió lồng lộng thổi, những chiếc lá bàng xanh thẫm xôn xao như bao lời hỏi han trìu mến. Trong tầm tay Hòa là chùm trái xanh bóng, cụm hoa trắng nhỏ li ti mà cây bàng đã từng hào phóng cho đi để một cậu bé nghèo làm quà sinh nhật cho cô bạn ngồi bên cạnh trong lớp học.

Ngày còn là một chú bé con khi đứng ở cổng trời thơ dại, chú bé chỉ đơn thuần là có cái cảm giác vui sướng được làm điều mình thích và ngây thơ bơi lặn trong niềm vui sướng ấy dù chỉ với thời gian ngắn ngủi trong ngày. Nhưng giờ phút này khi nhớ lại, anh biết cảm giác của cậu bé lúc ấy chính là niềm thỏa thuê của sự vượt thoát, vươn lên cao, được tắm gội, tự làm sạch mình trong không gian tinh khiết bao la, đầy nắng, đầy gió, những thứ hiếm khi lọt vào nhà anh lúc đó.

Những tòa nhà cũ đã bị che khuất bởi các cao ốc, các đỉnh tháp chọc trời mới mọc. Mặt đường và con dốc đã thấp sâu phía dưới nhưng giờ đây điều đó đối với Hòa thật vô nghĩa. Người ta có thể ở một vị trí rất thấp, điểm xuất phát có thể từ dưới đáy cùng, nhưng quan trọng đích đến là ở đâu và sẽ đến đó bằng cách nào.

Một lúc sau, Hòa vừa định xuống tầng tìm anh trai nhưng Bạc, Trần Văn Việt An, đã xuất hiện ngay trước mặt. Anh đã nhận ra và quan sát em trai mình từ lúc Hòa còn đứng bên ngoài dưới gốc cây bàng. Chỉ hơn Hòa có hai tuổi nhưng Việt An trông già hơn em mình hàng chục tuổi, vẫn là ánh mắt lạnh, buồn, sâu thẳm từ hồi còn nhỏ. An vòng tay ôm chặt đứa em ruột thịt, giữa cảm xúc đoàn viên vẫn nghe thiếu vắng, vẫn thấy xót xa, vẫn còn một điều gì đó đã mất đi vĩnh viễn... Hòa bật khóc như một đứa trẻ, như đứa em út bị má đánh đòn chạy tìm anh để được dỗ dành.

Những khoảng lặng vừa mênh mang vừa sâu thẳm khi nhắc về kỷ niệm thời nhỏ dại, sau khi ngoại và má lần lượt ra đi, ba chị em mỗi người mỗi ngả, tan tác như những chiếc lá xanh non bị ngắt lìa, thả bay trong gió lốc.

...

Ở trại giáo dưỡng, Bạc được học tiếp văn hóa, được dạy nghề thợ mộc trong hai năm và sau đó xin ở lại làm việc trong xưởng mộc của trường. Cũng tại đây Bạc đã học được nghệ thuật điêu khắc trên gỗ và nhận ra đó chính là niềm đam mê vô hạn của mình.

Thời gian cứ thế trôi đi, đến khi Bạc trở thành một thanh niên mười tám tuổi, nhà trường đã giới thiệu việc làm cho anh tại một xí nghiệp gia công sản xuất đồ gỗ mỹ nghệ.

Anh trở về sống trong ngôi nhà đầy ắp nỗi buồn với những day dứt, trăn trở mà cả đời chưa chắc đã nguôi ngoai.

Tiền đã bỏ đi trước khi thằng Vàng xuất ngoại với cha mẹ nuôi, nó biết em không đời nào để nó ở lại một mình sau tất cả mọi chuyện. Lúc đó hai đứa trẻ khờ khạo chỉ biết nhìn nhau mà khóc, chúng làm sao biết được cần phải làm gì khi không có ai ủi an, chỉ bảo. Chỉ đến khi cô Cam nghe tin Tiền nghỉ học nhiều ngày không lý do, sợ nó đau ốm gì đó, cô đến nhà thì mới hay cớ sự. Thoạt đầu Tiền không nói gì, kể cả thằng em cũng im thin thít, nhưng nhìn vẻ tiều tụy, thất thần của con bé, cô vừa tra gạn vừa dỗ dành, cuối cùng nó cũng òa khóc và kể hết với cô.

Cô Cam thay mặt Hội Phụ Nữ Phường đứng ra tố giác kẻ đồi bại kia, nhưng ngoài lời khai của hai chị em Tiền ra không có bất cứ chứng cớ gì hay dấu vết nào để buộc tội hắn. Thêm nữa, tiền bạc và thế lực của một cựu quan chức đã góp phần làm cho vụ việc vốn đã phát giác quá trễ bị phù phép tan thành mây khói. Cô Cam ứa nước mắt ôm lấy Tiền, sự việc bị công khai chỉ càng làm cho con bé côi cút tội nghiệp tổn thương nhiều thêm mà thôi!

Khi Bạc ra trại, trong một cơn phẫn uất anh đã tìm đến tận nhà tên khốn kiếp. Trước mắt anh là một nền nhà vẫn còn ngổn ngang gạch vụn, những mảng tường cháy xém nham nhở và một số người đang dọn dẹp. Hỏi ra thì tên bại hoại đó lại gây thêm một vụ xâm hại với cô gái giúp việc trong nhà. Cô này đã ra công an tố cáo hắn với đầy đủ đơn từ, giấy chứng nhận thương tích và kết quả xét nghiệm ADN. Vụ án cũng được khởi tố và sau đó đưa ra xét xử nhưng thủ phạm chỉ bị... án treo!

Bà vợ của hắn có lẽ vì cảm thấy bị chồng xúc phạm nhiều lần hoặc vì quá xấu hổ đã đâm đơn ly dị trước khi kéo va-li rời khỏi nhà cùng với đứa con gái nhỏ.

Vài tháng sau, vào một đêm khuya khoắt, lửa bắt đầu cháy từ tầng trệt, lan lên các tầng trên, rồi tất cả các khe hở quanh ngôi nhà bề thế của hắn sáng rực lên giữa màn đêm. Ngôi nhà bị nung từ bên trong như một khối lửa sắp nổ tung. Khi nhận được tin báo cháy của các nhà lân cận, cũng may đội Cảnh Sát PCCC ở gần đó nên kịp đến nơi khi các tia lửa chỉ vừa mới len ra bên ngoài trước khi bị dập tắt. Khi họ vào được bên trong thì rất nhiều thứ trong nhà đã bị thiêu rụi. Tại hiện trường vụ cháy, tất cả các cửa có thể thoát ra ngoài đều đang khóa, tất cả các camera đều bị vô hiệu hóa không sót cái nào. Đặc biệt, căn phòng lớn nhất ở tầng hai không những bị khóa mà trước cửa phòng còn có rất nhiều chướng ngại vật. May là không có thương vong về người vì không có ai trong nhà.

Đương nhiên cô gái giúp việc là nghi phạm số một, nhưng kết quả điều tra cho thấy cô gái có chứng cứ ngoại phạm vì cả đêm đó cô ngủ ở nhà của chủ mới. Tuy nhiên, lực lượng chức năng đã bỏ sót mối quan hệ kín đáo mới đây của cô gái với một gã giang hồ vừa mãn hạn tù.

Có lẽ ma men đã "độ" hắn vì ngay đêm đó hắn say bí tỉ tại nhà một thuộc cấp cũ đến nỗi phải ở lại qua đêm. Ngôi nhà cùng với số tài sản trong đó đã thế mạng cho hắn. Nghe nói hắn bán rẻ cái nền nhà cho một tay đồng hương chuyên đầu cơ bất động sản và đã đáp máy bay trở về nguyên quán.

Bạc đã tốn khá nhiều thời gian, công sức và tiền bạc trong khả năng của mình để tìm kiếm thông tin về người chị. Sau một thời gian dài, cuộc tìm kiếm cũng có kết quả nhưng Tiền đã kiên quyết không trở về nhà. Rất nhiều lần mãi cho đến về sau này, Tiền vẫn gặp lại cơn ác mộng đó. Vẫn giật mình khi nghe tiếng chân bước đi vội vàng trong nước, đến nỗi không dám ra biển hay đi hồ bơi. Vẫn kêu thét, choàng tỉnh rồi ngồi thức trắng đêm khi mơ thấy mình bị dìm trong vũng nước tanh hôi với cặn bã phủ quanh mình...

...

Ngoài công việc ở xí nghiệp, những ngày nghỉ hay lúc không có đơn hàng, Việt An cặm cụi làm ra sản phẩm của riêng mình. Ý tưởng sáng tác đầu tiên bắt nguồn từ hồi ức cơ cực của gia đình, hình ảnh của bà ngoại, của cha mẹ và ba chị em được tái hiện trên chất liệu gỗ phong phú của thiên nhiên. Đặc biệt hơn cả là những mô hình "nhà hang" tí hon sống động như đời thực đã thu hút đông đảo khách hàng khi anh mở một cửa tiệm bán đồ lưu niệm trên con phố dài dẫn đến ngôi nhà hang thực sự, lúc đó vẫn chưa thay đổi như bây giờ.

Những ngôi nhà như đúc khuôn từ nguyên mẫu với cả cảnh vật cây cối chung quanh đã mang lại thích thú cho người xem nhưng có mấy ai biết đó là nỗi buồn, thậm chí là nỗi đau của những số phận trong cái "hang người" u ám đó. Từ nơi đó nảy sinh những suy nghĩ bế tắc, những hành vi bộc phát, những hệ lụy khôn lường... làm sai lệch hướng đi, thay đổi vận mệnh của những con người bị số phận thẳng tay vứt vào đó.

Những vết sẹo trong cuộc đời một con người, nhất là khi hãy còn non dại, là những vết sẹo nhẫn tâm và đau đớn nhất. Di chứng của nó có thể hủy hoại cả phần đời còn lại nếu không thể quên đi những tổn thương để bước về phía trước. Nhưng để quên không phải lúc nào cũng là điều dễ dàng. Trước hết là dám trực diện với chính mình, nhìn sâu vào quá khứ, vượt qua, bỏ lại sau lưng để nó tự chôn vùi... Quá trình đó đôi khi còn đau đớn hơn lúc vết thương chưa thành sẹo, vì phải đau trên nỗi đau, dẫm lên thương tích của mình mà đi, cho đến khi tưởng như không còn nhớ tới.

Sau nhiều năm, ngoài vô số sản phẩm đã bán, hiện cũng còn rất nhiều mặt hàng lưu niệm đang được trưng bày trong một gian dành riêng ngay trên sân thượng này. Sản phẩm được bổ sung thường xuyên mỗi khi An rỗi rảnh, thấy buồn, thấy nhớ... và làm ra chúng như một cách giải tỏa tâm trạng, giống như một nhà phẫu thuật tự mổ xẻ nỗi đau của chính mình.

-Còn chị Tiền bây giờ ở đâu anh?

-Em sẽ biết ngay thôi! Nhà hàng này phần lớn là do chị hai đầu tư, anh chỉ là người quản lý.

Nén lại nỗi thắc mắc về người chị, Hòa theo chân An bước vào gian trưng bày hàng lưu niệm.

Anh rưng rưng xúc động trước một quần thể tượng gỗ cực kỳ sinh động, đặc tả hình ảnh cả gia đình anh với từng dáng dấp và đường nét gương mặt như vẫn chưa hề nhạt nhòa trong trí nhớ. Bên cạnh đó là mô hình thu nhỏ của chiếc xe cháo lòng cùng bếp lửa giữ nóng, nồi niêu, tô, chén... của má, cả gióng gánh của bà ngoại, rồi nhà cửa, những chiếc võng, bàn ghế, xe máy, búp-bê... đều bằng gỗ và vài thứ phụ liệu khác được trau chuốt kỹ càng từng chi tiết.

Anh khẽ nhắm mắt lại, lắng nghe một làn sóng yêu thương buồn bã tràn qua lồng ngực. Có những nỗi nhớ chẳng bao giờ cũ, cho dù tất cả đã đi qua, đã mất hút, chẳng còn biết phải tìm lại ở đâu giữa cõi đời này.

Hòa trầm ngâm ngắm nghía những tác phẩm tí hon khác, thích thú khám phá "linh hồn" của từng thứ mà anh mình đã tạo ra. Chúng làm anh nhớ đến những ước ao thời thơ ấu về những món đồ chơi chỉ có thể chạm đến trong thế giới tưởng tượng lung linh của một chú bé con.

Một đoạn nhạc nhẹ nhàng chợt trỗi lên trong không gian đầy hoài niệm. Hòa quay sang, trên màn hình TV lớn đặt ở góc phòng, một cô gái rất đẹp mặc áo dài màu thiên thanh, tóc búi cao, đang hát một bản nhạc gì đó về mùa xuân và hoa cỏ. Hòa không tin vào mắt mình:

-Chị Tiền! Phải đó là chị Tiền không anh?

-Chị hai đó, ca sĩ Việt Phương. Cũng thường thôi, không nổi tiếng, chưa nổi tiếng. Chị nói không thích nổi tiếng, anh hiểu là vì chị không muốn quá khứ bị đào xới.

Qua lời kể của An, Hòa được biết chị Tiền, Trần Thị Việt Phương, đã lập gia đình. Hai vợ chồng đang kinh doanh chuỗi nhà hàng-cà-phê có tiếng tăm và đang sống rất hạnh phúc.

-MV này chị hai làm cho vui thôi, số lượt người xem không nhiều lắm. Anh vẫn cho mở thường xuyên ở đây, khách nghe cũng có vẻ chú ý.

Sau khi uống vài ly Hibiki, nghe Việt Phương hát thêm vài bài hát, hai anh em đồng ý ngày mai sẽ đi thăm nhà chị ở một thành phố biển cách đó gần trăm cây số. An nói:

-Đêm nay ngủ lại đây đi, đừng về khách sạn. Anh sẽ cho đóng cửa sớm để anh em mình nói chuyện.

Bộ ghế sô-pha ở tầng hầm đủ lớn để hai anh em nằm ngủ, nhưng câu chuyện đã kéo dài đến tận 2 giờ sáng! Chợp mắt một lát, tiếng người đi thể dục ngoài đường đã bắt đầu lác đác. An đang ngủ rất say, nét mặt anh trong khi ngủ bình thản, vô tư như trẻ thơ. Những người có nét mặt như thế khi ngủ thường gặp nhiều điều may mắn và hạnh phúc trong đời, Hòa mong sao điều đó sẽ đến với anh mình trong suốt quãng đời còn lại.

Hòa nhẹ nhàng đi ra cửa, bước lên những bậc đá có lẽ vẫn còn đang say ngủ để ra đường. Một sự đánh thức không chỉ đối với chúng mà hình như với cả một thời xưa cũ đã qua.

Anh dừng lại ở bậc thềm tiếp giáp với mặt đường, ngoái nhìn xuống quán cà-phê dưới tầng hầm mà An và Phương đã giữ lại như một di chỉ của gia đình (mặc dù theo lời An, chị hai chưa bao giờ đặt chân trở lại nơi đó).

Đâu đây hình bóng những người thân yêu chợt hiện, nghiêng nghiêng đi về trên con dốc hay lom khom, bì bõm trong "hang người" cho đến hết cuộc phù sinh.

Giữa kiếp sống lầm than đó, lắng sâu trong mỗi con người, bên cạnh niềm ước ao vượt qua số phận, có lẽ họ chỉ cố sao giữ cho tâm hồn đừng trở nên chật hẹp, tối tăm hay đọa sâu dưới giòng nước bẩn. Sau tất cả những gì đã xảy ra, bầu trời ở trên cao bao giờ cũng rộng mở, thế gian này còn biết bao con đường sáng để đi, con người chung quanh vẫn nồng ấm, ân cần...

Anh đi dọc bờ sông, con sông ngày trước anh và Bạc vẫn lặn hụp ven bờ vì má cấm không cho ra xa sợ gặp phải cá sấu. Con sông bây giờ có lẽ vẫn vậy, những đổi thay hình như chỉ diễn ra ở hai bên bờ. Cội nguồn, dòng chảy và độ sâu của con sông là những gì rất riêng tư mà chỉ có chính con sông mới thực sự thấu hiểu.

Và nơi đây, ở khúc sông này, tàn tro một kiếp người của ba, của má, của ngoại đã lắng chìm trong bùn đất, phôi pha trong cát bụi hay đã rã tan vào sóng nước miên man? Anh bước xuống một trong số những chiếc xuồng gắn máy neo nhấp nhô bên cầu cảng, đưa lòng bàn tay chạm nhẹ trên mặt nước, lắng nghe dòng chảy đi qua như những gì đã đi qua trong quãng đời thơ dại của anh. Bàng bạc trong làn nước êm trôi này là những gì còn lại của yêu thương muôn thuở, dạt dào chảy mãi vào những tâm hồn vẫn luôn còn khao khát phù sa...

Hòa ngước nhìn bầu trời rạng đông, nghĩ tới những việc phải làm trong một ngày tinh khôi còn vẹn nguyên trước mặt.

Nguyễn Thy

VŨ KHẮC TĨNH
CHIẾC XE LĂN CỦA NỘI

1.

Ngày Nội rời bỏ quê quán xuống thành phố sinh sống để tránh bom đạn, cây sưa, cây me vẫn còn đứng sừng sững trước ngõ, thách thức với thời gian mưa, nắng, dông, bão, lũ lụt. Sưa vẫn nở bông vàng rộm mỗi khi mùa hè đến. Cây me đơm hoa kết trái chua ngọt đong đưa trên cành. Vậy mà, ngày Nội trở về lại quê quán sau biến cố lớn năm Bảy Lăm, cây sưa, cây me trước ngõ không còn nữa. Ai đã chặt hạ nó, phá hoại môi trường sống của cây thật đáng tiếc, vì một lợi ích nhỏ nhặt mà làm tổn hại đến môi trường sinh thái tự nhiên.

Có những lúc Nội ngồi một mình nghe gió thổi vi vu qua mái nhà, mắt ngó ra khoảng không gian trước mặt, nhưng không còn thấy bông sưa và lá vàng rơi bay đầy ngõ, rộn ràng nhất là đàn ong mật từ đâu bay về hút nhụy hoa kêu vo vo trên cây sưa, cây me, nghe rất vui nhộn. Nội ngồi đó mà nước mắt rỉ theo nếp nhăn. Ký vật xưa chỉ còn lại chiếc xe lăn đã cũ kĩ.

Mùa Xuân rồi cũng qua, mùa hè đến hơi nắng nóng bốc lên hầm hập, Nội ngồi phe phẩy với chiếc quạt mo trên tay, đôi mắt Nội mờ dần ẩn sau chiếc khăn lau mặt. Nội ngồi đây trong nỗi nhức nhối từ vết thương chiến tranh đã được khâu lại sau mấy mươi năm bom rơi đạn nổ, dường như vết thương lòng còn tiềm ẩn ở đâu đó trong tâm hồn Nội.

Ngôi nhà ngói cổ kính, bàn, tủ thờ chạm trổ rất công phu, loang lổ những vết đạn bom xuyên thủng, không đứng vững qua thời gian dông, gió, bão, lũ lụt đã đổ sập nằm chồng lên nhau, không có một trật tự nào cả. Riêng ngôi nhà giữa và nhà bếp bị mối mọt hư hại nặng vì không có người ở. Sau này mẹ tôi xây dựng lại ngôi nhà trên nền nhà cũ, nhưng không được hoành tráng như xưa. Trước hiên nhà vẫn cái sân gạch sẫm màu rêu ẩm ướt trơn trượt, trải qua thời gian dài mưa, nắng, gió sương, bên hông nhà vẫn bụi chuối cụt ngọn, cây chanh đến mùa nở bông trắng rơi rụng đầy gốc, cây mận với chùm trái non đong đưa, phía trước sân là bụi tre, ao, hồ, ruộng đồng và đồi núi bao bọc chung quanh.

Bất chợt Nội nhớ ra điều gì đó, theo cái chỉ tay về gian nhà giữa nhỏ nhắn mới được quét dọn lại sạch sẽ. Đó là chỗ trước kia Nội hay ngồi, giờ Nội không còn ngồi chỗ đó nữa.

Nơi đó là nơi Nội thường ngồi để bốc thuốc và bắt mạch cho người bệnh trong làng xóm.

Nghề của Nội là nghề bốc thuốc bắc, mà mọi người trong làng xóm này gọi là thầy Tiên. Nội sống rất giản dị, lúc nào cũng mặc bộ quần áo bà ba trắng, hay màu nâu đen sẫm, chưa bao giờ thấy Nội mặc áo quần tây, áo tàu gì hết. Nội nói Nội không thích mặc thứ đó, không quen rất khó chịu trong người. Nội sống có tấm lòng bao dung, cảm thông và giúp đỡ người có hoàn cảnh khó khăn bằng cách bốc thuốc chữa bệnh không lấy tiền. Những người trong làng xóm rất kính trọng và nể mặt.

Mỗi buổi sớm mai trời trong, Nội ngồi trên chiếc xe lăn ngó mây bay lang thang về nơi vô định, tan tụ vô thường, một chút tha thẩn lạc vào trong tâm trí về khoảng thời gian mà cái chết dự báo xuyên tới bất cứ lúc nào, chỉ có chết mới hết được những rối rắm, những mắt xích tiềm ẩn mang màu sắc tâm linh trống rỗng mơ hồ, vồ vập giằng xé nhau trong đơn điệu tâm hồn. Với Nội luôn nghĩ về một thế giới khác không có ma quỷ, thánh thần ngự trị rong chơi trong cõi ta bà. Lên thiên đàng là một thế giới cực lạc khi người chết đã rửa sạch tội lỗi. Hay Niết Bàn là một thế giới tưởng tượng, nơi con người thoát khỏi vòng luân hồi và mọi sự đau khổ. Đó là cái đích của người tu hành để lên cõi Niết Bàn. Nội tu thân ở nhà nên không đến chùa hay đọc kinh kệ, quan điểm của Nội và ý nghĩ chung của con người đối với hiện thực khách quan, đó là cái tồn tại bên ngoài không thuộc vào ý thức và ý chí của con người trong quan hệ đối lập với chủ quan thế giới bên ngoài. Dù Nội cũng thấu hiểu được một phần nào hệ tư tưởng của đạo Phật, nhưng chưa đạt tới nội công thâm hậu. Nội chỉ biết một cách nôm na, trên đời này luôn có nhân quả chỉ là nó đến sớm hay muộn. Chúng ta không tránh được nghiệp báo do điều ác mà chúng ta đã làm. Dù có đi cùng trời cuối đất thì ác nghiệp vẫn phải đến với ác nghiệp mà thôi.

Tội ác ở kiếp này nếu chưa trả được sẽ phải chờ ở kiếp sau. Nhân quả thường đến muộn nên người đời xem thường nó và tưởng chừng như nó không hề tồn tại. Trong cuộc sống, con hãy nghiêm túc thực hành cho trọn vẹn, đem lại an lành hạnh phúc cho mình và cho mọi người.

2.

Nơi hoang dã sơn khê cùng cốc này đây, lúc Nội còn khoẻ, Nội leo lên ngọn đồi thoai thoải sỏi đá lởm chởm đã nghe hàng loạt tiếng súng nổ từ xa xôi vọng về, Nội nghe với một chút lao xao trong lòng, mới lần đầu thì nghe tiếng súng dội về rất xa, vài năm sau đó thì nghe gần lại, thu hẹp khoảng cách hồi nào không hay. Năm đó là năm sáu mươi mấy tôi không còn nhớ rõ. Hình như lúc đó tôi mười ba hay mười bốn tuổi.

Bởi vậy, bao cuộc chinh chiến dường như khiến Nội trơ lì với tiếng bom rơi đạn nổ một thời. Nội lạnh lùng dửng dưng với thời cuộc, lại quay về với cuộc sống an cư lạc nghiệp để làm ăn coi như một chỗ dựa tinh thần. Nhưng cuộc đời Nội không may khi bị tai biến bất ngờ, gây ra tai hoạ. Sau khi chiến tranh kết thúc đáng lẽ ra Nội được ngơi nghỉ đi đứng bình thường như mọi người, đằng này Nội phải ngồi xe lăn, âu đó cũng là một số phận đã được an bài. Lúc còn sống, Nội đã lường trước được hậu vận sau này, sẽ có một ngày như thế xảy ra. Dường như trong Nội có giác quan thứ sáu.

-Không có gì bất ngờ đâu con. Nội cũng am hiểu được một phần nào quy luật sinh tử đời người, có vay thì phải có trả, con nên nhớ ở đời này không có ai điên mà đem cho mình của cải vật chất. Vay trả, trả vay là vậy. Ở hiền thì gặp điều lành.

Tôi đã nghiệm ra được những lời Nội đã nói mạnh mẽ và hùng hồn, mà tôi thấy trước mắt.

Nội bị tai biến mạch máu não nhẹ, tránh được cái chết một cách thần kỳ, nhờ Nội sống có đức độ, có tấm lòng bao dung độ lượng với mọi người, trong làng xóm này trước đây, ai ai cũng mến phục.

Nội ngồi xe lăn nhưng tâm trí sáng suốt, ăn nói hoạt bát.

Hẳn nhiên với Nội, chiến tranh đem đến sự nghiệt ngã, đâu còn niềm tự hào, cuộc sống của Nội từ ngày ở thành phố trở về lại quê quán cũ, là chuỗi ngày dài đau ốm, hội chứng của tuổi già, khiếm khuyết trong nỗi cô đơn tột cùng, dù Nội không nói ra sự khiếm khuyết đó. Tôi biết Nội giấu trong lòng không muốn nói ra làm gì, gây mâu thuẫn trong gia đình chẳng hay ho gì? Kín tiếng vẫn hơn, quan niệm sống của Nội là vậy. Dù Nội là người xây dựng nên cơ nghiệp mới có ngày hôm nay, Nội có quyền dạy bảo con cháu sống sao cho phải đạo làm người, đằng này Nội im hơi lặng tiếng.

Dần dần tôi cũng hiểu ra cuộc đời Nội chỉ có có một hình bóng, đó là bà Nội ra đi quá sớm, không sống cùng Nội đi hết quãng đời còn lại. Giờ là lúc Nội thấy cô đơn, ngồi đâu Nội cũng thấy trống vắng, lo nghĩ lung tung sinh ra bệnh tật.

Nội đã ngồi đây biết bao nhiêu năm rồi. Dòng đời mãi mãi trôi không ngừng và không có một nút thắt nào khiến cho Nội vướng lại. Có lần tự nhiên Nội nôn nao như bỏ quên điều gì đó quý giá mà Nội chưa thể nói ra. Nội ngẩng đầu sửng sốt thấy nguyên một chuỗi ngày mờ mịt phía trước lúc ẩn lúc hiện. Nội có tin rằng sẽ tìm ra được những chiếc lá xanh ẩn mình đâu đó trên cây cao kia, thì ngọn gió thình lình thổi mạnh làm rối tung như một cơn mưa sắc màu trên con đường đất gồ ghề. Những chiếc lá xanh với chút nhựa sống chạy luân lưu trong thân cây khẽ cựa mình mộng mị.

Việc đời có nhiều biến đổi lớn, khi thịnh khi suy, khi thành đạt khi bại, không có được sự bình ổn yên vui. Nội cũng không nằm ngoài thế sự thăng trầm đó. Bởi Nội cảm nhận được hạnh phúc thật sự không liên quan đến hoàn cảnh khắc nghiệt. Dù có nói gì thì nói trước mắt lo cho cái ăn cái mặc đầy đủ cái đã, hạ hồi phân giải.

Trong một quãng đời dài, Nội mới thấy hắt hiu như thế nào trong cái lộ trình đi qua chiếm lĩnh và ngự trị trong tâm hồn. Làm cho Nội nhớ đến ngày tháng còn hưng thịnh trong cuộc chiến tranh bom đạn ngút trời. Rồi cuộc chiến tranh đó đã lùi xa đủ để cho ai đó nếm trải mùi vị ngọt ngào lẫn cay đắng trên vòng nguyệt quế. Vậy đó...

Nội thích sống miền quê yên tĩnh, không khí trong lành, có lẽ nó gợi lên biết bao nhiêu là kỷ niệm về một con đường, đồi núi, làng xóm. Mỗi sáng mai lên, mỗi lần ra đường là gặp mặt bà con làng xóm chào hỏi rất thân tình và cởi mở lòng nhau. Ở thành phố làm gì có được giây phút thân tình đó.

Rồi cũng có lúc con đường vắng vẻ, người đi qua cũng lặng lẽ. Nội ngồi đây gần cả cuộc đời. Nhà ở cuối con đường từ chợ Cây Sanh đi vào khoảng chừng năm cây số hơn, nằm dưới một ngọn đồi thoai thoải, mỗi lần Nội ngước nhìn ngược làng xóm nhỏ dân cư thưa thớt. Bên kia rừng Miếu, Hố Trầu là ngọn núi Thị đứng sừng sững, Lâm Môn núi đồi sầm uất dân cư đông đúc, nhưng lại thuộc một xã khác, qua thời gian kẻ sống người chết, đám thanh niên sau này lớn lên đi học, đi lang bạt tứ xứ kiếm kế sinh nhai. Giờ Nội có gặp mặt, Nội cũng chẳng biết là ai, con ông nào ở nơi đó.

Những câu chuyện xưa cũ Nội kể ra cho con cháu nghe hằng ngày cũng cạn kiệt dần. Hình như trong đáy sâu tâm hồn Nội cũng không mấy hứng thú. Con cháu ai xấu tính, ai tốt, ai sống có hiếu thảo với Nội, Nội cũng để hết trong lòng, chết mang theo xuống lòng đất.

Với khoảng thời gian sinh tử ngắn ngủi cho một đời người. kiếp luân hồi đến rồi đi, mây thì tan tụ vô thường, con người mới thấy đó rồi không đó, sắc sắc không không, cứ như một nút thắt, một khoảng lặng, một dấu chấm than, một giọt nước mắt của hạnh phúc hay đau khổ, rồi cũng như vết dầu loang lan mãi đến ngày Nội không còn sống trên cõi đời này nữa. Nội tưởng tượng trong cõi ta bà này không có cái gì là không xảy ra, bất cứ lúc nào với vận mệnh con người dù sớm hay là muộn thôi. Vậy mà, có một điều bí ẩn nào đó Nội không thể mường tượng ra được trong cuộc bình sinh, đó là cái gì? Cái vô hình trống rỗng mơ hồ đang ngọ nguậy trổi dậy làm lung lạc ý chí của Nội. Khi ngồi trên chiếc xe lăn trong ngôi nhà cũ này, Nội ngắm bà con làng xóm đi qua lại, ngắm ruộng đồng, ngắm núi đồi xanh biếc như một ân huệ dành cho lộc chồi tươi mới.

Nội đã ngồi đây những ngày cuối đời, chứng kiến biết bao nhiêu cuộc sinh ly tử biệt kiếp người. Đã hằn lên vết chém thời gian cho từng số phận.

3.

Dòng dõi Tổ Tiên Nội gốc người Thanh Hoá vào đây xây dựng lập nghiệp. Nội là người kế thừa cơ nghiệp của cha ông để lại làm ăn. Thời trai trẻ Nội gặp người đàn bà Tiên Phước lấy làm phu thê. Sau này là bà Nội của tôi. Bà Nội cũng hiền lành, sống mẫu mực, hòa đồng với bà con làng xóm, nhưng lại chết sớm. Như một vở kịch đã hạ màn, hồi kết đã thất lạc trong ngày di tản về thành phố sống hoà mình với người thành phố trong những năm chiến tranh đến hồi khốc liệt nhất, biết bao sinh mạng đã nằm xuống trên mảnh đất quê hương hoặc được bảo vệ đều là những con người Việt Nam yêu hòa bình tự do...

Vào tháng Tư năm Bảy Lăm, chiến tranh kết thúc. Nhiều người đã tỏ ra quá thất vọng khi người Mỹ đã ngoảnh mặt bỏ đi về nước họ, bỏ lại chế độ cũ Sài Gòn "chết sống mặc bay." Chỉ lúc ấy người ta mới thấy được bản chất của chiến tranh và vấn đề "ý thức hệ" đã xung đột như thế nào rồi.

Nội cùng bầu đoàn thê tử trở về lại quê quán, một cuộc hồi hương về lại cội nguồn. Chỉ một thời gian ngắn sau đó, Nội được vinh danh là một người thầy thuốc Đông Y có một không hai trong làng xóm này, và cũng là một người nông dân thuần túy dân dã. Những thứ quý nhất trong ngôi nhà cũ không còn, ví như không cánh mà bay, bay theo những con người có lòng tham lam không đáy. Với hai bàn tay trắng ngày trở về lại quê nhà vừa mừng vừa tủi, Nội chẳng có gì phải giấu giếm.

Nội vẫn còn ngồi đây trên chiếc xe lăn, Nội cố nhớ lại một dáng hình quen thuộc đã khuất núi, dẫu biết điều này chỉ có trong giấc mơ. Một giấc mơ từ năm này qua năm khác, trong khi tuổi tác càng ngày càng cao, sức khỏe hao mòn theo thời gian, trong khi nỗi nhớ nhung day dứt về bà Nội chưa phai mờ. Rồi Nội cũng tự thầm hỏi một ai đó, sao con tim Nội vẫn còn tươi trẻ như những ngày xưa thân ái. Mấy mươi năm qua Nội cứ khăng khăng về điều tự dối, rằng ngày xưa đã bị lầm lạc vào một góc khuất trong hệ tư tưởng còn bất nhất về quan niệm sống. Thế mà lâu nay Nội vẫn thích nghe về mối tương quan không mấy rõ ràng, đó là sự an lành của những con người khác, vì Nội đã gần hơn với cõi hư vô.

4

Những người tuổi tác như Nội phần nhiều đã rời đi về cõi khác lâu rồi. Chỉ có Nội còn ngồi đó cùng bầu đoàn thê tử trong ngôi nhà cũ đã được dọn dẹp lại cho tươm tất sau chiến tranh. Con người đang xích lại gần hơn bởi những phương tiện kết nối thông minh. Với Nội là con người lạc hậu quá rồi, đôi lúc Nội còn nghĩ chẳng còn ai nghĩ đến Nội nữa, ngoại trừ những họ hàng con cháu ở một nơi nào đó xa tít mù khơi. Rồi thầm trách Nội chìm vào ảo ảnh, trách Nội lầm lụi đi vào giấc mơ. Đến nỗi đứa cháu nội đến ngồi bên Nội cũng chẳng hay biết.

Tôi cũng trở về lại quê quán sau những năm tháng vừa đi làm thêm, vừa đi học ở Sài Gòn cũng đến ngày kết thúc. Một kết thúc giữa bao bề bộn ngổn ngang trong cái đầu còn non nớt về nhận thức. Vận nước đã đến rồi đành phải chấp nhận và phủ phục quay về nơi chôn nhau cắt rốn. Đó là cội nguồn.

Chuyện trở về của tôi kéo dài rất nhiều ngày, với một chút tâm trạng lo lắng và sự hoài nghi về thân phận được gì, mất những gì. Rốt cuộc chuyện học hành của tôi cũng chẳng tới đâu, và cũng chẳng làm được việc gì to lớn giữa Sài Gòn thời ấy. Bù lại tôi học được sự chân thực và lòng bao dung của con người Sài Gòn đã cưu mang tôi sống những tháng năm khốn đốn.

Tôi đã vất vả tự đấu tranh với chính mình khi chính thức quyết định quay về lại cội nguồn, đã chuẩn bị một tư thế, để đi vào nề nếp tập quán của con người nông dân. Tôi run rẩy trút bỏ những bộ quần áo tươm tất đem treo vào ngăn tủ một cách cẩn thận.

Dường như có một cảm giác ban đầu vừa mừng tủi vừa âu lo, có một chút gì đó hơi ngỡ ngàng trước những đổi thay của người làng xóm, nhà cửa khang trang hơn, con cái họ học ở các thành phố lớn, có cái ăn cái mặt, có một sự chuyển biến tích cực, con người sống với nhau trong làng xóm có văn hoá hơn.

Rồi cái gì đến cũng phải đến, trong cuộc đời sinh tử sẽ làm lu mờ mọi ý nghĩ tươi sáng khác về tương lai. Ngay lúc này đây khi niềm tự hào về ông bà Nội, cha mẹ, cội nguồn làm cho tôi vui sướng hơn và chút tự hào về dòng dõi họ hàng trên mảnh đất Dương Đàn này.

Nội vẫn ngồi đây trên chiếc xe lăn, những ngày cuối đời thấy xuất hiện trên khuôn mặt Nội sự mệt mỏi tiềm ẩn trong cái đau nhân thế.

5.

Bây giờ, trên cánh đồng đang mùa lúa chín vàng lay bay trong nắng gió, con cháu đều ra đồng gặt lúa. Nội nhìn ra cánh đồng xa như dòng nhớ khôn nguôi về một thời xanh xưa của kỷ niệm còn lai vãng. Nội đang ngắm nhìn những bó lúa vàng rộm trước sân, và tiếng ve kêu râm ran theo mùa hè như thấm vào ký ức một thời xa vắng. Nội không mấy ngạc nhiên nhưng vẫn hỏi:

-Mùa hè rồi phải không con?

-Dạ... được hai tháng rồi Nội.

-Thế là bà Nội con mất tính ra đã mấy mươi cái mùa hè đã đi qua trong tiềm thức Nội.

Nội thương yêu bà Nội và con cháu một cách lạ lùng, luôn mơ màng về một ngày đoàn tụ gia đình, sau một cuộc chiến tranh dai dẳng đã kết thúc. Khi trong làng xóm này đang xanh lại những mầm xanh họ hàng, rễ má dây mơ và dòng tên ai đã ra đi, ai còn ở lại trong cõi đời này.

Tôi lặng nhìn về cuối con đường dốc lên ngọn đồi thoai thoải. Nội cũng ngồi nhìn về nơi đó, không biết Nội nhìn cái gì, cũng không nghe Nội nói gì. Lá vàng vẫn rơi khẽ khàng, gây cảm giác nhẹ nhàng dễ chịu, có lúc nghe cơn gió thổi mạnh lá vàng rơi như mưa từ cõi mộng.

Tôi chìm ngập trong dòng đời cuồn cuộn trôi, bất chợt giơ đôi bàn tay sạm nắng quờ quạng giữa hư vô, cũng không biết để làm gì. Vô thức, lẽ nào tôi sống trong ảo ảnh!?

Trong khi Nội vẫn ngồi bên tôi, khe khẽ gọi tên tôi như muốn nhắn nhủ dặn dò một việc gì đó rất hệ trọng. Rồi bất chợt Nội tắt cái ý niệm đó đi. Nội tưởng chừng như bàn tay cuống quýt muốn níu giữ những thứ nhỏ nhặt vặt vãnh sắp trôi ra khỏi thân thể Nội. Những giọt nước mắt ươn ướt rơi từ khóe mắt Nội. Nội không thể giữ chúng lâu hơn được nữa.

Tôi tỏ ra xúc động hỏi:

-Sao vậy Nội?

Làm sao Nội có thể giải thích được cái rung cảm của Nội trong lúc này, cuối cùng Nội cũng chẳng giữ được một thứ gì trong tay, của cải là của phù vân. Riêng chiếc xe lăn này đây đã cùng Nội đi vô đi ra trong ngôi nhà này, một ngày nào đó tương lai không xa nó cũng rời xa Nội mãi mãi...

6.

Thời gian sau này thấy Nội ăn được ngủ được, con cháu mừng thầm trong bụng. Tôi theo chân bạn bè đi làm công nhân khai thác gỗ ở núi rừng Trà My, ít có thời gian rảnh rỗi để về thăm nhà.

Trong một buổi sáng mùa đông, tôi đang làm đường trong rừng thì được tin gia đình báo tin "Nội đã vĩnh biệt cõi đời này rồi." Quá đột ngột, tôi mất bình tĩnh và quá xúc động. Chiều hôm đó tôi đón xe đò về quê nhìn mặt Nội lần cuối.

Sáng hôm sau đưa tiễn Nội về nơi an nghỉ cuối cùng.

Thời gian luôn luôn dứt khoát và tàn nhẫn khi Nội là người cuối cùng trong dòng tộc họ Vũ rồi cũng ra đi. Vẫn biết rằng là con người ai sinh ra rồi cũng phải chết đó là quy luật muôn đời trong thế gian. Không có thánh thần nào thay đổi được số phận con người, trừ khi trái đất này vỡ vụn tan chảy không còn tồn tại. Vĩnh biệt Nội.

Vũ Khắc Tĩnh

NGUYỄN CHÂU
Trăng Treo Mái Lá

Tôi đi loanh quanh vì không biết đường, vác trên vai bao tải nặng trịch. Bỗng nhiên cô gái từ trong nhà bước ra, chặn đường:

- Anh tìm ai mà tui thấy đi tới đi lui?

- Dạ, cho tôi hỏi: Có biết nhà ông bảy Duân ở đây không?

- Bảy Duân nào? Có mấy ông bảy lận, nhưng ông Duân mặt mũi ra răng?

Giọng Huế ngọt ngào, tôi bỏ bao trên vai xuống đất.

- Cô ở Huế, chỗ mô?

- Tui ở Truồi... thôi chừ anh ghé vào nhà tui, rửa mặt rửa mũi rồi hỏi chi thì hỏi...

Tôi đi theo nàng, mái tóc kẹp sau lưng mà sao trông như nhún nhảy với cái nón cời.

Nàng phụ tôi kéo cái bao vào nhà nhưng bị toạc đáy, đổ tràn lan khoai sắn.

Nàng thoáng nhìn tôi, long lanh như có giọt nước trong veo tràn ra khóe mắt.

- Chừ anh ở mô?

- Chưa biết về đâu, tui mới...

Nàng đi vào buồng đem ra cái áo dài quá khổ, không biết vải gì nhưng giống màu cứt ngựa. Nàng nói như ra lệnh:

- Đi tắm...

Những gáo nước trong veo gột rửa thân xác tôi, tưởng chừng như khổ ải trong đời đã trôi theo dòng nước...

Tôi mặc chiếc áo dài đến đầu gối, tiện tay tôi giặt cái quần. Nàng khơi bếp lửa, tôi đưa hai tay tìm hơi ấm, cảm nhận tấm lòng nhân ái của nàng trong lần đầu hạnh ngộ.

Nàng khều từ trong đống than đang âm ỉ ra mấy củ khoai nướng, giọng ca bật lên:

- Khoai lùi bếp nóng ngon hơn là vàng...

Đang đói, tôi phủi sơ rồi nhai ngấu nghiến.

Nàng bật cười ha hả:

- Tướng nhìn có vẻ phong lưu nhưng ăn như ma đói!

Tôi đói thật. Nàng quày quả nấu cơm, bếp lửa bừng lên, tôi nghe lòng nặng trĩu. *"Nghe tiếng cơm sôi cũng nhớ nhà"* (Phạm Hữu Quang). Tôi không giang hồ vặt nhưng tôi là kẻ không nhà.

Từng cơn gió đưa mưa về rả rích trên mái lá, mùi ớt tỏi từ chiếc chày đâm tiêu hòa quyện với hương thơm của chén mắm cái bay vào mũi khiến bụng tôi réo lên từng hồi, nước bọt ứa ra, cái đói mới tồi tệ làm sao!

Ngoài kia mưa nặng hạt dần, gió lùa qua vách liếp mong manh thổi bùng lên ánh sáng từ bếp than hồng.

.....

Mẹ con nàng theo người làng di tản vào vùng đất đỏ bazan, phù sa từ sông La Ngà đượm màu xanh cây lá. Mẹ nàng mất đột ngột năm ngoái, chỉ còn nàng với ngôi nhà mái lá tuềnh toàng, thân cột bằng cây rừng đã bong tróc vỏ, ven con lộ đất đỏ buồn hiu.

Tiếng chuông nhà thờ đâu đây vọng thanh âm rời rạc xa vắng, nàng chuẩn bị đi lễ.

Nàng cười:

- Anh nằm nghỉ, chờ em về...

Cảnh nhà buồn tênh sao nàng hồn nhiên đến lạ, nàng dự định hết thời gian cư tang mẹ, sẽ về lại Huế...

Tôi phải giã từ nàng nhưng sao nghe lòng bâng khuâng...

Tôi chợt nhớ lời bài thơ "Nửa Hồn Xuân Lộc" của Nguyễn Phúc Sông

Hương trong cơn bi thảm:

"Mây xa dù quen đời chia biệt
Ngoảnh mặt ra đi cũng ngậm ngùi.
Rút quân, bỏ lại hồn ta đó
Bảo Chánh, Gia Rai lửa ngút trời!

Bí mật lui quân mà đành phụ
Mối tình Long Khánh tội người ơi.
Mất thêm Xuân Lộc tay càng ngắn
Núm ruột miền Trung càng xa vời.

Sáng mai thức dậy, em buồn lắm
Sẽ khóc trách ta nỡ phụ người.
Lòng ta như trái sầu riêng rụng
Trong vườn em đó vỡ làm đôi!"

.....
Tôi đi dọc theo đường rầy hướng về Long Khánh, thỉnh thoảng những chuyến tàu lướt qua...
Tôi ngạc nhiên khi hành khách trên tàu nhoài người ra cửa sổ vất về phía tôi những bịch đường, thuốc rê...
Nhờ những tán đường ngọt lịm khiến tôi tỉnh táo và khỏe hơn lên. Tôi rảo bước như người nhàn du, tiếng chim hót từ trong cánh rừng hai bên đường tàu làm bạn đồng hành. Mặt trời đã nhô lên khỏi đỉnh núi Chứa Chan tỏa ánh sáng vàng ươm, những chiếc lá non run rẩy trong gió. Tôi ngồi xuống dưới gốc cây già lấy bịch thuốc rê vấn điếu thuốc mà rưng rưng biết ơn người không quen biết. Tiếng xe bò lộc cộc của ai đó trên đường rừng khiến tôi bừng lên hy vọng sẽ được quá giang nhưng tiếng động xa dần. Tôi đứng lên nhìn dọc theo con đường xe be, bóng người hiện dần ra. Những cô gái người Châu Ro (Chrau Jro) mang gùi, mặc váy ngực trần khỏe khoắn nhìn tôi ngạc nhiên, lạnh lùng qua mặt rồi đi dần về buôn làng đâu đó.
Nắng đổ trên đầu, cơn khát khô khốc đầu môi, tôi lầm lũi trên con đường sắt phả hơi nóng ngột ngạt. Tiếng ai gọi nghe vang vọng từ trong rừng rậm lá, tôi dừng lại lắng tai nghe:
- Ới anh ơi!
Cô gái Châu Ro chạy băng băng, lấp ló sau hàng cây, chiếc gùi trên lưng lắc lư theo bước chân nàng. Nàng trao cho tôi hai nải chuối chín vàng và nhìn tôi không nói gì, chậm rãi quay lui...

Ga Gia Ray buồn hiu như ga biên giới, tôi ngồi xuống băng ghế gỗ, những trái chuối đã giúp tôi qua cơn đói khát. Nhẩm tính từ ga Gia Ray về đến Long Khánh gần 20km nữa, tôi sẽ chờ tàu và đi lậu nhưng nếu không có tiền mua vé sẽ lắm phiền hà. Tôi nhìn chiếc đồng hồ Seiko đeo tay đã theo tôi từ ngày mới bước vào đời...

Ông xếp ga đứng bên tôi tự lúc nào, ông không chào hỏi nhìn lom lom bộ dạng của tôi, hất hàm:

- Anh từ đâu đến đây?

Tôi bất ngờ, ấp úng:

- Ga Trảng Táo...

Hơn ba năm trước, từ căn cứ Trảng Lớn, chúng tôi được phân loại và đi bộ hơn 40km lên Đồng Ban gần biên giới Việt-Miên. Tất cả dừng chân trên vùng lõm cỏ mọc xanh rì, giữa cánh rừng già mênh mông...

Nhưng khi vừa xong lán trại, chúng tôi lại bị di chuyển đến ga Trảng Táo bằng xe hơi molotova để cải tạo lao động - phá rừng làm rẫy...

Có lẽ ông trưởng ga nghi ngờ tôi trốn trại nên vội chạy vào trong gọi bảo vệ. Người mang súng AK vòng ra sau lưng tôi, tiếng đạn lên nòng nghe rôm rốp lạnh lùng. Tôi nhìn thẳng mặt người trưởng ga, lấy giấy ra trại đưa cho ông ta. Nhìn thấy dấu mộc và người ký tên là Thiếu Tướng Đào Sơn X. - Đoàn 500, ông không còn thái độ hống hách, gật đầu nói nhỏ:

- Mời anh vào trong này...

Ông lịch sự rót trà và mời tôi điếu thuốc Vàm Cỏ. Ông tâm sự:

- Tôi vốn thuộc sở hỏa xa Saigon, được lưu dung và bố trí về đây...

Ông rót thêm trà và đẩy gói thuốc về phía tôi, giọng chùng xuống:

- Hôm nay đã hết tàu về Saigon, tối nay anh nghỉ tạm lại đây, sáng mai có chuyến tàu chợ lúc 9g, tôi sẽ đưa anh lên tàu.

Ông trưởng ga nhét vào túi tôi năm đồng trước khi tàu chuyển bánh. Tôi bỏ ý định ghé Long Khánh, nơi ấy có người cô họ. Nhìn mọi người chen chúc nhau trên toa tàu chật hẹp, những khuôn mặt đăm chiêu khắc khổ của các chị đi buôn ngồi ủ rũ. Khi gần đến ga Biên Hòa, người đàn bà ngồi cạnh dúi vào lòng tôi túi tiêu hột, kề tai nói nhỏ:

- Giấu giúp dùm chị...

Mọi thứ thật lạ lùng, tôi chưa hình dung được cuộc sống xã hội tôi đang cố hòa nhập. Gia đình tôi cũng vậy ư? Cha mẹ tôi già nua ngoài quê xa héo hon mong tôi từng ngày...

Ga Hòa Hưng quen thuộc khi tôi ở trọ đường Nguyễn Thông nối dài, gần cổng Bà Xếp thời sinh viên hiện dần ra trong khung cảnh hỗn độn. Hành khách chen lấn, giành giật hàng hóa rối tung khiến tôi lớ ngớ khi tìm đường xuống sân ga.

Tôi đi dần ra ngã sáu công trường Dân Chủ. Quán cafe vỉa hè trên đường Yên Đỗ (Lý Chính Thắng) nhiều xe đạp hơn xưa, nhìn từng giọt cafe rơi rơi trên đáy cốc tôi chợt nhớ đến những người bạn đồng cảnh ngộ, sau giờ lao động ngồi bên nhau với lon guigoz "cafe cơm cháy" mà xót xa thân phận.

Tôi gọi một điếu thuốc Ruby nhưng không có, được thay bằng thuốc Samit, nghe tên lạ hoắc. Sau bao nhiêu năm tôi được trở lại với sinh hoạt đời thường nhưng bây giờ đối với tôi sang quá! Tôi đưa tay vào túi để yên tâm mình đang có năm đồng bạc của ông trưởng ga tốt bụng.

Những vòng khói thuốc lũ lờ bay lên rồi tan dần trong buổi chiều phố phường lặng gió. Bất chợt dáng ai như V. - bạn tôi, đang ngồi trên yên xe cyclo bên kia đường, tôi đứng bật dậy gọi to khiến cô chủ quán giật mình, tôi ái ngại nhìn cô...

Đúng V. thật! Hai đứa ôm nhau mừng rỡ hơn ngày xưa đã cùng thoát chết bởi trái thủy lôi, tàu chìm.

V. chở về nhà chú tôi bên kia cầu Phan Thanh Giản (Điện Biên Phủ). Dòng kênh Nhiêu Lộc ngày nào với mối tình thơ dại cùng cô con gái cạnh nhà rất xinh nhưng không biết chữ...

Tôi sẽ phải về quê miền Trung thân yêu, nơi được chỉ định chờ ngày phục hồi quyền công dân. V. khuyên tôi cứ ở lại Saigon, thiếu gì nghề để mưu sinh. Tôi tính liều nghe theo lời bạn, Saigon bao la mà tôi không có chốn dung thân. Chú thím đã lo hành trang và lộ phí cho tôi lên đường. Ba giờ sáng chú đánh thức tôi chở ra bến xe Chợ Lớn, trời mịt mù trong cơn mưa dữ dội...

Bên ly cafe chờ xe khởi hành tôi nhớ đến người con gái trên vùng đất đỏ Tánh Linh đã không ngại ngùng, tử tế với người đàn ông lạ rách nát như tôi.

Sau cơn mưa, ánh trăng khuyết còn treo trên đỉnh trời của đêm về sáng, tôi ân hận vì quá vô tình khi không hỏi tên nàng và nàng cũng không biết tên tôi...

Nguyễn Châu

LOAN NGUYỄN
GIỒNG TRÔM ƠI !...*

Chị sinh ra và lớn lên ở thành phố. Lần đầu về quê chồng, nhìn cây cối hoa trái xum xuê, lòng chị háo hức như đứa trẻ sắp được quà.

Vượt quãng đường dài gần trăm cây số mới đến nơi. Rêm mình trên xe lôi, qua con đường quê đất đá gập ghềnh, bụi đỏ mịt mù. Mệt mà vui.

Nhà lợp lá dừa nằm giữa vườn. Đất rộng mênh mông, chia ra từng bờ, ngăn cách nhau bởi những con mương. Mỗi bờ trồng một loại cây trái riêng. Này bưởi, này cam sành, quýt đường, nhãn xuồng, mít nghệ, xoài cát... Còn dừa thì hẳn nhiên có nhiều vì nơi đây là quê hương xứ dừa. Mỗi con mương nối hai bờ thường bắc thân dừa làm cầu qua lại. Cái cầu dừa trơn trợt bám đất lầy sình nhão, chị từng "chụp ếch" nhiều lần dù đã bỏ dép đi chân không. Quên sao được những chiều ngồi ngay bờ mía. Dùng răng "xước" từng đoạn mía Thanh Diệu vỏ tím mềm, nước mía ngọt lịm tươm đầy hàm răng. Kỷ niệm đã xa. Giờ tóc trổ bạc, răng chiếc còn chiếc mất, mỡ máu, đường huyết cao, có thèm cũng chẳng dám ăn. Chiều chiều nghe gió vi vu chuyện trò cùng lá mía. Đêm về nằm trong nhà cứ tưởng tượng có bước chân... ma. Gió rít xào xạc qua kẽ lá nghe ghê sợ như cảnh hoang vu trong truyện "Đồi Gió Hú" của Emily Bronte, nữ nhà văn Anh vậy. Chính vì chưa quen cảnh quê nên có lần rắn trườn, cuộn mình trên vách lá âm thanh cọ quẹt xì xẹt chị lại tưởng gió đùa. Hên là nó không rớt trúng mình. Một phen hú hồn.

Cây chùm ruột xế cửa nhà, trái tròn chen chúc dính từng chùm vàng bóng, mà chua thì không quả nào có vị chua hơn. Thứ trái chỉ chờ thành mứt mỗi mùa Xuân sang. Buổi sáng mát trời cùng mấy đứa em căng mền giựt xoài tượng vô chấm nước mắm đường, ớt cay đến bỏ cả cơm. Thích nhất là nằm đu đưa trên võng đan bằng dây chuối, mắc vào thân cây dâu trái lúc lỉu, chua ê răng không kém chùm ruột. Ngó qua bờ đối diện có cây me già đầy trái và hàng vú sữa tím quả ngọt lịm nghiêng mình soi bóng dưới mương. Cạnh gốc me, bà nội chồng dựng ngôi miếu nhỏ thờ ông Địa hay ai đó chị không biết. Chỉ nghe kể cây có từ mấy chục năm trước và miếu thờ rất linh thế thôi. Tàng me cao rộng phủ kín bờ che bóng mát rượi. Mỗi lần gió ghé thăm, me chín rơi lộp độp. Lượm trái ăn như đón nhận quà ông bà đã khuất tặng con cháu về chơi. Cảnh quê êm đềm đó theo thời gian chìm trong ký ức mỗi người thân yêu. Để lâu lâu thoảng hương thơm canh chua cá lóc, bông so đũa nhà ai gợi nhớ vị ngọt lạ lẫm của chén canh mẹ chồng nấu, chị được ăn khi về quê lần đầu. Chan một muỗng canh là chan cả tình quê. Thứ tình ruột rà thân thích, thấm đẫm mồ hôi khó nhọc khi tát mương, lúc hái rau, nhổ cỏ.

Cuộc sống tất bật nơi thành đô, thêm đường xá xa xôi ít về thường xuyên. Mỗi năm vào cuối tháng Chạp, một lần rẫy mả con cháu tụ về, cũng đủ thấy sự thay đổi tàn nhẫn của thời gian lẫn con người. Mấy chục năm rồi. Từ khi đất đai nhà cửa sốt giá, lòng người biến đổi vô lường. Nhà lá xưa đã thành mái ngói tường vôi. Đất xưa còn đó nhưng người xưa khuất bóng từ lâu. Ba má chồng chị nằm cạnh nhau dưới hai nấm mồ sâu, đêm đêm nghe gió vi vu lùa ngang cây so đũa, biết có còn ai hái bông để nấu canh? Cả cây me già cũng bị hậu nhân đốn hạ bán gỗ, bán đất, bỏ ngôi miếu nhỏ chỏng chơ dưới mương trông trời. Đất ơi! Chị rưng rưng thầm hỏi miếu có còn linh thiêng khi lòng người thiếu cả nghĩa nhân chối bỏ cội nguồn. Thôi thì, mất hay còn rồi cũng sẽ hóa hư không. Chỉ có trời cao, mãi mãi vẫn một màu xanh.

"Dù cho của chất bằng non
Đến khi nhắm mắt có còn gì đâu".

Loan Nguyễn

* một huyện thuộc tỉnh Bến Tre

NGUYỄN NGỌC HẠNH
ẢO ẢNH

Có những lúc không còn ai nhớ nữa
Đêm cứ trôi ngày cứ lịm dần
Mấy ai nhớ chân trời hay góc bể
Sông đầu nguồn hay biển tận trùng khơi.

Chỉ biết mình lạc bước chơi vơi
Như ánh chớp giữa màu trời giông tố
Làm sao quên một thời gió bão
Bao rủi may vùi lấp phận người.

Phút giao mùa lại nhớ xa xôi
Quên hết những ngày biển động
Quên cả lời yêu thì thầm tiếng sóng
Ngồi nhớ bâng quơ càng thấy thương mình...

Cả một đời chân vấp hư vinh
Biết nhớ gì đây vận kiếp vô hình
Thà cứ vo tròn bể dâu định mệnh
Còn hơn ngồi tách vỏ chuyện phù sinh.

Biết nhớ gì hay cứ vùi quên
Bao nuối tiếc phút giao mùa lắng đọng
Chỉ còn lại bên kia bờ ảo vọng
Chút gió heo may đang đến ngại ngần.

Đêm cứ trôi
ngày cứ lịm dần
Thương nhớ mơ hồ bóng tôi ảo ảnh ./.

NGUYÊN THU
GIÀN MƠ

Anh thắp lồng ngọn nến
Sáng hơn hạ huyền trăng
Em hình dung có tiếng
Ai khẽ cười giòn tan.

Rải hạt mầm tuổi mới
Giây mơ bắt giàn leo
Một vùng trời xanh biếc
Nụ non trở mình chiều.

Đợi sương qua khóm nắng
Từ giọt vỡ tìm trăm năm
Đợi đêm qua từng luống
Ru say mềm môi ngoan.

Sương đêm thấm đầy ngực
Chiếc lá treo cuối mùa
Như tình anh hư ảo
Tìm vào giấc ngủ sâu ./.

Gò Vấp, August 5, 2023
4:20 pm

NINH TRẦN
DẤU YÊU

Em hãy cứ là em như thế mãi
Cho tôi yêu từ buổi gặp đầu tiên
Đôi mắt đó hớp hồn ai mê dại
Đã in sâu vào trí nhớ muộn phiền.

Hồn nhiên quá rụt rè lần em đến
Lòng ngẩn ngơ tình thoáng chút ngọt ngào
Vui rộn rã ánh nhìn ai trìu mến
Chợt hiểu mình lòng chớm biết... nhớ nhau.

Chỉ cười mỉm thế thôi em đừng nói
Buồn trong tôi cũng đủ để bay trôi
Đường gập ghềnh quanh co bao nhiêu lối
Đâu thể nào lạc lối mối tình tôi.

Em cứ thế dung dăng mà đếm bước
Chiếc áo dài xinh xắn rất dễ thương
Tôi ngắm mãi dáng ngoan hiền tha thướt
Mê muội rồi lòng thổn thức vấn vương.

Trong sáng lắm khiến tim ai lỗi nhịp
Dấu chân em khẽ chạm trái tim tôi
Chầm chậm nhé để mong còn đuổi kịp
Đẹp gì hơn hai đứa bước song đôi.

Tôi vẫn thích muôn đời em vui thế
Để lòng luôn âu yếm dệt vần thơ
Em trót đến mặc dòng đời dâu bể
Hương nồng nàn lưu luyến chở ước mơ.

Luôn khép nép như loài hoa mắc cỡ
Lòng tôi say tình chớm nụ mỹ miều
Hình như thể tơ hồng se duyên nợ
Ta kết đôi đời trọn vẹn dấu yêu ./.

THY AN
MÙA HẠ CHÚT KHÁT KHAO

vói tay ngắt đóa hoa hồng
mọc quá xa tầm với
mảng tường mùa xuân đầy xanh đỏ
bàn tay nổi gân run run
khát khao một cử chỉ thân quen.

mùa hạ rải nắng trên hoa lá
lênh đênh những đám mây xa
hoài niệm nhỏ trong căn nhà mở cửa
lung lay nhân ảnh
con chim non cất tiếng hát ca.

nghe giọt mưa hiền hòa bất chợt
bên hiên nhà oi bức
có ai đi về trong nỗi nhớ
tàn phai trên tóc tai
buồn lòng những vô cớ trần ai.

mùa hạ nhễ nhại mồ hôi
đẫm ướt những góc lòng tâm thức
biển xanh và đồi xám
chợt nhận ra sự nhỏ bé khôn cùng
làm rung động con tim.

mùa hạ nổi chìm bao nhiêu ký ức
vòm lá xanh ngang đầu
bóng mát của ngôn từ và bài thơ thiếu chữ
dấu tha hương áo mỏng lưng trần
đêm mê muội tình nhân..../.

tháng 08-2023

NGUYÊN XUÂN
Thiên Lý Nhãn

Nếu như có được thiên lý nhãn
Em chẳng phải xé nát đêm tìm anh
Trên vệt không gian hai chiều.

Nếu như có được thiên lý nhãn
Phút vợt hờ chắp vá mong manh
Cơn khát bỏng mắt thương trên từng nhịp thở
Bên vực bờ cách ngăn, ngắm trộm anh dịu dàng.

Nếu như có được thiên lý nhãn
Những lúc chấm xanh treo lơ lửng giữa mây trời đại dương
Những lúc chuông reo anh vờ như không thấy
Khoảng trần rập rình, khua nhảy, lên xuống, sấp ngửa, té nhào
Được mở toang...

Nếu như có được thiên lý nhãn
Đôi tay biết nắm... buông...
Thời gian nhuộm ánh nâu chiều êm ả vàng hương.

Nếu như có được thiên lý nhãn
Thức tỉnh một dòng trang... ./.

Gò Vấp, August 7, 2023
5:30 am

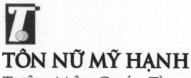

TÔN NỮ MỸ HẠNH
THÊM MỘT CHÚT TÌNH NEO ĐẬU BẾN QUÊ

vệt khói lan man bật lên từ bếp lửa đò chiều
con sóng lặng im trước đoản khúc hoàng hôn đỏ ối
lòng người đàn bà chợt khô như que củi ngày mưa
nhánh lục bình trổ bông cô đơn cứ trôi mải miết
nàng thèm được khóc một lần
khi chợt nhận ra dòng sông chạm khắc nỗi buồn từng mang cái tên
hạnh phúc.

ngọn thủy triều bồng bềnh mỗi ngày xuống lên mấy lượt
câu chuyện nông sâu chưa ai tường tận bao giờ
ruổi rong đi tìm cánh diều lạc gió mất hút thuở còn thơ
để con chim bói cá giật mình nhìn theo mắt ngẩn ngơ nuối tiếc.

ngày chiếc xuồng con bỏ bến ra đi
dứt lại sau lưng chiếc áo quê mùa, khúc hát não nùng tiếng chim
"bắt cô trói cột"
mấy bụi ô rô vô tình vẫy cánh tay đầy gai nhọn
cứa nát mảnh da trời xanh biếc đáng thương tội nghiệp
chiếc lá chòng chành theo dòng đời ngược xuôi không định hướng
chỉ kịp mang theo trái tim trong veo đi tìm mùa xuân gieo hạt
chưa một lần trở lại khúc sông xưa.

câu hỏi lần khân không biết bao giờ sáng tỏ
lời hẹn thề "gừng cay muối mặn" ngậm ngùi trong câu nói người xưa
đâu giữ được vết bùn bám chân con người lãng tử
mái chèo khua nước cứ chất chồng thời gian ký ức
Ngụp lặn khôn nguôi cùng nhánh bần vừa đơm trái non đã rụng.

bãi bờ ngày nào vẫn xanh ngắt ước mơ
nhịp sóng vẫn dập dờn đong đưa tiếng khóc
hạnh phúc mãi bên kia đường chân trời hy vọng
người đàn bà đêm nằm mơ nghe chân cầu sóng vỗ
tự hỏi có còn nơi nào
chấp đôi cánh giúp nàng lội ngược dòng về neo đậu bến quê? ./.

TRẦN HUY SAO
THÁNG SÁU

cuối tháng Năm gió hùa mưa từ giã
tháng Sáu gió về rủ nắng về theo
gió là vốn bốn mùa xa vạn nẻo
cứ mãi theo thời mãi trổ dáng riêng.

gió mát Xuân tiếp đà chim Én liệng
gió nóng Hạ nhờ quạt phẩy tiếp hơi
gió hiu Thu bâng khuâng tình chờ đợi
gió rét Đông về... chi ngại cô đơn...

trời vốn theo mùa Xuân Hạ Thu Đông
mưa nắng quẩn quanh... hai mùa mưa nắng
mát nóng lạnh cũng chỉ là... quanh quẩn
riêng gió bốn mùa phiêu giạt bốn phương...

tháng Sáu năm nay nóng hầm lửa nướng
tám giờ tối rồi trời vẫn sáng bưng
ngồi dưới Hiên Trăng tiếp vần ngẫu hứng
gió nhè nhẹ về theo với Nàng Thơ.

mới mần bài Thơ cám ơn mát gió
giáp năm rồi vẫn nhớ dấu đường quen..../.

THANH TRẮC NGUYỄN VĂN
Tháng Mười Mưa Vẫn Thế

Tháng mười mưa vẫn thế
Riêng ta tóc bạc rồi
Ngỡ cầm đũa ngọc lệ
Ngờ đâu nước vỡ trôi...

Tháng mười mưa vẫn thế
Ngập lụt những con đường
Ta ôm đàn gọi nhớ
Chờ em về ngõ thương.

Tháng mười mưa vẫn thế
Ta đi để quay về
Khuấy thời gian sóng sánh
Thơm ấm khói cà phê

Tháng mười mưa vẫn thế
Giọt rơi lóng lánh cười
Bóng ai chiều cuối phố
Tà áo cúc vàng tươi? ./.

DUYÊN
BÊN ĐỜI QUẠNH HIU....

chị đi. bỏ lại mặt trời
nắng võ vàng. thương ngày xa xưa cũ
nụ cười nào. chưa đến. đã vụn tan
nắng về đâu? ngày tối mịt. không ngờ!

chị đi. trả lại cuộc đời
ngày chóng tàn. sao vội vã. tàn mau...
bàn tay trơ. bám víu. nghi ngờ!
tin chị đến, buồn. lặng thinh. đau nhói!

chị đi. trả lại kiếp người
đời xinh đẹp. đôi khi gian nan. khổ
ai. nụ cười rạng rỡ. tự trái tim?
hạnh phúc tìm. thoáng mắt chị long lanh.

chị đi. buồn....
còn buồn thêm. thêm nữa...
khi thật buồn. biết chia sẻ cùng ai
khi thật vui. tìm đâu tiếng ai cười

chị đi...
bỏ lại mặt trời
sát na một thoáng...
bên đời quạnh hiu...

starbucks, hoyne street
chicago 09.19.23
nhớ một người...

TRƯƠNG XUÂN MẪN
LÁ VÀNG RƠI

Nhớ nhà văn Nguyễn Xuân Hoàng

Lọc cọc, lọc cọc!!!
Lọc cọc! một chân sắt hai chân người
Một chân lùi hai chân bước tới
Không gian vang rền tiếng hí ngựa
Thuở hoàng kim hồi động vọng đất trời

Đành lỗi nhịp với cây đàn đã gãy
Bài hát xưa như dấu lặng ngậm ngùi
Lọc cọc đi anh tìm gì ai thấy
 Như đi tìm hoài mộng ước chưa nguôi

Cơn kinh động sói mòn da thịt
Mang vết thương vật vã tận cùng đau
Ghì lên chân sắt cong mềm hy vọng
Ôm khói sương mong manh thiếu nắng hồng

Mang nỗi buồn "lọc cọc" giữa thế gian
Chưa đi hết con đường Anh phải đến
Sợi tóc trắng trú mình bao dấu hỏi
Chợt gió về hất rụng xuống đêm đen

Mùa Xuân đang ẩn mình phía trước
Chiếc lá vàng anh lượm rớt sau lưng
Vẫn tất bật xoay vòng đời hối hả
Rồi loay hoay với đau đớn tận cùng

Lọc cọc lọc cọc!!!
Lọc cọc! một chân sắt hai chân người
Một chân lùi hai chân bước tới
Anh đi tới - vươn mình đi tới
Dẫu hoàng hôn đã mất dấu bình yên

 Dựa vào da thịt nàng yếu đuối
 Nơi điểm tựa cuối của tình yêu
Giọt nước mắt ngược chảy vào trong
Nơi giao lưu giọt máu sắp khô giòng

Chiều nay gõ nhịp đều trên nạng
Anh chợt nghe tiết điệu lá vàng rơi
À ơi bài hát... không lời
Mà sao buồn bã giữa trời Mùa Xuân ./.

THỤC UYÊN
PHỐ NÚI

Đã rất lâu chưa về thăm phố núi?
Thành phố buồn heo hút mù sương
Con dốc nhỏ ngập ngừng buông chắn lối...
Bước chân ai vương đất đỏ bụi đường...

Con phố vắng đìu hiu bên dốc núi
Cỏ hồn nhiên sim tím nhạt nhòa buồn...
Hương trà nhà ai ngan ngát đưa hương
Tường vi nở vấn vương màu lưu luyến!

Ngày vội qua đêm dịu dàng tìm đến!
Bước bình yên về giữa phố xôn xao
Hương cafe thơm ngát hôm nào
Sương buông phủ đêm dạt dào ký ức...

"Đêm Nguyệt Động" vầng trăng còn thao thức
"Sao Trên Rừng" lạc loài bước tìm nhau
Lau lách đìu hiu, sim tím lịm đêm sầu
Hương trà cũ chưa phai màu kỷ niệm...

Con phố đó năm xưa em đã đến!
Con dốc cao có mỏi bước lang thang...
Ôm rét mướt em co ro trong áo
Môi tím em cười đời chưa biết điểm trang...

Bao lâu nhỉ chưa về thăm Phương Bối!
Hàng thông xưa còn nhớ bước chân quen?
Kiếp lãng du vẫn chưa quên lối...
Tao ngộ một lần con phố núi bình yên ./.

TRẦN THỊ CỔ TÍCH
LỜI CÔ GÁI TRONG TẤM ẢNH AI*

có khi nào anh trộm hôn ảnh em không
đôi môi hồng phớt nụ
đẫm vào thinh không mê khúc bình minh
có khi nào anh ngẩn tò te
mái tóc Medusa
trườn lên ngọn đồi bốc khói
những con rắn níu vai anh
ghì xuống...
anh có lướt môi lên
vầng trán La Joconde
in dấu những kinh thành
những áng mây kỳ ảo
và anh bay lên. mọc [cánh]
anh có ve vuốt đôi tay mềm
cắn bàn chân nhỏ
với nụ - hôn - không - thể - cưỡng
đêm lắc lư ảo ảnh lụi tàn
nhan sắc phù dung
chú chuồn chuồn** và chiếc computer đồng lõa
anh có từng hôn trộm ảnh em không
đừng nhìn vào mắt em lúc trả lời
kẻo rồi hóa đá
trừ khi... ./.

* (công nghệ Artificial Intelligence - Trí tuệ nhân tạo)
**Người ta nói chuồn chuồn là biểu tượng của biến đổi và tái sinh,
là ánh sáng nội tâm

TRUNG CHÍNH HỒ
Em Sắp Về Chưa?

Em sắp về chưa, tình đã hối
Gió vội qua chiều, cây lá nghiêng
Nắng phai cuối ngõ, mưa vừa đượm
Nỗi nhớ đầy lên một nỗi em.

Em sắp về chưa, sông đã hẹn
Chim đã ngàn bay, cá biệt tăm
Mây nước chưa phai màu tóc rối
Mộng đến tàn khuya, bóng nguyệt rằm.

Em sắp về chưa, tình đã gọi
Vẳng khúc trầm ca vọng cố nhân
Tiếng cuốc kêu sương sầu lẻ bạn
Chờ người đã cạn mấy thu phân.

Em sắp về chưa, mùa đang chín
Những trái tình rơi lịm đáy sông
Thơ-ngây-em bỏ chiều đi biệt
Cho tháng năm nào cũng bão dông.

Em sắp về chưa, mưa đã thưa
Lòng theo con sóng đã sang mùa
Tím bông hoa dại màu thương tưởng
Cho nỗi buồn tôi xanh rất xưa ./.

HOÀNG XUÂN SƠN
Tuyên Ngôn

Người nằm trở ngược đầu
Đồi núi dò theo sau
Những câu thơ mặc áo
Sém chút nữa qua cầu.

Làm sao gối lên ngực
Khi mùa thu đang về
Ho hen trong ký ức
Ngọn gió trùm hoang tê.

Những thếp quà đóng vảy
Loài bò sát tinh tường
Hãy mở ra ngày mới
Chép một tràng linh dương.

Như phiên bản của đá
Khắc ghi lời sấm truyền
Sục sạo tìm hang động
Bản vẽ của mật ngôn.

Ta qua sông thả nổi
Mênh mang tận suối nguồn
Hình hài là nguyên thủy
Vạt áo gầy tinh sương.

Như vạt tình của nắng
Trở đầu hay quay đầu
Xoay chiều nào cũng đến
Bán cầu một nửa nhau.

Trong chu kỳ vĩnh phúc
Lời kinh đã chép vào
Trang sách hồng cựu ước
Tuyên ngôn triệu vì sao.

Có. Ta vẫn hằng có
Mặt trời và sức lao ./.

NP PHAN
ĐƯỜNG XƯA

hình như bóng nắng đã gầy
đường xưa đã vắng gót giày hào hoa
chút hư hao lẫn nhạt nhòa
còn vương vấn một lời ca võ vàng

thôi em, ngày tháng miên man
đường xưa giờ bóng thu tan mất rồi
mắt buồn một thuở lên ngôi
bước chân hào sảng đã thôi mời chào

em ơi, này khúc tiêu dao
đường xưa rồi sẽ bước vào lãng du
bàn tay xòe ngón thiên thu
ta xin em một lời ru ngàn đời ./.

LÊ HÂN
Lạc Quan Hay Chủ Quan?

Nắng cuối ngày đẹp nhất?
Nhận xét xưa lẫn nay
Tạm xem không sai trật
Từ người xưa thời nay.

Thu đầu mùa đẹp nhất?
Không sặc sỡ giữa mùa
Không tàn tạ nhớp nháp
Cuối chân mùa sũng mưa.

Đời người tuổi nào đẹp
Thơ ấu, Thanh, Trung niên
Chẳng lẽ thời trung-lão
Thiếu vắng nét hồn nhiên?

Ta bước chậm từng bước
Trong hành lang sạch trong
Hít sâu và thở nhẹ
Gặp chính ta trong lòng.

Đời người nhiều giai đoạn
Đã qua cùng lạc quan
Ta mừng ta có phúc
Chẳng lẽ nào chủ quan? ./.

9-2023

ELENA PUCILLO TRUONG
La Vie Est Belle
Cuộc Đời Vẫn Đẹp

Buổi sáng tôi thường dậy sớm để đi làm. Tôi thích nghe tiếng chim hót nên trên đường hay ngước mắt dõi theo những cánh chim dang rộng bay đi bắt côn trùng. Những chú chim sẻ ấy là các bạn đồng hành, giúp tôi thư giãn trước khi đến quảng trường nơi có thư viện mà tôi làm việc.

Từ vài năm nay, tôi được chuyển công tác đến thị trấn nằm ven biển và thị trấn gần như bị chia đôi bởi đường ray xe lửa: Một bên là những ngọn đồi xanh và một bên là bãi tắm nhuốm màu blue của biển.

Tôi sinh ra lớn lên ở miền núi, trong một ngôi làng với những con người kiên quyết nhưng ít nói và thầm lặng, nên mỗi ngày ở đây tôi đều nhận ra là cuộc sống của mình đang thay đổi, nhộn nhịp và tốt hơn như thế nào.

Ở cái miền núi xa xưa của quê tôi, đường chân trời bị giới hạn bởi những ngọn núi cao còn nơi đây tôi đã có một tầm nhìn bao la và vô tận của biển cả, nối liền với bầu trời xanh, một vẻ đẹp tuyệt vời mà đến giờ tôi như vẫn chưa quen.

Nhà tôi ở trên đồi nhưng sáng nào mở cửa ra tôi cũng đều thấy biển, mỗi ngày mỗi khác tùy theo phản chiếu của ánh mặt trời: âm u hay sâu thẳm, khi có nhiều mây đen ở trên cao thì mặt biển gợn nhiều bọt trắng theo những đợt sóng vì biển động. Còn vào những ngày khác, khi bầu trời có màu xanh trong vắt thì mặt biển phẳng lặng, lung linh đa sắc nhờ ánh nắng vuốt ve mặt nước.

Ngay khi thức dậy, tôi thường bật radio và chuẩn bị pha cà phê cho bữa sáng. Sau đó tôi vội vàng đi bộ ra khỏi nhà hoặc nếu hôm đó là một ngày đẹp trời, tôi sẽ đi xe đạp.

Tôi chỉ cần đi ngang qua khu vườn cạnh nhà ga, băng qua một quảng trường nhỏ có những chiếc ghế dài là đến nơi làm việc.

Tôi nhớ như in là mình đã ngạc nhiên như thế nào khi một ngày nhìn thấy một người đàn ông cao, gầy với mái tóc dày bạc trắng và bộ râu bù xù. Ông mặc chiếc áo khoác hơi rộng trên đôi vai xương xẩu, đang chăm chú cột những quả bong bóng màu lên một chiếc ghế dài. Đó là một chiếc băng ghế nằm dưới bóng râm. Trên một chiếc ghế dài khác nằm gần đó, ông đặt một chiếc túi da có dây đeo vai, có nhiều chỗ đã sờn rách theo thời gian.

Tôi bị cuốn hút bởi sự tập trung mà ông ấy thổi phồng những quả bóng, sau đó cẩn thận cột chúng vào băng ghế, rất quan tâm đến việc kết hợp các màu để có một hiệu ứng màu sắc hài hòa.

Một ngày sau, khi đến gần khung cửa lớn ở thư viện, liếc nhìn ra vườn và tôi đã đã xem thấy chuyện gì đang xảy ra.

Thì ra, người đàn ông ấy đã chọn vài mét vuông quanh đó để làm nhà, chiếc ghế dài nơi đặt chiếc túi da là chỗ để nghỉ ngơi, trên đó có một vài túi nhựa đựng một ít trái cây hay vài mẩu bánh mì; Còn chiếc ghế kia là nơi để cột những quả bóng, đại diện cho tác phẩm của ông. Có lẽ danh từ "tác phẩm" là do tôi phóng đại, thực ra đó không phải là một công việc, mà đúng hơn là nơi ông thực hiện các sinh hoạt hàng ngày.

Mọi người ít khi nhìn thấy ông vào buổi sáng, nhưng cứ khoảng bốn giờ chiều, khi lũ trẻ tan học, người đàn ông không tuổi thường ngồi trên chiếc ghế cột bong bóng và to giọng đọc một cuốn sách có những trang đã ố vàng. Trong những ngày đầu tiên, ông ấy đọc với giọng nhấn của một người nước ngoài nên một số khách qua đường vì tò mò đã dừng lại lắng nghe. Rồi lũ trẻ bắt đầu xuất hiện và như bị cuốn hút bởi những quả bong bóng cùng với giọng đọc hơi là lạ của ông. Ông kể về những chuyến phiêu lưu hay về những thế giới xa xôi, nói về những chiến binh hay cướp biển, chuyện của chàng hiệp sĩ dũng cảm thách thức các cối xay gió biến thành gã khổng lồ, của những con rối bị cá voi nuốt chửng, về tình bạn của một hoàng tử với một con cáo.

Một vài trang ông ấy còn thể hiện theo trí nhớ hay diễn xuất như thể mình đang đứng trên sân khấu. Chiếc ghế dài bỗng biến thành boong của một con tàu hoặc cabin mở của một chiếc máy bay hai động cơ hạng nhẹ, thành dựa trở thành lưng con ngựa Rocinante của Don Quixote trước khi lao vào tấn công những chiếc cối xay gió... Nhờ những hoạt động tự phát này mà hai chiếc băng ghế ở khu vườn đã trở thành điểm tụ tập hàng ngày của trẻ em và phụ huynh sau giờ học. Đôi khi tôi cũng dừng chân lại để lắng nghe "Thuyền trưởng", tôi đã đặt biệt danh cho ông ấy như thế sau vài lần chứng kiến. Về ngoại hình, ông ta giống một con sói biển, tôi thường nhìn thấy ông với làn da rám nắng phủ lên người một bộ đồng phục đẹp với những chiếc cúc áo mạ vàng sáng bóng, oai vệ ngồi trước bánh lái của một con tàu đang tiến về phía đại dương với búi tóc trắng tung bay trong gió.

Nhưng trên thực tế, dưới mắt mọi người, "con sói biển" này chỉ là một kẻ vô gia cư. Ông có vẻ ngoài như một người đã từng trải qua cơn bão khủng khiếp và tự cứu được mình vào giây phút cuối. Điều làm tôi ấn tượng nhất là ánh mắt vừa kiêu hãnh vừa u sầu của ông ấy, còn giọng nói ngọt ngào của ông dường như đã cuốn hút trẻ em và người dân ở cái thị trấn nhỏ này. Sau vài bữa đầu tiên, có lẽ được cha mẹ khuyến khích nên một số trẻ em đã mang tặng ông một ít trái cây, một bữa ăn nhẹ hay một túi khoai chiên. Chúng nhẹ nhàng đặt những món quà nhỏ lên băng ghế nơi "thuyền trưởng" đang ngồi. Qua đuôi mắt, ông quan sát toàn cảnh nhưng vẫn tiếp tục diễn mà không dừng lại, và mọi người chỉ nhìn thấy ông với nụ cười nửa miệng, với hàm ý cảm ơn, làm lộ đôi môi nứt nẻ vì nắng và gió mặn.

Khi đọc xong hoặc sau khi giải thích một đoạn văn đặc biệt, thuyền trưởng đứng dậy, gấp cuốn sách có những trang đã ố vàng và có khi cao hứng ông còn thực hiện vài bước nhảy, xoay người hai ba vòng trong khi hát một giai điệu bằng tiếng Pháp.

" Mes amis, la vie est belle[3]
Malgré les peines
Qui nous enchaînent
Âmes claires
Voix légères
Sans un sou au fond de l'escarcelle
Chantons au soleil qui ruisselle
La vie est belle
Belle toujours !
Mes amis les vie est belle...
....
Quand la voix du pauvre nous appelle
Tendons une main fraternelle
La vie est belle,
Belle toujours !
....
Mes amis la vie est belle
Quand près du terme
Les yeux se ferment
Pour bagage
Du courage
Quand viendra pour nous l'instant suprême
Notre cœur dira tout de même
Les vie est belle
Ble elle, toujours !"

Gã thuyền trưởng hát rằng cuộc sống thật tươi đẹp, vượt lên trên những nỗi đau thường ngày, dù không có một xu dính túi nhưng chỉ cần một cử chỉ nhỏ cũng đủ giúp những người khốn khó. Ông còn cho biết, trong giờ phút định mệnh, khi đôi mắt vĩnh viễn khép lại, trái tim chúng ta vẫn sẽ nhắc rằng cuộc đời luôn đẹp.

---

[3] Bài hát hướng đạo "Mes amis, la vie est belle" được in trong tuyển tập "Chanteclerc" xuất bản ở Thụy Sĩ năm 1934 và được C. Boller cải biên lại. https://www.youtube.com/watch?v=SIzRdahR9Nc

Khi kết thúc bài hát, thuyền trưởng gật đầu chào mọi người để cảm ơn, rồi cầm lấy cuốn sách bỏ vào chiếc túi da, trong khi những người đứng nghe cũng dần dần thưa thớt.

Lúc đó cũng là lúc mà tôi đang về nhà sau một ngày làm việc.

Đôi khi tôi cũng đi về sớm vài phút để được nghe vài câu, để chiêm ngưỡng ông trong việc biểu diễn một cảnh phiêu lưu nào đó hay để được vỗ tay khi ông kết thúc màn nhảy múa. Khi nhìn thấy tôi, ông khẽ mỉm cười và đưa tay lên đầu, giống như một kiểu chào của quân đội, một cử chỉ tôn trọng hay lịch sự rất tự nhiên. Tôi đáp lại bằng một cái vẫy tay và một nụ cười để bày tỏ sự cảm thông và tình thân thiện với vị thuyền trưởng trước khi tiếp tục đạp xe hoặc đi bộ trở về nhà.

Sau vài tuần, người đàn ông đó đã trở thành cư dân của thị trấn, những luống hoa trong vườn với hai chiếc ghế dài là nhà của ông và qua những câu chuyện ông đã đi vào trái tim của nhiều đứa trẻ. Bây giờ ông ấy là một phần của cộng đồng và sự hiện diện của ông đã làm bừng sáng cảnh quan dù lúc trời có nhiều mây.

Thực vậy, ngay khi trời có dấu hiệu sắp đổ mưa, thuyền trưởng liền dừng công việc và bắt đầu tìm kiếm thứ gì đó trong chiếc túi da. Sau những cuốn sách đã ố vàng, ông ấy lôi ra một chiếc ô gấp có các khung vải nhiều màu. Ông bung dù ra và tiếp tục công việc trước đó. Nếu mưa to thì mọi người sẽ bỏ chạy tứ tán và chỉ còn mình ông ngồi thu hình, gần như cuộn tròn trên chiếc ghế dài.

Khi mùa thời tiết xấu bắt đầu, có người khuyên ông đến trú ẩn ở một nơi gần đó, dù sao cũng được ngủ dưới một mái che, nhưng ông tuyệt đối không muốn. Ông nói là không thể sống giữa bốn bức tường, ông thấy thiếu không khí, ông muốn ngửi mùi của ban đêm, mùi hoa ngậm hơi ấm của những hạt sương.

Với sự giúp đỡ của một vài phụ huynh trong thị trấn, tôi đã thuyết phục được ông đến tạm trú gần lối vào thư viện của tôi, nơi có một mái vòm rộng và ở đó ông có thể ngủ ở một nơi khô ráo và chắc chắn ấm hơn là nằm trên băng ghế. Ông đồng ý và gần như xin lỗi vì đã làm chúng tôi phải lo lắng cho mình.

Sau đó, khi mùa xuân đến, vị thuyền trưởng đã xin về lại trên chiếc ghế dài thân yêu của mình.

Vài tháng trôi qua, vào một buổi sáng, bác bảo vệ ở thư viện gọi điện lên báo rằng người vô gia cư muốn gặp để nói chuyện với tôi.

Tôi rời phòng và đi xuống cổng vào. Nhân dịp này, ông ta đã chải lại mái tóc rối bù vẫn còn ẩm ướt và chỉnh lại chiếc áo khoác đã hơi sờn ở cổ tay.

Tôi không biết tại sao nhưng hình như ông ấy có vẻ thấp bé hơn, như thể thời gian đã làm ông bị gù xuống, nhưng cũng có thể chỉ là ấn tượng của tôi.

-Xin lỗi, *cô* luôn tốt bụng." ông nói với tôi bằng một giọng nhẹ nhàng, với âm X phát âm không rõ lắm. "Thế này, tôi muốn có một cuốn sách, một vài cuốn sách... những cuốn mà tôi mang theo đã quá cũ và chữ mờ theo thời gian, *bạn* có thể giúp tôi được không?"

Cách xưng hô chuyển từ "cô" sang "bạn" khiến tôi rất thích, nhưng trong mọi trường hợp, tôi sẽ tìm cách giúp ông.

Tôi thử hỏi ông có giấy tờ tùy thân gì không để cho tôi xem.

Ông suy nghĩ một lúc rồi rút từ trong túi áo khoác ra một thẻ chứng minh nhân dân cũ và đã hết hạn sử dụng.

"Jean-Pierre Roussillon" Tôi đọc cái tên và, ở phía dưới, có ghi là ông sinh ra ở Brest, miền Bắc nước Pháp.

Thế là tôi nói chuyện với ông bằng tiếng Pháp vì trước đây tôi đã học ở trường. Và tôi thấy ông mỉm cười với đôi môi mím lại trên khuôn mặt đầy nếp nhăn và khô nứt vì nắng gió, nhưng trong nụ cười đó tôi đọc thấy một thoáng u sầu đọng lại trong đôi mắt xanh long lanh vì cảm xúc.

Tất nhiên với vai trò là người điều hành thư viện đưa tặng ông một vài cuốn sách với tôi không phải là vấn đề, nhưng tôi muốn tôn trọng người đàn ông đang đứng trước mặt mình.

Tôi lấy một phiếu ghi danh và viết tên ông cùng một vài chi tiết rồi trả lại giấy tờ tùy thân.

Tôi mời ông ngồi xuống một trong những chiếc ghế bành và bảo ông chờ một lát rồi tôi sẽ quay lại.

Tôi biết phải tìm ở đâu và tìm cái gì: bên dưới cầu thang có một căn phòng lớn, nơi đặt những cuốn sách do các hiệp hội hoặc cá nhân gửi tặng và nếu có nhiều bản của cùng một cuốn sách thì một số được giữ trong kho này sau khi được phân loại theo tác giả và chủ đề.

Tôi quay trở lại cổng vào thư viện nơi thuyền trưởng của tôi đang đợi.

-"Đây, tôi mang đến cho ông quyển "Moby Dick" của Melville, "Hoàng tử bé" của Saint-Exupery, "Hai ngàn dặm dưới đáy biển" và "Vòng quanh thế giới trong 80 ngày" của Verne, " Sandokan và những con hổ của Mompracem" và "Il Corsaro Nero" của Salgari. Tôi đã làm hết các thủ tục. Từ giờ trở đi, ông có thể đến đây bất cứ khi nào ông muốn, trình thẻ thành viên và nhân viên của tôi sẽ lấy cho ông những sách mà ông cần."

Thuyền trưởng gần như không tin ở mắt và tai mình, nét vui mừng lộ rõ khi ông nhìn những cuốn sách với ánh mắt đầy thỏa mãn.

Ông không biết phải làm gì để cảm ơn tôi, ông chỉ hơi cúi đầu và sau đó mang theo kho báu khá nặng của mình, miệng khẽ hát khi bước ra khỏi thư viện. Vài ngày sau, tôi còn mang đến cho ông cuốn "Don Quixote" của Cervantes và một cuốn "Tâm hồn cao thượng" của De Amicis.

Tôi đã làm cho ông thực sự hạnh phúc và thế là chiều hôm đó ông bắt đầu buổi diễn xuất của mình bằng việc đọc câu chuyện "Từ Apennines đến Andes" trích từ cuốn "Tâm hồn cao thượng".

Giờ đây, thuyền trưởng đã thuộc lòng những cuốn sách mà ông đọc và việc lựa chọn những cuốn tiểu thuyết và truyện đó chính là để thu hút những đứa bé, những đứa lớn hơn và khiến chúng mơ ước.

Mỗi người ai cũng có một mục đích sống và người đàn ông vô gia cư đó, sau bao nhiêu phiêu lưu thăng trầm và thành bại cũng đã tìm ra con đường của riêng mình để cải thiện thế giới, bắt đầu dạy cho trẻ em hiểu thế nào là thiện và ác, giúp trí tưởng tượng của chúng bay bổng và làm cho chúng mơ mộng.

Vào cuối ngày, khi đi ngang qua khu vườn, tôi dừng lại để đưa cho ông ấy một vài quyển sách lịch sử hoặc triết học và trao đổi vài câu bằng tiếng Pháp. Đó là cơ hội để nghe ông kể cho tôi nghe đôi điều về quá khứ của ông: một cuộc hôn nhân không kéo dài, một thời kỳ trong Quân đoàn Pháp mà ông không còn muốn nhắc đến, và những chuyến đi biển dài ngày. Công ty vận chuyển biển mà ông làm việc bị phá sản và ông trở thành thất nghiệp, rồi vô gia cư và vì thế ông bắt đầu đi ở nơi này nơi kia mỗi nơi một ít và dừng lại ở nơi nào ông cảm thấy thoải mái, được mọi người thấu hiểu và trợ giúp.

Tôi hỏi ông vì sao lại dừng ở thị trấn nhỏ của chúng tôi thì ông trả lời:

-"Vì nó yên tĩnh, có màu xanh của biển, mỗi sáng tôi ngửi thấy mùi của nó và biết là ngày hôm ấy sẽ như thế nào. Vì tôi thích nghe tiếng tàu chạy qua, nó như đưa tôi đi đến nơi thật xa. Nhưng trên tất cả là vì mỗi buổi sáng tôi đều thấy cô đạp xe và mỉm cười với cuộc sống."

Tôi thật sự cảm động trước những lời của người vô gia cư đó, có tuổi bằng tuổi ông nội của tôi, nhưng trên hết là sự chân thành và tế nhị mà ông đã nói.

Bây giờ chúng tôi đã hiểu nhau hơn và tôi bắt đầu chào ông bằng một câu vui vẻ "Bonjour Monsieur Roussillon!" và ông cũng trả lời tôi bằng tiếng Pháp: "Bonjour Madame la Directrice".

Bỗng dưng tôi thấy mình là một người quan trọng chứ không chỉ là cô giám đốc thư viện ở một thị trấn nhỏ. Ngay từ giây phút đầu tiên tôi đã hiểu rằng tôi sẽ bảo vệ ông và tôi nhớ là khi có một số cảnh sát hỏi thông tin về ông, tôi đã trả lời rằng sự hiện diện của ông và những gì ông làm là tốt cho bọn trẻ và cho mọi người. Những khu vườn gần nhà ga là nơi gặp gỡ của các gia đình, để có được những khoảnh khắc vui vẻ. Chúng ta may mắn hơn các người ở gần các nhà ga trong các thành phố lớn, họ sống trong nỗi sợ hãi về nạn giật đồ, bạo lực hay buôn ma túy.

Với sự xuất hiện của người vô gia cư này, một vài thanh niên côn đồ lang thang đã đi nơi khác. Có thể là nhờ cái uy của ông hoặc do những gì mà ông đã từng trải, nên không ai có thể hù dọa được, vài tên lưu manh chắc cũng hiểu là mình đang đối diện với ai nên không dám thách thức.

Rồi có gì đó thay đổi, có thể là giọng nói không còn vang và có thể là những cử động của ông đã chậm hơn. Đôi khi vào buổi chiều, ông nằm cuộn tròn trên chiếc ghế cột những chiếc bong bóng như thể ông bị lạnh trong khi không khí đang được sưởi ấm bởi nắng chiều. Bọn trẻ cố nài nỉ, chúng muốn nghe ông kể chuyện, nhưng mọi yêu cầu đều vô ích.

Tôi hỏi ông có cần gì không, tôi mang cho ông ấy một ít thuốc và chăn mền nhưng ông không muốn gì cả. Rồi ông bảo tôi ở lại với ông vài phút chỉ để mỉm cười với ông thôi.

Rồi hình như có một tia sáng, một tia sáng chiếu rọi vào đôi mắt ngày càng thâm quầng và trũng sâu trên khuôn mặt hốc hác của ông. Ông giục tôi phải mỉm cười vì như ông đã nói khi ông hát, là cuộc đời vẫn đẹp, luôn đẹp, ngoài những ưu tư, lo lắng có thể làm lay động hay thít chặt trái tim chúng ta.

Ông nói với tôi là nhà triết học vĩ đại Friedrich Hegel đã từng viết: *"Đừng lo lắng về tương lai mà hãy cố gắng vững vàng và trong sáng về tinh thần, vì hạnh phúc không phụ thuộc vào số phận mà là cách bạn đối phó với nó"*.

Bây giờ thì tôi luôn nghĩ về những lời nói đó và nét u sầu mà tôi đã đọc được trong đáy mắt của ông. Sáng hôm sau, mở cửa sổ tôi nhìn bầu trời quang đãng có vài đám mây trắng như báo trước là một ngày đẹp trời và vì thế, sau khi uống cà phê như thường lệ tôi thả bộ về phía khu vườn cạnh nhà ga để đi làm.

Vừa đặt chân đến khu vườn, tôi nhận ra ngay là có điều gì đó bất thường: một chiếc ghế dài trống không còn chiếc kia chỉ thấy những quả bóng đủ màu. Không có gì còn lại về sự hiện diện của thuyền trưởng. Không thể được, đây là điều dường như không thể đối với tôi, tôi thường nghĩ ông ấy vui và bình an ở cái thị trấn nhỏ này. Tôi gọi ông, chạy đi tìm ông dưới mái vòm của thư viện và sau đó đi hỏi những người bạn cảnh sát của tôi về ông.

Mọi người đều lo lắng vì dường như không ai có thể chấp nhận việc ông bỏ đi quá đột ngột.

Ngày tháng cứ thế trôi đi, cũng như nỗi buồn và sự lo lắng về vị thuyền trưởng của tôi. Nếu không có những quả bóng lúc này đã xì hơi còn cột vào băng ghế trống thì mọi người sẽ nghĩ rằng người vô gia cư đó chưa bao giờ tồn tại.

Còn bọn trẻ thì rất nhớ giọng đọc ấm áp của ông nhất là khi ông diễn vai cướp biển, phóng mình tấn công vào chiếc thuyền buồm hoặc ra lệnh cho cận vệ Sancho Panza tấn công những tên khổng lồ, cối xay gió. Nước mắt tôi trào ra khi nghe ai đó hát đoạn điệp khúc bài hát mà ông thường hát.

Thời gian làm nguôi ngoai nỗi nhớ và tôi cũng bắt đầu cam chịu. Có lẽ thuyền trưởng của tôi đã chọn cách ra đi để được chết một mình, xa cách mọi người, để không gây đau đớn cho những người thân yêu, như một con voi già bỏ đàn, tìm nơi chờ chết.

Một ngày nọ, một đứa trẻ tìm thấy trên bãi biển của một thành phố gần đó một cuốn sách bị thủy triều cuốn đi, ướt đẫm nước muối và đầy cát.

Một người bạn cảnh sát bỏ trong một chiếc túi nhựa rồi mang nó đến cho tôi.

. -"Con dấu của thư viện hơi mờ nhưng vẫn còn đọc được và tôi nghĩ đó là một thông điệp dành cho cô".

Tôi chỉ đọc được cái tựa đề và vài dòng ghi chú bên trong. Đó là cuốn "Tâm hồn cao thượng" rồi đọc được một câu bằng nét chữ run run: "Gửi cô gái có nụ cười ngọt ngào. La vie est belle... belle toujours Jean-Pierre Roussillon".

Elena Pucillo Truong
(Bản dịch của Trương Văn Dân)
Sài Gòn, 6/2023

vật tạo thơ trước mắt
riêng ta ngộ quá nhiều
tùy hứng có cơ hội
sẽ cố gắng múa rìu

ngọn ngành nguồn lãng mạn
đường mắt dẫn đường lòng
đường thơ theo chuyển động
nhiều mắt xích lòng vòng...

ĐINH VĂN TUÂN

PHAN HUY ÍCH VÀ BẢN DIỄN ÂM
CHINH PHỤ NGÂM KHÚC

Lần đầu tiên, vào năm 1926, Phan Huy Chiêm (PHC), đã gián tiếp đòi tác quyền bản diễn âm *Chinh phụ ngâm khúc* (CPNK) nổi tiếng hiện hành cho tổ phụ mình là Phan Huy Ích qua bài viết *Phan Dụ Am tiên sinh văn tập* của Đông Châu đăng ở *Mục Văn Uyển* trong *Nam Phong tạp chí* số 106, năm 1926[4], với các chứng cứ của PHC, Đông Châu viết: "*Tra trong Phan gia tộc phả cùng lời các phụ lão trong dòng họ Phan truyền lại thì bài Chinh phụ ngâm bằng Hán văn là của ông Đặng Trần Côn người làng Nhân Mục làm ra, mà cụ Phan Huy Ích dịch ra văn Nôm, hiện nhà họ Phan còn giữ được bản chính vừa chữ vừa Nôm và khi dịch xong cụ có làm bài thơ "Tân diễn Chinh phụ ngâm khúc thành ngẫu thuật".* Đông Châu đã đặt vấn đề: "*Xem như bài thơ trên đó truyền lại, thì đủ chứng rằng Chinh phụ ngâm khúc bấy lâu nay ta vẫn truyền là bà Thị Điểm diễn Nôm, dễ thường không phải, mà chính là của cụ Phan Huy Ích diễn ra đó chăng? Nếu quả thật thế, thì ta nên đính chính lại.*" Từ đó trở đi, vấn đề ai là dịch giả bản CPNK hiện hành đã được các học giả, nhà nghiên cứu nỗ lực dày công khảo cứu, tranh luận, nhưng đến nay có vẻ vẫn chưa kết thúc. Bảo vệ tác quyền theo tục truyền cho Đoàn Thị Điểm tiêu biểu là Biệt Lam, Thuần Phong, Lê Thước, Đặng Thái Mai, Lê Hữu Mục, Nguyễn Thạch Giang... Bảo vệ tác

---

[4] *Nam Phong tạp chí* (1926), số 106, Hà Nội, tr 494-495.

quyền cho Phan Huy Ích tiêu biểu là Hoàng Xuân Hãn, Lại Ngọc Cang, Nguyễn Văn xuân, Nguyễn Văn Dương... Cuối cùng, vẫn chưa một ai đưa ra bằng chứng mới có giá trị khoa học để chứng minh dứt khoát tác quyền thuộc về Phan Huy Ích. Cho nên, đa số vẫn theo tục truyền là Đoàn Thị Điểm đã sáng tác bài diễn âm CPNK nổi tiếng, phổ truyền hoặc vừa nêu tên Đoàn Thị Điểm vừa gợi ý có thể là của Phan Huy Ích.

Bài viết này thử tìm hiểu lại vấn đề, để cố gắng đi tìm bản *Chinh phụ ngâm* "tân khúc" của Phan Huy Ích có khả năng còn tồn tại hay không và thẩm định xem bản nhà họ Phan Huy (PH) lưu truyền cũng như bản *Chinh phụ ngâm diễn âm tân khúc* do Nguyễn Văn Xuân phát hiện có thật là của Phan Huy Ích "tân diễn" không?

1. Hoàng Xuân Hãn giành lại tác quyền bài diễn âm *Chinh phụ ngâm khúc* phổ truyền cho Phan Huy Ích

PGTTL A.2691 (48a)

Năm 1953, Hoàng Xuân Hãn (HXH) cho ra đời *Chinh phụ ngâm bị khảo*[5] (*Bị khảo*) đây là một công trình biên khảo công phu, đưa ra ánh sáng nhiều tài liệu cổ liên quan đến CPNK. Với niềm xác tín, quyết tâm cao, HXH đã dày công biên soạn *Bị khảo* theo mục đích chính là phủ nhận Đoàn Thị Điểm không phải là tác quyền bài diễn âm CPNK hiện hành và giành lại tác quyền vững chắc, chính thức cho Phan Huy Ích. Tuy nhiên một vấn đề lớn, phức tạp, nan giải như vậy, tiếc thay, HXH qua cuốn sách dày gần 300 trang nhưng về phần biện luận, chứng minh tác quyền cho Phan Huy Ích, lại chỉ qua một số dòng rải rác trong sách, nếu gom lại chắc chưa đầy 2 trang giấy! Ngoài những chứng cứ mà trước đó PHC đã đưa ra, HXH *không phát hiện thêm một bằng chứng mới nào có giá trị thuyết phục, khẳng định Phan Huy Ích thật sự là tác giả của bài diễn âm CPNK hiện hành.*

Sau khi PHC đưa ra bằng chứng trong *Phan gia tộc phả* đã ghi nhận Phan Huy Ích đã diễn âm CPNK, trong *Bị khảo*, HXH đã dẫn ra đoạn văn có trong *Phan gia tộc phả* như sau: " *Ông lại từng diễn chinh*

[5] Hoàng Xuân Hãn (1953), *Chinh phụ ngâm bị khảo*, Minh Tân xuất bản, Paris.

phụ ngâm khúc. **Nay từ các bậc danh nhân văn sĩ, cho đến trai gái thôn quê, ai mà không đọc**"(chữ in đậm do chúng tôi nhấn mạnh), HXH cho là gia phả họ Phan được biên soạn vào năm 1826 và dựa vào câu: "**Nay từ các bậc danh nhân văn sĩ, cho đến trai gái thôn quê, ai mà không đọc**", ông cho là bản *phổ truyền* như vậy chắc chắn là bản A (HXH gọi tên bản PH và Trường Thịnh Đường) và do Phan Huy Ích diễn âm. Thực ra, trong số 4 văn bản gia phả họ Phan còn lại[6], chúng tôi đã kiểm định lại thì thấy, chỉ có bản *Phan gia thế tự lục* 潘家世祀綠 (PGTTL), ký hiệu A.2691 do Phan Huy Quýnh biên soạn tại Sài Sơn vào năm Bính Tuất, Minh Mệnh đời Nguyễn (1826), nhưng phần viết về Phan Huy Ích chỉ cho biết (tờ 48a): "soạn các bộ thi văn là *Ngâm lục* và *Văn tập*" nhưng *không hề nhắc đến bản diễn âm CPNK* (xem hình).

Liên quan đến Phan Huy Ích diễn âm CPNK, chúng tôi thấy, trong *Phan tộc công phả* 潘族公譜 (PGTP) ký hiệu A.2963, do Phan

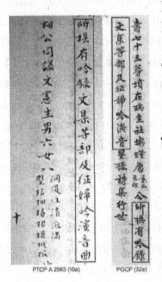

PTCP A.2963 (10a)   PGCP (32a)

Huy Dũng biên soạn, đã viết Bài dẫn và Phàm lệ vào năm Canh Dần đời Thành Thái (1890) và bài tựa Tân biên làm năm Duy Tân thứ nhất (1907) có ghi chép (tờ 10a): "soạn các bộ sách về *Ngâm lục*, *Văn tập* cùng *Chinh phụ ngâm diễn âm khúc*" và Bản *Phan gia công phả* 潘家公譜(PGCP) có niên đại khoảng 1930 đời Bảo Đại ghi (tờ 32a): "soạn các bộ sách về *Ngâm lục*, *Văn tập* cùng *Chinh phụ ngâm diễn âm*" (xem hình). Như thế, theo gia phả, Phan Huy Ích đã từng diễn âm CPNK nhưng không hề có đoạn "**Nay từ các bậc danh nhân văn sĩ, cho đến trai gái thôn quê, ai mà không đọc**". Vậy mà HXH đã dựa vào đoạn văn đó để suy đoán tùy tiện là bản phổ truyền như thế, chắc chắn là của Phan Huy Ích chứ không thể là của Đoàn Thị

---

[6] Nguyễn Ngọc Nhuận (2006), *Phan Gia Công Phả, Gia Thiện - Hà Tĩnh*, Nxb Thế Giới.

Điểm. Do đó, ta có quyền nghi ngờ tính xác thực của bằng chứng về gia phả họ Phan mà HXH đã dẫn ra và nhiều lần xác tín trong BK.

PHC tiết lộ nhà họ Phan còn lưu giữ bản chính vừa chữ Nho vừa chữ Nôm. Người nhà họ Phan từ đó đến nay cũng chưa một lần công bố toàn văn bản CPNK do Phan Huy Ích "tân diễn." Theo *Bị Khảo*, mãi đến mùa hè năm 1952, HXH mới liên hệ PHC để hỏi về bản chính này, nhưng chỉ nhận được bản phiên âm La tinh do PHC nhờ người họ gửi đến. HXH chỉ nói rằng, hình như bản chính vừa chữ vừa Nôm nay không tìm thấy. Đến năm 1961, Lại Ngọc Cang[7] (LNC) cũng tìm đến tận nhà họ Phan nhưng vẫn chỉ nhận được bản ghi âm theo trí nhớ, khẩu truyền của cố lão họ Phan. Một bản Nôm CPNK nếu có, chỉ khoảng gần 30 trang giấy in hay chép tay, nhưng không hiểu sao toàn bộ *hậu duệ của dòng họ Phan có truyền thống đỗ đạt, hay chữ[8] lại không sao chép bản chính vừa chữ Hán vừa chữ nôm - một việc rất dễ dàng với họ - thành nhiều bản để lưu truyền, trái lại chỉ học thuộc lòng rồi phiên âm hay ghi lại thành chữ Quốc ngữ như người bình dân, thất học?* HXH đã suy đoán rằng, có lẽ nhà họ Phan thấy bản Nôm của Phan Huy Ích có những câu không hay bằng bản hiện hành nên ngại công bố. Đây là một biện hộ yếu kém, vấn đề không phải hay hay dở, nhưng là ở chỗ, cần phải đưa ra *bằng chứng xác thật ở bản chính CPNK được nhà họ Phan phiên âm La tinh gắn liền với tên tuổi Phan Huy Ích qua tờ bìa hay bài tựa.* Hiển nhiên, bản Phan Huy đó cũng chỉ cùng gốc với bản CPNK khuyết danh phổ truyền mà thôi. *Đây có thể chính là lý do quan trọng khiến PHC và người nhà họ Phan Huy từ sau năm 1926 không thể công bố bản chính CPNK.*

Mọi người đều biết, HXH đã sơ xuất về 2 chữ "nữ giới" 女戒, HXH đã hiểu lầm là 女界 rồi gán ghép bài B (bài diễn ca trong Tập Viết cũ, theo cách gọi của HXH) là của Đoàn Thị Điểm. Ngộ nhận này đã từng được các nhà biên khảo như Biệt Lam (1954), Phạm Xuân Độ (1958) chỉ ra và sau đó được nhiều nhà đồng thuận như, Phạm Văn

---

[7] Lại Ngọc cang (1964), *Chinh phụ ngâm*, Nxb Văn học, Hà Nội.

[8] Như Phan Huy Tùng (con của Phồn Khê công Phan Huy Chi, đỗ Tiến sĩ năm 1913 (theo *Phan gia công phả*).

Diêu, Lại Ngọc Cang, Nguyễn Quảng Tuân... Sự thật là, hai chữ 女戒 xuất hiện ở cuối bài Hán Văn chứ không phải là đầu bài diễn ca chữ Nôm B nên không thể gán ghép bản B là của Đoàn Thị Điểm được. Thật dễ hiểu, tại sao từ năm 1926, sau khi PHC lên tiếng đòi tác quyền cho tổ phụ rồi đến năm 1953, HXH đã dày công biện hộ, quả quyết bản CPNK hiện hành là của Phan Huy Ích diễn âm chứ không phải là của Đoàn Thị Điểm, nhưng từ đó đến nay, hầu như các học giả, nhà nghiên cứu văn học cổ Việt Nam đều hoài nghi, phủ nhận hay dè dặt, nửa vời và đa số có chiều hướng trở lại tác quyền dành cho Đoàn Thị Điểm.

2. Nguyễn Văn Xuân phát hiện văn bản chép tay *Chinh phụ ngâm diễn âm tân khúc* từ bản khắc in năm 1815

Trong sách *Chinh phụ ngâm diễn âm tân khúc*, Nguyễn Văn Xuân[9] (NVX) cho biết, vào năm 1970, đã may mắn phát hiện ra được bản chép tay nguyên bản *Tân san Chinh phụ ngâm diễn âm từ khúc* 新刊征婦吟演音辭曲 do nhà tàng bản Chính Trực Đường 正直堂 khắc in vào năm 1815 (CTĐ.1815), "嘉隆十四年穀月" (tháng ba năm Gia Long thứ 14) từ nhà của "bà chúa tiếng tăm."[10] (xem hình). Theo mô tả của NVX (cùng HXH), dựa vào một số chữ húy, xác định bản chép tay này vào khoảng đời Thành Thái, người sao chép đã đồ chép lại như in theo bản khắc đời Gia Long (thư pháp của 2 bài tựa khác nhau so với thư pháp của phần nội

---

[9] Nguyễn Văn Xuân (1972), *Chinh phụ ngâm diễn âm tân khúc của Phan Huy Ích*, Nxb Lá bối, Sài Gòn.

[10] "bà chúa tiếng tăm" mà Nguyễn Văn Xuân nhắc đến chính là bà chúa Nhất, hoàng trưởng nữ của vua Dục Đức, theo Nguyễn Thế (2016), *Di sản tuồng cổ Huế*, nguồn: http://vannghehue.vn/tin-tuc/p0/c163/n494/di-san-tuong-co-hue.html

dung CPNK và 2 dấu triện khắc của nhà tàng bản và hiệu sách). Tuy nhiên, bản này không thể nào thoát khỏi lệnh kiêng húy qua các đời từ Gia Long đến Thành Thái và sẽ có những nhuận sắc nào đó của một vài người sao chép chủ quan (đã tham khảo các bản CPNK hiện hành), ngoài ra cách sắp xếp bố trí phần chữ Hán nhỏ hơn phần chữ Nôm cũng như trật tự số câu Song Thất Lục Bát có vẻ khác thường, hiện đại hơn so với các văn bản khắc in đời Gia Long (thường là phần chữ Hán và chữ Nôm đều cân xứng bằng nhau). Dĩ nhiên, *CTĐ.1815 về hình thức và nội dung sẽ không còn đúng nguyên bản nữa so với văn bản gốc nếu có thật, được khắc in vào năm 1815.*

Trong CTĐ.1815 có bài *Chinh phụ ngâm diễn âm tân khúc nguyên tự* 征婦吟演音新曲元序 (*Nguyên tự*), dù phần lạc khoản ở cuối bài tựa đã bị mất, nhưng nếu so sánh với bài thơ *Ngẫu thuật* của Phan Huy Ích, nội dung có nhiều điểm trùng hợp, nên dễ dàng đoán định chính Phan Huy Ích là tác giả bài *Nguyên tự*. Tuy nhiên, chúng tôi lại thấy bài *Nguyên tự* này có vấn đề, đáng khả nghi. Theo lời tựa sách *Dụ Am ngâm lục*[11](DANL), vào năm 1802, Phan Huy Ích cho biết nhà riêng bị cháy, sách không còn sót lại một chữ, sách vở tản mác khắp nơi. Năm 1814, Phan Huy Ích cùng con cháu thu thập văn thơ còn sót lại hay qua trí nhớ, bản sao để làm thành sách lưu lại đời sau, cháu ngoại ông là Bảo chép xong vào năm 1815 và con cháu xin Phan Huy Ích viết lời tựa vào tháng ba năm 1815[12]. Nhưng trong sách 6, *Vân du tùy bút* (DANL) hiện còn, không hề thấy chép bản "tân diễn" CPNK của Phan Huy Ích mà ông tự hào là: "自信推明作者心"[13] (Tự tin rằng đã làm sáng tỏ được tâm tình của tác giả) như trong bài thơ *Ngẫu thuật,* đây là một điều khác thường, khó hiểu.

---

[11] Phan Huy Ích, *Dụ Am ngâm tập* 裕庵吟集, bản chép tay Viện Nghiên cứu Hán Nôm, Hà Nội (A.603). Đúng ra sách này Phan Huy Ích đặt tên là *Dụ Am ngâm lục* 裕庵吟錄. (Xin cảm ơn anh Nguyễn Duy Chính đã chia sẻ tài liệu này).

[12] Ủy ban Khoa Học Xã Hội Việt Nam – Ban Hán Nôm (1978), *Thơ văn Phan Huy Ích,* Nxb Khoa Học Xã Hội, Hà Nội.

[13] Phan Huy Ích, *Dụ Am ngâm lục, Sách 6: Vân du tùy bút,* Sđd.

Bài *Ngẫu thuật* có đoạn: "閒中翻譯成新曲" (Trong lúc nhàn hạ, mới phiên dịch thành khúc ngâm mới), "自信推明作者心" (Tự tin rằng đã làm sáng tỏ được cái tâm ý của tác giả), bài *Nguyên tự* cũng có đoạn: "甲子初春，予奉應候使事在北城。閒悶中，歷閱舊解，輒復技癢。爰將原吟，細加註釋。或約其辭，或申其意，凡用詞曲該二百四聯。務使原作之精神理脈，讀之愈覺敷暢，非競..."[14]　(Đầu xuân năm Giáp Tí, tôi phụng mệnh ứng hầu việc tiếp sứ ở Bắc Thành, trong lúc nhàn rỗi, buồn chán, mới duyệt xét lại các bản giải âm cũ, bèn ngứa nghề, mới đem khúc ngâm gốc ra, chú thích kĩ lưỡng thêm. Hoặc bao quát lại từ ý, hoặc phô diễn thêm ý tứ, gom lại thành 204 liên "từ khúc", cốt khiến cho tinh thần của nguyên tác được mạch lạc; khi đọc lên càng thấy sướng thỏa, chứ không có ý đua tranh...)

Theo chúng tôi, bài thơ *Ngẫu thuật* không thể ra đời vào thời điểm cuối năm 1803 đến đầu năm 1804 vì lúc này Phan Huy Ích vâng lệnh Gia Long mang trọng trách lớn, giữ vị trí trung tâm ở Bắc Thành, chú tâm đạo diễn điều hành việc ngoại giao tiếp sứ Thanh nên nên rất bận rộn, không rảnh để làm chuyện khác. *Ngẫu thuật* chỉ có thể ra đời sau khi lễ sách phong hoàn tất vào tháng Giêng năm 1804, khi ông đã cáo tạ về Sài Sơn và trước tháng Năm (1804). đến tháng 6, ông đã ra hàng nhà Nguyễn, bị giam lỏng chờ xét xử mãi đến tháng 2 năm 1803 mới được ân xá rồi sau đó lại được Gia Long trọng dụng vào việc tiếp sứ[15]. Trong hoàn cảnh này, Phan Huy Ích làm sao có thể "nhàn rỗi, buồn chán" để duyệt xét lại, vừa phải tìm hiểu, cân nhắc để chú thích

---

[14] Nguyễn Văn Xuân (1972), sđd. Nguyên bản *Tân san Chinh phụ ngâm diễn âm từ khúc*, tờ 3-4.

[15] Theo *Phan gia thế tự lục* (tờ 41b, 42a) đã ghi chép về việc Phan Huy Ích được vua Gia Long vời ra tiếp sứ nhà Thanh năm 1804: "*Tháng 11, mùa đông (1803), nhà vua ngự giá ra Bắc Thành, Tổng trấn Nguyễn tiến dẫn ông ra mắt nhà vua tại Hành điện, nghe nhà vua hỏi về những việc liên quan đến việc bang giao. Sau đó nhà vua xuống dụ cho các quan theo hầu: Phàm những việc liên quan đến việc cầu phong, việc sứ giả đều nên hỏi kế nghị ở ông. Từ đấy về sau các quan theo chỉ dụ nhà vua đều đến hỏi ông. Ông thù đáp rất bận rộn. Ông lại thảo một số đạo biểu thư sách và được chuẩn dụng. Mùa xuân năm Giáp Tý (1804) lễ sách phong đã hoàn tất, ông cáo tạ về quê*".

kỹ lưỡng, vừa chọn từ, ý, vần để diễn âm 408 câu *Chinh phụ ngâm khúc* ngay vào thời điểm bận rộn, lo lắng việc tiếp sứ là không hợp tình hợp lý, không phù hợp sự thật lịch sử. Nếu *Nguyên tự* thật là của Phan Huy Ích thì lẽ ra ở tờ bìa CTĐ.1815 thông thường phải ghi tên tác giả Dụ Am, Khiêm Thụ Phủ (Phan Huy Ích), trái lại, nhà tàng bản lại để khuyết danh! Vào năm 1815, Phan Huy Ích vẫn còn sống, nếu thực sự ông viết bài tựa CPNK cho bản khắc in, lẽ nào ông để nhà tàng bản xúc phạm không ghi tên ông ở tờ bìa, không những vậy, ở bài tựa "忠和號謹序" (Hiệu sách Trung Hòa kính cẩn đề tựa), cũng không xác định bản *Chinh phụ ngâm khúc* chuẩn bị khắc in là của tác giả Phan Huy Ích, *dù đã có bài Nguyên tự do Phan Huy Ích viết xuất hiện trong bản khắc*. NVD biện hộ tùy tiện và vô căn cứ rằng, do Phan Huy Ích là trọng thần Tây Sơn nên nhà tàng bản cùng tác giả hay con cháu sợ liên lụy phải dấu tên khi đem in[16]? Nếu thế, một nhà Nho cự phách như Phan Huy Ích, việc gì mà dại dột cho khắc in lời tựa của mình, dù cố ý bỏ mất phần lạc khoản cuối bài, nhưng khi đọc, ai cũng có thể đoán đó là Phan Huy Ích! Nên nhớ là năm 1804, Phan Huy Ích được Gia Long trọng dụng về việc ngoại giao, tiếp sứ Thanh và sau đó, con ông là Phan Huy Thực vẫn được nhà Nguyễn trọng dụng cho làm việc tại Hàn Lâm Viện, năm 1817 được cử làm Phó sứ sang Trung Quốc, Phan Huy Chú đỗ Tú tài khoa Đinh Mão (1807), Kỷ Mão (1819) và năm 1821 đời Minh Mạng, ông được bổ thụ Hàn Lâm viện Biên tu, phủ Thừa Thiên, Hiệp trấn tỉnh Quảng Nam, phụng mệnh hai lần đi sứ phương Bắc. Năm 1820, Phan Huy Ích tuy cao niên, vẫn còn được vua Minh Mạng vời làm cố vấn, tham mưu việc giao thiệp với nhà Thanh. Làm gì có chuyện Phan Huy Ích và con cháu sợ hãi vì bị nhà Nguyễn trù dập, khinh khi?[17]

---

[16] Nguyễn Văn Dương (2009), *Thử giải quyết vấn đề dịch giả Chinh phụ ngâm* (in lần thứ hai), Nxb Văn hoá thông tin, Hà Nội.

[17] Nhân đây, chúng tôi cũng thắc mắc: qua tìm hiểu, đến nay vẫn chưa xác thật được lai lịch của nhà tàng bản Chính Trực Đường 正直堂 và hiệu sách Trung Hòa Hiệu 忠和號 trong lịch sử xuất bản sách ở Việt Nam thời xưa. Có vẻ như đây là một dụng ý dành cho độc giả đời sau khó truy vết, đối chứng?

Vậy ta có thể hoài nghi tính xác thật của văn bản CTĐ.1815, đây chắc là sản phẩm của một ai đó bí ẩn dựa vào những thông tin nghiên cứu, tranh luận của các học giả, nhà biên khảo từ năm 1926 đến trước năm 1970 (là năm NVX phát hiện bản CTĐ.1815) để cố ý giả mạo văn bản nhằm mục đích dành lại tác quyền bài diễn âm CPNK phổ truyền cho Phan Huy Ích[18]. Có thể đoán định, bài *Nguyên tự* ra đời sau khi PHC (1926) lần đầu tiên công bố bài *Ngẫu Thuật* và sau khi Hoàng Thúc Trâm (1950)[19] đoán định bài *Ngẫu thuật* xuất hiện khoảng 1803 -1804. *CTĐ.1815 nếu có gì xác thật thì quá lắm là ở phần nội dung bài diễn âm CPNK và cũng chỉ như số phận của các bản Nôm CPNK vô danh khắc in (như Trường Trịnh Đường), chép tay (như các bản Nôm CPNK còn lại) hay bản phiên âm La tinh của nhà họ Phan mà thôi*[20]. Còn về tờ bìa của văn bản *Chinh phụ ngâm diễn âm tân khúc* 新刊征婦吟演音辭曲, tại sao lại được ghi khắc in vào tháng ba năm Gia Long thứ 14 (1815)? Chúng tôi thấy Hoàng Thúc Trâm là người đầu tiên tìm hiểu bộ sách DANL của Phan Huy Ích và đã cho biết bài *Ngẫu thuật* của Phan Huy Ích được xếp vào tập 6, *Vân du tùy bút* theo thứ tự thời gian là từ năm Giáp Tý (1804) đến năm Giáp Tuất (1814). Từ đây, người ta có thể tìm hiểu thêm và thấy trong bộ sách này không xuất hiện văn bản *Chinh phụ ngâm diễn âm tân khúc* do Phan Huy Ích "tân diễn," đương nhiên một văn bản ngụy tạo được làm ra chỉ có thể xuất hiện sau 1814.[21]

---

[18] Nguyễn Văn Dương (1970) và Nguyễn Thế (2016) cũng đã nhìn thấy tận mắt bản CTĐ.1815 có ở nhà Nguyễn Văn Xuân nhưng hai ông không mô tả chi tiết gì. Đáng tiếc là văn bản này cho đến nay chưa thấy ai tiếp cận, nghiên cứu tường tận về văn bản học. Có thể nay đã thất lạc.

[19] Sơn Tùng Hoàng Thúc Trâm (1950), *Quốc văn đời Tây Sơn*, Nhà sách Vĩnh Bảo Sài Gòn.

[20] Nội dung phần diễn âm CPNK của CTĐ.1815 và bản Phan Huy gần như giống nhau, chỉ khác một số câu. Có vẻ như bài diễn âm CTĐ.1815 được ai đó tung ra như để xác nhận cho bản Phan Huy là có thật do Phan Huy Ích sáng tác. Bản Phan Huy chịu ảnh hưởng CTĐ.1815 hay ngược lại? Có thể 2 bản này cùng một gốc?

[21] Bản *Chinh phụ ngâm diễn âm tân khúc* của Chính Trực Đường khắc in vào tháng ba năm 1815 đúng vào thời điểm Phan Huy Ích viết bài tựa cho bộ *Dụ Am ngâm lục*

Tóm lại, văn bản CTĐ.1815 do NVX phát hiện và công bố năm 1972 như đã trình bày, thẩm định ở trên, theo chúng tôi, nhiều khả năng là một ngụy thư nên không thể là một bằng chứng giá trị khoa học để xác định tác quyền bản diễn âm *Chinh phụ ngâm khúc* nổi tiếng, phổ truyền bấy lâu nay là của Phan Huy Ích.

3. **Lời kết**

Từ gần một thế kỷ qua, khởi đi từ Phan Huy Chiêm – Đông Châu (1926), dù đã có các học giả, nhà biên khảo như Hoàng Xuân Hãn, Nguyễn Văn Dương, Lại Ngọc Cang, Nguyễn Văn Xuân... dày công tìm hiểu, phát hiện, chứng minh để dành lại tác quyền cho bài diễn âm *Chinh Phụ Ngâm Khúc* nổi tiếng, phổ truyền gắn liền với tên tuổi của Phan Huy Ích nhưng tất cả vẫn chưa thành công. Bởi vì, mấu chốt quan trọng nhất để giải quyết vấn đề là cho đến nay vẫn *chưa tìm ra bản khắc in hay chép tay Chinh Phụ Ngâm "tân khúc" đề chính xác tên hiệu, tự của Phan Huy Ích ở tờ bìa hay ở bài tựa.*

Sau khi đã kiểm thảo kỹ lại những bằng chứng quan trọng đã được công bố liên quan đến Phan Huy Ích đã diễn âm CPNK nhưng chúng tôi cũng chỉ thấy rằng, gia phả họ Phan đã từng ghi nhận Phan Huy Ích diễn âm CPNK, bài thơ *Ngẫu thuật* của Phan Huy Ích tự xác nhận ông có "tân diễn" CPNK, đây là sự thật. Tuy nhiên, ngay cả bộ DANL còn lại của Phan Huy Ích cũng không lưu lại bài diễn âm CPNK do Phan Huy Ích sáng tác. Cũng chưa có một văn bản CPNK nào (khắc in hay chép tay) đã từng ghi tên tác giả là Phan Huy Ích. Sự thật là bài "tân diễn" CPNK của Phan Huy Ích đến nay vẫn không thể xác định chính xác là văn bản nào trong tất cả các văn bản diễn âm CPNK còn lại. Đáng chú ý là văn bản CTĐ.1815, trước nay vẫn thường được tin tưởng là một bản chép tay từ bản in gốc đời Gia Long, vì qua bài *Nguyên tự* được hiểu là Phan Huy Ích viết, nội dung bài diễn âm cũng

---

(tháng ba năm 1815) như đã biết, ngoài bài *Ngẫu Thuật*, DANL không chép toàn văn CPNDÂTK và ở bài tựa, Phan Huy Ích cũng không hề nhắc gì đến bản CPNTK chuẩn bị khắc in này. Đây là một nghịch lý, chứng tỏ CTĐ.1815 là một ngụy thư.

trùng khớp với bản Phan Huy, nhưng thật ra, như chúng tôi đã phản biện, nhiều khả năng là một ngụy thư.

Tóm lại, từ gần một thế kỷ qua, bài diễn âm *Chinh Phụ Ngâm Khúc* nổi tiếng, hiện hành qua nhiều công trình biên khảo của Hoàng Xuân Hãn, Nguyễn Văn Xuân... dù rất sâu rộng, có nhiều khám phá, tranh luận nhưng *cuối cùng, vẫn không thể chính thức xác nhận chủ quyền sáng tác cho Phan Huy Ích. Do đó, lẽ đương nhiên tác quyền bài diễn âm Chinh phụ ngâm khúc vẫn thuộc về Đoàn Thị Điểm như xưa nay vẫn truyền tụng.* Bút chứng không chỉ là ở bản *Chinh phụ ngâm bị lục* do nhà tàng bản Long Hòa khắc in năm Nhâm Dần (1902), đã được Vũ Hoạt[22] đã khẳng định là do Phu nhân Đoàn Thị Điểm, làng Trung Phú, huyện Văn Giang diễn âm nhưng trước đó, còn có bút chứng của Hải Châu Tử - Nguyễn Văn San (1808 - 1883) qua *Quốc văn tùng ký,*[23] Trương Vĩnh Ký (1887) với *Chinh Phụ Ngâm*[24] đã từng xác nhận tên tuổi của Đoàn Thị Điểm là tác giả của bài diễn *âm Chinh Phụ Ngâm Khúc* nổi tiếng từ xưa đến nay.

Đinh Văn Tuấn

Biên Hòa, ngày 08 tháng 08 năm 2023

---

[22] Trong *Bị Khảo*, HXH dù xác nhận, tục truyền từ xưa cho Đoàn Thị Điểm diễn âm CPNK hiện hành nhưng ông cố tình vu oan cho Vũ Hoạt là nguyên nhân cho người đời sau ngộ nhận.

[23] Bài dẫn ghi: "*Đời Long Đức (1732), có ông Thái học sinh Đặng Trần Côn người làng Nhân Mục tỉnh Hà Nội làm bài Chinh Phụ Ngâm mà bà Nguyễn Thị Điểm diễn ra quốc âm.*" *Quốc Văn Tùng Ký* (AB.383), nguồn:

https://findit.library.yale.edu/catalog/digcoll:13207

[24] Theo Lê Thước, *Chinh Phụ Ngâm – Đoàn Thị Điểm*, Bộ Giáo Dục xuất bản, năm 1957, phần Sách báo tham khảo ghi: *Chinh Phụ Ngâm*, bản của Trương Vĩnh Ký, xuất bản năm 1887. Sau đến Phạm Văn Diêu cũng xác nhận Trương Vĩnh Ký ghi tên Đoàn Thị Điểm diễn âm *Chinh Phụ Ngâm*. Phạm Văn Diêu, *Khảo luận về chinh phụ ngâm*, Văn Hóa nguyệt san số 51 (loại mới) tháng 6 năm 1960.

NGUYỄN VĂN GIA
LÊ HÂN
Tɪɴ Sáᴄʜ

SÁCH ĐÃ CÓ MẶT TRONG THÁNG 9 & 10 NĂM 2023:

A. TẠI VIỆT NAM

1. Thơ Cuối Trăm Năm

Tác giả: Hoàng Lộc
Thể loại: Thơ
Sách dày 170 trang
Bìa: Phạm Tấn Dũng
NXB Văn Học - 9/2023
Giá bìa: 100.000 đồng

2. Ngõ Hoa Vàng

Tác giả: Huỳnh Túy Hoa
Thể loại: Thơ
Sách dày 144 trang
Bìa: Anh Tuấn
NXB Hội Nhà Văn - 8/2023
Giá bìa: 120.000 đồng

3. Lao Xoa Nỗi Nhớ

Tác giả: Tiểu Nguyệt
Thể loại: Tản văn
Sách dày 140 trang
Bìa: Đinh Trường Chinh
NXB Hội Nhà Văn - 10/2023
Giá bìa: 120.000 đồng

4. Ug Thư & Con Đường Chữa Lành Của Tôi

Tác giả: Nguyễn Long Chiến
Thể loại: Biên khảo
Sách dày 158 trang
Bìa: Kielo Design
NXB Hồng Đức - 5/2023
Giá bìa: 85.000 đồng

5. Gia Đình

Tác giả: Phan Thúy Hà
Thể loại: Truyện ký
Sách dày 274 trang
Bìa: Ngô Xuân Khôi
NXB Phụ Nữ - 2/2023
Giá bìa: 120.000 đồng

6. Một Thời Cho Cả Một Đời

Tác giả: Nhiều tác giả
Thể loại: Tuyển tập thơ văn
Sách dày 210 trang
Bìa: Nguyễn Duy Ninh
NXB Hội Nhà Văn - 9/2023
Giá bìa: Sách tặng không bán

7. Dựng Câu Tiếng Anh

Tác giả: Lê Minh Diệu
Thể loại: Giáo trình tiếng Anh
Sách dày 310 trang
Bìa: Minh Hiếu
NXB Tổng Hợp TP Hồ Chí Minh
Giá bìa: 160.000 đồng

8. 60 Trung Học Ngoại Ô – Thái Phiên

Tác giả: Nhiều tác giả
Thể loại: Tuyển tập thơ văn
Sách dày 200 trang
Bìa: Hà Thúc Quang
NXB Nội San - 9/2023
Giá bìa: sách tặng không bán

9. Tiếng Chim Xanh Biếc

Tác giả: Nguyễn Nho Khiêm
Thể loại: Thơ
Sách dày 164 trang
Bìa: Tào Linh
NXB Hội Nhà Văn - 9/2023
Giá bìa: 100.000 đồng

B. SÁCH DO NHÂN ẢNH XUẤT BẢN (9 & 10 /2023):

1. Lịch Sử Việt Nam Thời Tự Chủ - Tập 1

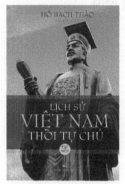

Tác Giả: Hồ Bạch Thảo
Thể loại: Biên khảo lịch sử
Bìa: Uyên Nguyên Trần Triết
Dàn trang: Nguyễn Công
Nxb Nhân Ảnh - 9/2023
Sách dày 480 trang. Giá bìa: $40 US
Sách có thể mua qua Amazon
hay liên lạc: thao.b.ho@gmail.com

2. Giọt Buồn Rơi

Tác giả: Thục Uyên
Thể loại: Thơ
Bìa: Uyên Nguyên Trần Triết
Dàn trang: Nguyễn Công
Nxb Nhân Ảnh - 8/2023. Sách dày 226 trang
In màu và đen trắng bên trong
Sách có thể mua qua Amazon
Hay liên lạc: danglucy16@gmail.com
Giá bìa: $20 US (đen trắng bên trong), $25 US
(in màu bên trong)

3. Yêu Người Trong Mộng

Tác giả: Sông Tương -Tiểu Muội
Thể loại: thơ
Bìa: Uyên Nguyên Trần Triết
Dàn trang: Đỗ Huỳnh Đăng Ngọc
Nxb Nhân Ảnh - 10/2023. Sách dày 260 trang
Sách có thể mua qua Amazon
Hay liên lạc: Vinhho5555@gmail.com
Giá bìa: $20 US

4. **Ba Dòng Thơ**

Tác Giả: Cao Nguyên
Thể loại: Thơ
Bìa: Uyên Nguyên Trần Triết
Dàn trang: Đỗ Huỳnh Đăng Ngọc
Nxb Nhân Ảnh - 10/2023. Sách dày 278 trang.
Giá bìa: $25 US (bìa mềm), $40 US (bìa cứng)
Sách có thể mua qua amazon
Hay liên lạc: nluutrong@gmail.com

5. **Chút Tình Đọng Lại**

Tác Giả: Nhiều Tác Giả
Thể loại: Thơ, Văn Nhạc, Tranh
Bìa: Uyên Nguyên Trần Triết
Tranh bìa: HS Trương Vũ
Dàn trang: Nguyễn Công
Nxb Nhân Ảnh - 10/2023.
Sách dày 184 trang.
Giá bìa: $40 US in bìa cứng và màu bên trong
Sách có thể mua qua amazon
Hay liên lạc: nuuminhnguyen@gmail.com

6. **Mùa Trăng**

Tác giả: Đỗ Trường
Thể loại: Truyện Ngắn | Tùy Bút | Tản Văn
Bìa: Uyên Nguyên Trần Triết
Dàn trang: Trần Hồng Giang
Nxb Nhân Ảnh - 9/2023. Sách dày 222 trang
Sách có thể mua qua Amazon
Hay liên lạc: dotruong07@yahoo.de
Giá bìa: $20 US

Liên lạc: han.le3359@gmail.com
Giá bìa: $40 US (bìa cứng)

ĐẶT MUA DÀI HẠN
Tạp chí **NGÔN NGỮ**
Phát hành 2 tháng 1 kỳ

Ở Hoa Kỳ:
$120 US/1 năm
$20 US một số
Liên lạc: Lê Hân, han.le3359@gmail.com - tel: (408) 722-5626

Ở Cannada:
$200 CAD/1 năm
$25 US một số
Liên lạc: Lê Hân, han.le3359@gmail.com - tel: (408) 722-5626

Ở Pháp - Đức - Úc:
$25 US một số
Liên lạc: Lê Hân, han.le3359@gmail.com - tel: (408) 722-5626

Ở Việt Nam:
200.000 VNĐ một số
Liên lạc: Công Nguyễn, congnguyen.zc@gmail.com
tel: (84) 0908 451 154